യു ആർ അനന്തമൂർത്തി

എഴുത്ത് ജീവിതം രാഷ്ട്രീയം

u r ananthamoorthi: ezhuthu jeevitham rashtreeyam

•

editor
pradeep panangadu

•

first edition
october 2014

•

published
chintha publishers, thiruvananthapuram

•

typesetting
star communications, thiruvananthapuram

•

•

cover
vinod

•

cover photo
v v biju

•

വിതരണം

ദേശാഭിമാനി ബുക്ക് ഹൗസ്

H O തിരുവനന്തപുരം–695 035
phone: 0471-2303026, 6063026
www.chinthapublishers.com
chinthapublishers@gmail.com

ബ്രാഞ്ചുകൾ

ഹെഡ്ഡാഫീസ് ബ്രാഞ്ച് കുന്നുകുഴി • സ്റ്റാച്യു തിരുവനന്തപുരം • കെ എസ് ആർ ടി സി ബസ് സ്റ്റേഷൻ ആലപ്പുഴ • കെ എസ് ആർ ടി സി ബസ് സ്റ്റേഷൻ എറണാകുളം • ചിറ്റൂർ റോഡ് എറണാകുളം • മച്ചിങ്ങൽ ലെയ്ൻ തൃശൂർ • ഐ ജി റോഡ് കോഴിക്കോട് • മാവൂർ റോഡ് കോഴിക്കോട് • എൻ ജി ഒ യൂണിയൻ ബിൽഡിങ് കണ്ണൂർ • സെൻട്രൽ ബസ് ടെർമിനൽ കോംപ്ലക്സ് താവക്കര കണ്ണൂർ

CO - 2110 / 3532

യു ആർ അനന്തമൂർത്തി
എഴുത്ത് ജീവിതം രാഷ്ട്രീയം

എഡിറ്റർ
പ്രദീപ് പനങ്ങാട്

ചിന്ത പബ്ലിഷേഴ്സ്
തിരുവനന്തപുരം-695 035
വില : ₹ 130

പ്രദീപ് പനങ്ങാട്

അദ്ധ്യാപകൻ, മാധ്യമ പ്രവർത്തകൻ, എഴുത്തുകാരൻ. എം എ, എം ഫിൽ ബിരുദങ്ങൾ. *നരേന്ദ്രപ്രസാദ്, എം ജി രാധാകൃഷ്ണൻ: അനുഭവം, സംഗീതം ജീവിതം വിനയചന്ദ്രൻ ഓർമ്മപുസ്തകം* എന്നിവ എഡിറ്റു ചെയ്തു. തിരുവനന്തപുരത്ത് താമസം.

ഫോൺ : 954405311
email : panangad2011@gmail.com

ഉള്ളടക്കം

പ്രസാധകക്കുറിപ്പ്

*സംസ്കാര*യുടെ മലയാള വിവർത്തനം കോഴിക്കോട് വെച്ച് പ്രകാശനം നടത്തുന്ന ചടങ്ങിൽ ഡോ. യു ആർ അനന്തമൂർത്തിയും പങ്കെടുത്തിരുന്നു. അവിടെ അദ്ദേഹം നടത്തിയ പ്രസംഗത്തിൽ ഇന്ത്യയുടെ സവിശേഷത ഇപ്രകാരം സംക്ഷേപിച്ചു: "നൂറ്റാണ്ടുകളുടെ സഹവർത്തിത്വമാണ് ഇന്ത്യയിൽ കാണുന്നത്." അനേകം വാല്യങ്ങളായി വിസ്തരിക്കാവുന്ന ഈ കൊച്ചുവാക്യം ചരിത്രത്തിലും സാഹിത്യത്തിലും ആനന്ദം കണ്ടെത്തുന്ന ആസ്വാദകരിൽ കുടിപാർത്തു. അങ്ങനെ അനന്തമൂർത്തി കുടിപാർത്ത ഒരു ഹൃദയമാണ് എന്റേത്.

സന്ദർഭവശാൽ മൈസൂരിൽ അദ്ദേഹത്തെ നേരിൽ കാണാൻ ഭാഗ്യം സിദ്ധിച്ചപ്പോൾ ഈ വാക്യത്തിന്റെ പൊരുൾ അദ്ദേഹത്തിൽ നിന്നുതന്നെ അറിയാൻ കഴിഞ്ഞു. സൗഹൃദത്തിന്റെ വലിയൊരു പൂമരമാണദ്ദേഹ മെന്ന അനുഭൂതിയും അന്നു ലഭിച്ചു. *സ്വാതന്ത്ര്യാനന്തര ഇന്ത്യൻ സാഹിത്യത്തിൽ അദ്ധ്വാനത്തിന്റെ പ്രതിഫലനം*' എന്നൊരു വിഷയം മുൻ നിർത്തി പഠനം നടത്താനുള്ള ശ്രമത്തിനിടയിലായിരുന്നു ഈ സന്ദർശനം. അകാലത്തിൽ അവസാനിച്ചുപോയ ആ പഠനത്തിനുതകുന്ന അനേകം ആശയങ്ങൾ ആ കൂടിക്കാഴ്ചയിൽനിന്നു ലഭിച്ചിരുന്നുവെന്ന് നന്ദിപൂർവ്വം സ്മരിക്കുന്നു.

2014 ആഗസ്ത് 22 ഒരു കറുത്തദിനമാവുന്നത് അനന്തമൂർത്തിയുടെ മരണം കൊണ്ടുമാത്രമല്ല, ആ മഹാപ്രതിഭയുടെ മരണം ആഘോഷിക്കുന്ന കറുത്ത ശക്തികൾ വാഴുന്ന അവസ്ഥയിലാണ് നമ്മുടെ നാട് എന്നതുകൊണ്ടു കൂടിയാണ്.

അനന്തമൂർത്തി എഴുതിയതും അനന്തമൂർത്തിയെപ്പറ്റി എഴുതിയതുമായ ചില രചനകളാണ് ഈ സഞ്ചികയിലുള്ളത്; കൂടെ പ്രസക്ത

മായ ചില അഭിമുഖങ്ങളും. അനന്തമൂർത്തിയെ അറിയാനാഗ്രഹിക്കുന്നവർക്ക് ഏറെ പ്രയോജനം ചെയ്യുന്ന ഈ ഗ്രന്ഥം പ്രസിദ്ധീകരിക്കാൻ കഴിഞ്ഞതിൽ ഞങ്ങൾക്ക് ഏറെ ചാരിതാർത്ഥ്യമുണ്ട്.

ലേഖകന്മാർക്കും, അഭിമുഖകർത്താക്കൾക്കും, പുസ്തകം എഡിറ്റു ചെയ്ത ശ്രീ. പ്രദീപ് പനങ്ങാടിനും നന്ദി. ഈ പുസ്തകം യാഥാർത്ഥ്യമാക്കുന്നതിൽ പ്രധാന പങ്കുവഹിച്ച ഡോ. ജയദേവദാസിന്റെ സംഭാവന കൃതജ്ഞതയോടെ ഓർക്കുന്നു.

തിരുവനന്തപുരം,
2014 സെപ്തംബർ 29.

സി പി അബൂബക്കർ
ചീഫ് എഡിറ്റർ
ചിന്ത പബ്ലിഷേഴ്സ്

കാലത്തിന്റെ ഉയർന്ന ശിരസ്സ്

പ്രദീപ് പനങ്ങാട്

ഇന്ത്യൻ ഭാവനയുടെ ചക്രവാളത്തിലെ നക്ഷത്ര ദീപ്തിയാണ് യു ആർ അനന്തമൂർത്തി. സ്വാതന്ത്ര്യാനന്തര ഇന്ത്യയിലെ, മറ്റേതൊരു എഴുത്തുകാരനേക്കാളും ഉയർന്നതാണ് അനന്തമൂർത്തിയുടെ ശിരസ്സ്. ചരിത്രത്തിന്റെ ഭൂപടത്തിൽ കാലത്തിന്റെ വജ്രസൂചികൊണ്ടാണ് അദ്ദേഹം നക്ഷത്രശില്പങ്ങൾ തീർത്തത്. സമരതീക്ഷ്ണമായ എഴുത്തും, ജ്വലിക്കുന്ന മാനവിക ചിന്തയും തെളിഞ്ഞ ജീവിതാവബോധവും ജീവിത സായാഹ്നം വരെ അനന്തമൂർത്തി സൂക്ഷിച്ചു.

എഴുത്തുകാരൻ, അദ്ധ്യാപകൻ, ചിന്തകൻ, സാംസ്കാരിക പോരാളി തുടങ്ങിയ നിരവധി ജീവിതമുഖങ്ങൾ അനന്തമൂർത്തിക്കുണ്ടായിരുന്നു. കൃത്യവും വ്യക്തവുമായ ഒരു രാഷ്ട്രീയ അടിസ്ഥാനത്തിൽ നിന്നുകൊണ്ടാണ് ഈ വ്യത്യസ്ത ജീവിതാവിഷ്കാരങ്ങൾ അദ്ദേഹം നിർവ്വഹിച്ചത്. രാഷ്ട്രീയത്തിൽ ഒത്തുതീർപ്പുകൾക്ക് വിധേയനാകാനോ, അധികാരത്തിനോട് കീഴടങ്ങാനോ ജീവിതത്തോട് നിസ്സംഗത പുലർത്താനോ ഒരിക്കലും തയ്യാറായില്ല. കാലത്തിന്റെ ജ്വാലാമുഖങ്ങളിലൂടെ എന്നും മുന്നോട്ട് സഞ്ചരിക്കാനാണ് അനന്തമൂർത്തി താല്പര്യപ്പെട്ടത്. അവസാനം വരെ ആ ജീവിതപഥങ്ങളിൽ കൂടെയാണ് സഞ്ചരിച്ചതും.

സംസ്കാര, ഭാരതീപുരം, അവസ്ഥ എന്നീ നോവലുകൾ ഇന്ത്യൻ എഴുത്തിലെ ക്ലാസിക്കുകളാണ്. കേവലമായ ജീവിതാഖ്യാനത്തിന്റെ അനുഭവസ്ഥലികളല്ല ആ നോവലുകൾ. നിശ്ചലമായ കാലത്തിന്റെ മണലാരണ്യങ്ങളിൽനിന്ന്, നിശ്ശബ്ദമായ ചരിത്രത്തിന്റെ പീഠമാലികളിൽ നിന്ന്, ജീവിതനിശ്വാസങ്ങളെ കണ്ടെത്തുകയാണ് അദ്ദേഹം ചെയ്തത്. കാല്പനികതയുടെ നിലാവോ, ഗൃഹാതുരത്വത്തിന്റെ നക്ഷത്രങ്ങളോ ആ നോവലുകളിലില്ല. കാലത്തിൽ സൃഷ്ടിച്ച ജീവിതശില്പങ്ങളാണ് ഈ നോവൽത്രയം.

സോഷ്യലിസ്റ്റ് ആശയങ്ങളുടെ വെളിച്ചത്തിലൂടെയാണ് അനന്തമൂർത്തി ജീവിതസഞ്ചാരം തുടങ്ങിയത്. ആവിഷ്കാര സ്വാതന്ത്ര്യത്തിന് നേരെ ഉണ്ടായ അധികാരത്തിന്റെ അടിച്ചമർത്തലുകളോടും ഫാസിസത്തിന്റെ കടന്നാക്രമണങ്ങളോടും വംശഹത്യയുടെ തേരോട്ടങ്ങളിലും നിസ്സംഗനാകാനോ നിശ്ശബ്ദനാകാനോ അനന്തമൂർത്തി തയ്യാറായില്ല. എഴുത്തിലും വാക്കിലും സമരത്തിലും എന്നും ജ്വലിച്ചുനിന്നു.

അക്കാദമിക് വിദ്യാഭ്യാസത്തെക്കുറിച്ചും, സർവ്വകലാശാലാ പഠന സമ്പ്രദായത്തെ പറ്റിയും അനന്തമൂർത്തിക്ക് വ്യക്തമായ ധാരണകൾ ഉണ്ടായിരുന്നു. അറിവിന്റെ ജനാധിപത്യപരമായ വിതരണവും മൗലിക ചിന്തകളുടെ പ്രയോഗങ്ങളും, സർവ്വകലാശാലകളിലൂടെ എങ്ങനെ സാദ്ധ്യമാക്കാം എന്ന് അനന്തമൂർത്തി ചിന്തിച്ചു. മഹാത്മാഗാന്ധി സർവ്വകലാശാലയുടെ വൈസ് ചാൻസലർ പദവിയിലിരുന്നുകൊണ്ട് കേരളത്തിന്റെ അക്കാദമിക് രംഗത്ത് നവീന കാഴ്ചപ്പാടുകൾ ആവിഷ്കരിക്കുകയുണ്ടായി.

അനന്തമൂർത്തിയുടെ വ്യത്യസ്ത ജീവിതപഥങ്ങളുടെ അടയാളപ്പെടുത്തലുകളാണ് ഈ പുസ്തകം. ജീവിതാനുസ്മരണങ്ങളുടെ സമാഹാരം മാത്രമല്ല, രാഷ്ട്രീയ ചിന്തകളുടെ വിലയിരുത്തലുകളും സാംസ്കാരിക സമരങ്ങളുടെ രേഖപ്പെടുത്തലുകളും സർഗ്ഗാത്മക അനുഭവങ്ങളുടെ ആവിഷ്കാരങ്ങളുമാണ്. ആ മഹാജീവിതത്തെ കണ്ടെത്താനും പഠിക്കാനുമുള്ള സന്ദർഭങ്ങളാണ് ഈ പുസ്തകം തുറന്നിടുന്നത്.

ലേഖനങ്ങൾ, അഭിമുഖങ്ങൾ, വിവർത്തനങ്ങൾ തന്ന എല്ലാവർക്കും നന്ദി. സുരേഷ് പനങ്ങാട്, വാസുദേവ ഭട്ടതിരി, ഇ കെ പ്രേംകുമാർ, ലീലാചന്ദ്രൻ, ജിനു എസ് പിള്ള എന്നിവർക്കും നന്ദി.

പാഠം..........

ഓ! പഠിക്കാൻ!
ഒരിളംകാറ്റുപോലെ സ്വച്ഛന്ദം അലയാൻ
കളിച്ച് ചിരിച്ച്, സ്വതന്ത്രമായി...
ആകാശം നിറയെ പരക്കുന്ന,
ചരാചരങ്ങളെ പ്രകാശമാനമാക്കുന്ന,
തടഞ്ഞുനിർത്തുമ്പോൾ നിഴലായി മാറുന്ന
പ്രകാശരശ്മിയുടെ സ്വതന്ത്രതയും വിനയവും നേടിയെടുക്കാൻ...

വിത്തിനെ സംരക്ഷിക്കുന്ന,
പിളരുന്ന, വളരാൻ ഇടമൊരുക്കുന്ന
ധരണിയുടെ സഹാനുഭൂതി, നിറവ് സമ്പാദിക്കാൻ...
അഗ്നിയുടെ ഇണക്കമില്ലായ്മയും തീവ്രതയും സ്വായത്തമാക്കാൻ...
നിന്റെ അലക്ഷ്യ ദർശനം കണ്ടെത്താൻ,
അതിനെ ആരാധിക്കാൻ...

ഇലപൊഴിയും മരത്തെപ്പോലെ നഗ്നനായിരിക്കാൻ,
അതിന്റെ നിശ്ശബ്ദതയും സഹിഷ്ണുതയുമായി പൊരുത്തപ്പെടാൻ...
കടന്നുചെല്ലാനുള്ള ആവേശത്തിനായി കാത്തിരിക്കാൻ...
പക്വമാവുമ്പോൾ പൂത്തുലയാൻ...

അനന്തമൂർത്തിയെന്ന അതികായൻ ഓർമ്മയാകുമ്പോൾ

സീതാറാം യെച്ചൂരി

വിഖ്യാത സാഹിത്യകാരനും സമത്വത്തിന്റെയും സാമൂഹിക നീതിയുടെയും ഉന്നത പ്രയോക്താവുമായ യു ആർ അനന്തമൂർത്തി ഓർമ്മയായിക്കഴിഞ്ഞു. വൈവിദ്ധ്യപൂർണ്ണവും ബഹുസ്വരവുമായ ഇന്ത്യയുടെ നിലനില്പിനുവേണ്ടി ആയുഷ്കാലം മുഴുവൻ അക്ഷീണം പ്രയത്നിച്ച ഉന്നതശീർഷനായ വ്യക്തിയെയാണ് അനന്തമൂർത്തിയുടെ വിയോഗത്തിലൂടെ നമുക്ക് നഷ്ടമായത്. മതനിരപേക്ഷ മൂല്യങ്ങളുടെ മഹാപ്രചാരകനായ അദ്ദേഹത്തിന്റെ മഹത്വം കാലാതിവർത്തിയായി നിലകൊള്ളും. നിരവധി അനുശോചന സന്ദേശങ്ങളിൽ ഒന്നിൽ ചൂണ്ടിക്കാട്ടുന്നതുപോലെ അദ്ദേഹമില്ലാത്ത ഇന്ത്യ അനക്കമില്ലാത്തതും അരസികവുമായ സ്ഥലമായിരിക്കും. പത്മഭൂഷൺ, ജ്ഞാനപീഠം എന്നീ ഉന്നതമായ ബഹുമതികൾ നേടിയ അദ്ദേഹം സാഹിത്യ അക്കാദമിയുടെ ഫെലോ ആയിരുന്നു. പല ഉന്നതമായ സ്ഥാനങ്ങളും അദ്ദേഹം വഹിച്ചിട്ടുണ്ട്. അദ്ദേഹത്തിന്റെ നോവലുകളും ചെറുകഥകളും ഉന്നതശീർഷരായ സംവിധായകർ സിനിമകളാക്കിയിട്ടുണ്ട്. അവയെല്ലാം അമരത്വം നേടിയിട്ടുമുണ്ട്. അവയെക്കുറിച്ച് ഏറെ എഴുതപ്പെട്ടിട്ടുണ്ട്. ഇനിയുമേറെ എഴുതപ്പെടാനുമുണ്ട്. എന്നാൽ അദ്ദേഹത്തിന്റെ നഷ്ടം അതിനെല്ലാം ഉപരിയാണ്. ഭാഷയിലും സാഹിത്യത്തിലും ഉൾപ്പെടെ ജീവിതത്തിന്റെ എല്ലാ മേഖലകളിലും വളർന്നുവരുന്ന അധീശത്വ പ്രവണതകളോട് അദ്ദേഹം സന്ദേഹമില്ലാത്തതും അഭിമാനത്തോടുകൂടിയതുമായ എതിർപ്പ് പ്രഖ്യാപിച്ചിരുന്നു.

മംഗളുരുവിലെ മണിപ്പാൽ ആശുപത്രിയിലെ ഐസിയുവിൽവെച്ച് അദ്ദേഹം നമ്മെ വേർപെട്ടുപോകുന്നതിന് രണ്ടുദിവസം മുമ്പ് എനിക്കദ്ദേഹത്തെ സന്ദർശിക്കാനുള്ള സന്ദർഭം ലഭിച്ചു. ഓക്സിജൻ മാസ്ക് ധരിച്ച് അദ്ദേഹം കിടക്കയിൽ കിടക്കുകയായിരുന്നു. അദ്ദേഹം ഉറങ്ങു

കയാണെന്ന് കരുതി ഞാൻ കിടക്കയ്ക്കു സമീപം നിന്നതേയുള്ളൂ. പെട്ടെന്നദ്ദേഹം എന്റെ നേരെ കൈ ഉയർത്തി ദൃഢമായി എന്നെ പിടിച്ചു കൊണ്ട് സംസാരം ആരംഭിച്ചു. 'ഹിന്ദുത്വവും' 'ഹിന്ദുധർമ്മ'വും പര്യായപദങ്ങളായി ഉപയോഗിക്കുന്നതിനെ ഖണ്ഡിക്കേണ്ടതിന്റെ ആവശ്യകതയെക്കുറിച്ചാണ് അദ്ദേഹം സംസാരിച്ചത്. നരേന്ദ്രമോദി പ്രധാനമന്ത്രിയായാൽ താൻ ഈ രാജ്യം വിട്ടുപോകും എന്ന് അനന്തമൂർത്തി പ്രഖ്യാപിച്ചതിന്റെ പേരിൽ ആർ എസ് എസ് പ്രവർത്തകർ അദ്ദേഹത്തിന് പാകിസ്ഥാനിലേക്ക് പോകാൻ ടിക്കറ്റെടുത്ത് അയച്ചുകൊടുത്തതും ഉടനെതന്നെ വർഗ്ഗീയതയ്ക്കെതിരെ താൻ പോരാടും എന്ന് അദ്ദേഹം ആവർത്തിച്ച് വ്യക്തമാക്കിയതും ഓർക്കുക. 'ഹിന്ദുത്വ' എന്ന പദപ്രയോഗത്തിന്റെ ഉപജ്ഞാതാവായ സവർക്കർ തന്നെ ഹിന്ദുമതത്തെ രാഷ്ട്രീയമായി പരിവർത്തിപ്പിക്കുന്ന പ്രക്രിയയല്ലാതെ അത് മറ്റൊന്നുമല്ല എന്ന് വ്യക്തമാക്കിയിട്ടുള്ളകാര്യം ഞാൻ അദ്ദേഹത്തോട് പറഞ്ഞു. "സായുധസേനയെ ഹൈന്ദവവല്ക്കരിക്കുക, ഹൈന്ദവരെ സായുധവല്ക്കരിക്കുക" എന്ന രാഷ്ട്രീയ പദ്ധതിയായിരുന്നല്ലോ സവർക്കർ ആവിഷ്കരിച്ചത്. അനന്തമൂർത്തി കൂടുതൽ ബലമായി എന്റെ കൈയിൽപ്പിടിച്ചുകൊണ്ട് അനിതരസാധാരണമായ ആത്മാർത്ഥതയോടെ പറഞ്ഞത് ആശുപത്രിയിൽനിന്ന് ഡിസ്ചാർജായാൽ ഉടൻ വർഗ്ഗീയ ഫാസിസത്തിനെതിരായ പോരാട്ടത്തിൽ താൻ അണിനിരക്കും എന്നാണ്. ദൃഢവിശ്വാസത്തിലൂടെയും പ്രവർത്തനത്തിലൂടെയും അദ്ദേഹം ഒരു സോഷ്യലിസ്റ്റായി നിലകൊണ്ടു. സോഷ്യലിസ്റ്റാശയങ്ങളുടെ വ്യാപനത്തിനായി അദ്ദേഹം വിട്ടുവീഴ്ചയില്ലാത്ത സംഭാവനകൾ നല്കി. ഏതാനും വർഷങ്ങൾക്കുമുമ്പ് (2009 മാർച്ചിൽ) ഡൽഹിയിൽ നടന്ന ഒരനുസ്മരണസമ്മേളനത്തിൽ *ആഗോളവല്ക്കരണം, ഇംഗ്ലീഷ്, ഇതരഭാഷകൾ* എന്ന വിഷയത്തിൽ അദ്ദേഹം പ്രഭാഷണം നടത്തുകയുണ്ടായി. പ്രാദേശികഭാഷകളുടെ പ്രാധാന്യവും സാഹിത്യം, കല, സൗന്ദര്യശാസ്ത്രം എന്നിവയുടെ വികസനത്തിൽ അവയ്ക്കുള്ള പങ്കും സമഗ്രമായി വിശദമാക്കുന്നതായിരുന്നു അനന്തമൂർത്തിയുടെ പ്രസംഗം. ബഹുസ്വര സ്വത്വം ഭാഷയിലുൾപ്പെടുത്തുന്നതിനുള്ള ചർച്ചകൾ സജീവമാക്കുന്നതിൽ അദ്ദേഹം മികച്ച സംഭാവനകളാണ് നല്കിയത്. തത്ത്വചിന്താപരമായി, സ്വത്വത്തെക്കുറിച്ചുള്ള ധാരണ മിക്കപ്പോഴും സങ്കുചിതമായ തർക്കവിഷയവും സംവാദം ക്രോധാവേശ പ്രകടനമായി മാറുകയും ചെയ്യും എന്നതാണ്. പാശ്ചാത്യ സംവാദരംഗത്ത് ഫാഷനബിളായ ഒന്നാണ് ഒരു പ്രധാന സ്വത്വം നിർദ്ദേശിക്കുക എന്നത്; മനുഷ്യർ ഈ സ്വത്വത്തെ എന്നും അന്വേഷിക്കുകയാണ് എന്ന വാദവും ഉന്നയിക്കും. പ്രൊഫസർ അമർത്യസെൻ അതിനെ ഖണ്ഡിച്ചത് ഇങ്ങനെയാണ്: ''ഒന്നിലേറെ സ്വത്വബോധങ്ങൾക്കിടയിൽനിന്ന് ഒരു സ്വത്വബോധമോ ഒന്നിലേറെ സ്വത്വബോധങ്ങളുടെ സംയോജനമോ തിരഞ്ഞെടുക്കാനുള്ള അവസരമുണ്ടോ എന്നതാണ് പ്രധാനം. ചിലപ്പോൾ അതിനേക്കാൾ പ്രധാനം നമുക്കുള്ള ഒന്നിലേറെ സ്വത്വബോധങ്ങളിൽ

കൂടുതൽ പ്രാധാന്യം ഒന്നിനു നല്കാനുള്ള സ്വാതന്ത്ര്യം ഉണ്ടോ എന്നതാണ്."

ഇന്ത്യക്കാരായ നമുക്കെല്ലാം നിരവധി സ്വത്വബോധങ്ങളുണ്ട്. എല്ലാവരും ജനിക്കുന്നത് ഓരോ കുടുംബങ്ങളിലാണ്. പ്രത്യേക മതത്തിലാണ്. പ്രത്യേക ജാതിയിലാണ്. നമുക്കോരോരുത്തർക്കും മാതൃഭാഷയുണ്ട്, ആചാരങ്ങളുണ്ട്, പാരമ്പര്യമുണ്ട്, സംസ്കാരമുണ്ട്, പാചകരീതിയും ഭക്ഷണക്രമങ്ങളും മറ്റും മറ്റും ഉണ്ട്. ഈ സ്വത്വബോധങ്ങളുള്ളപ്പോഴും ഇതര സ്വത്വബോധങ്ങളുള്ളവരുമായി സഹകരിക്കുന്നതിനും സൗഹൃദം പങ്കുവയ്ക്കുന്നതിനും വിവാഹബന്ധങ്ങളിലേർപ്പെടുന്നതിനും സുഗമമായി സാധിക്കുന്നു. സ്വത്വബോധങ്ങളുടെ ഈ നീണ്ടനിരയിൽ ഭാഷയെക്കൂടി ഉൾപ്പെടുത്തിയതിലാണ് അനന്തമൂർത്തിയുടെ കനപ്പെട്ട സംഭാവന കുടികൊള്ളുന്നത്. എഴുതപ്പെട്ട ചരിത്രങ്ങളിൽ മിക്കതിലും ഇന്നത്തെ യാഥാർത്ഥ്യത്തിലും മൂന്നു ഭാഷകളെങ്കിലും അറിഞ്ഞിരുന്നാലേ സുഗമമായി ജീവിക്കാനാകൂ എന്ന് അദ്ദേഹം ചൂണ്ടിക്കാട്ടി. നമ്മുടെ മാതൃഭാഷ, തെരുവുകളിൽ ആശയ വിനിമയത്തിനുള്ള ഭാഷ, സർഗ്ഗാത്മകതയുടെ പ്രകാശനത്തിനുൾപ്പെടെയുള്ള തൊഴിൽ ഭാഷ അങ്ങനെ മൂന്നെണ്ണം. ഈ യാഥാർത്ഥ്യം തിരിച്ചറിയപ്പെടുന്നതോടെ ഭാഷയുടെ പേരിലുള്ള സങ്കുചിതമായ ഏറ്റുമുട്ടലും പിണക്കവും ഇല്ലാതാകുന്നു. ഉദാഹരണത്തിന് കർണ്ണാടക സംഗീത്തിലെ ത്രിമൂർത്തികൾ എന്നറിയപ്പെടുന്നവരാണ് ത്യാഗരാജനും ശ്യാമശാസ്ത്രിയും മുത്തുസ്വാമിദീക്ഷിതരും. മൂവരുടെയും മാതൃഭാഷ വ്യത്യസ്തമാണെങ്കിലും മൂവരും കമ്പോസ്ചെയ്തത് തമിഴിലാണ്. എന്നിട്ടും ആ സംഗീതം കർണ്ണാടകസംഗീതം എന്നാണ് അറിയപ്പെടുന്നത്.

മുഗൾ ഭരണകാലത്ത് വടക്കേ ഇന്ത്യയിലാകമാനം ജനങ്ങൾ സുഗമമായി ജീവിച്ചത് ഈ ത്രിഭാഷാ പദ്ധതിപ്രകാരമായിരുന്നു. മാതൃഭാഷയോ ഉറുദുവോ ഹിന്ദുസ്ഥാനിയോ പഞ്ചാബിയോ തെരുവു ഭാഷയായും പേർഷ്യൻ ഔദ്യോഗികഭാഷയായും ഉപയോഗിച്ചു പോന്നു. ഫിറാഖ് ഗോരഖ്പുരിയുടെ കാര്യംതന്നെ എടുക്കാം. ഹിന്ദുമതത്തിലെ ഉയർന്ന സമുദായത്തിൽ രഘുപതി സഹായ് എന്ന പേരിൽ ജനിച്ച അദ്ദേഹത്തിന്റെ മാതൃഭാഷ അവധിയാണ്. അലഹബാദ് യൂണിവേഴ്സിറ്റിയിലെ ഇംഗ്ലീഷ് പ്രൊഫസറായ അദ്ദേഹം ഉറുദു കവിതയ്ക്ക് നല്കിയ മികച്ച സംഭാവനയുടെ പേരിലാണ് പ്രശസ്തനായത്.

എല്ലാത്തരം അധീശത്വത്തെയും അതിശക്തമായി വിമർശിച്ച ആളാണ് യു ആർ. ഹിന്ദുത്വത്തോടുള്ള അദ്ദേഹത്തിന്റെ എതിർപ്പ് ആവിർഭവിക്കുന്നതും തന്റെ ദൃഢമായ ഈ പരിപ്രേക്ഷ്യത്തിൽനിന്നാണ്. ഫലത്തിൽ അടിച്ചേൽപിക്കലായ ഏതൊന്നും ഇന്ത്യയുടെ സാംസ്കാരിക മൂല്യങ്ങൾക്കെതിരാണ് എന്ന് അനന്തമൂർത്തി അടിയുറച്ചു വിശ്വസിച്ചു. ഭാഷയുടെ മണ്ഡലത്തിൽ ഒരു സമയത്ത് ഒരു ഭാഷയ്ക്ക് പ്രബലമാകാൻ കഴിയും. ഒരു കാലത്ത് ലാറ്റിൻ/സംസ്കൃതം ആയിരുന്നെങ്കിൽ ഇന്ന് ഇംഗ്ലീഷ്

ആണ് ആ സ്ഥാനത്ത്. അദ്ദേഹം പറയുന്നു. "ശക്തിയും ഗുണവും എല്ലായ്പ്പോഴും ഒന്നിച്ചുപോകണമെന്നില്ല. ഇംഗ്ലീഷ് ചാനലുകളായ ബി ബി സിക്കോ സി എൻ എന്നിനോ ഒരു ഓഡനെയോ ഇലിയട്ടിനെയോ യേറ്റ്സിനെയോ സൃഷ്ടിക്കാൻ കഴിഞ്ഞേക്കില്ല. എന്നാൽ അവർക്ക് വിവാദം സൃഷ്ടിക്കാനും നമുക്ക് ഉറക്കമില്ലാത്ത രാത്രികൾ സംഭാവന ചെയ്യാനും സാധിക്കും."

വിദ്യാഭ്യാസത്തെ വാണിജ്യവല്ക്കരിക്കുന്നതിനെ അതിരൂക്ഷമായ ഭാഷയിൽ വിമർശിച്ച അനന്തമൂർത്തി ലക്ഷങ്ങൾ മുടക്കി മക്കളെ ഇംഗ്ലീഷ്മീഡിയം സ്കൂളുകളിൽ അയക്കുന്ന മാതാപിതാക്കളോട് പരിതപിക്കുന്നു. അദ്ദേഹം പറയുന്നു. ''സ്കൂൾ മുറികളിൽ അറിവ് ഉല്പാദിപ്പിക്കപ്പെട്ടുകൂട. അറിവ് അവരിലേക്ക് കൈമാറ്റം ചെയ്യപ്പെടുന്നു. ഞാനൊരു ഇംഗ്ലീഷ് വിരുദ്ധനല്ല. എന്നാൽ അവർ അറിവ് ഉല്പാദിപ്പിക്കാൻ നിശ്ചയമായും പഠിക്കണം. സ്കൂളിലെ അറിവ് ക്ലാസ്മുറികളിൽ സൃഷ്ടിക്കപ്പെടുന്നത് വിദ്യാർത്ഥിനി വിദ്യാർത്ഥികളുടെ മാതൃഭാഷകളിലാവണം. അത് കുട്ടികൾക്ക് ഇംഗ്ലീഷിലേക്കും ഇതര ഭാഷകളിലേക്കും ഭാഷാന്തരീകരിക്കാൻ സാധിക്കും.'' അദ്ദേഹം അവസാനമായി പറയുന്നു. ''ഇപ്പോൾ നാം പ്രതീക്ഷകളെ തകർത്തിരിക്കുന്നു. നാം മഹത്ത്വത്തെ തകർത്തിരിക്കുന്നു. അതാണ് ആഗോളവല്ക്കരണം. സാധാരണ സ്കൂൾ സമ്പ്രദായത്തിലേക്ക് നമുക്ക് മടങ്ങേണ്ടിയിരിക്കുന്നു.''

ആരെങ്കിലും ഇത് കേൾക്കുന്നുണ്ടോ?

മനസ്സ് നിർഭയമായും ശിരസ്സ് ഉന്നതമായും...

കെ ഇ എൻ

സ്വാതന്ത്ര്യത്തെക്കുറിച്ച് ടാഗോർ പങ്കുവെച്ചത് ഭൂകേന്ദ്രിതമെന്ന തിനേക്കാൾ ആദർശകേന്ദ്രിതമായൊരു കാഴ്ചപ്പാടാണ്. 'വിസ്തൃതിയും', 'ഒഴുക്കു'മാണ് എന്നും അദ്ദേഹത്തെ ഹർഷോന്മാദത്തിലേക്ക് നയിച്ചത്. അതിൽനിന്നാണ് അദ്ദേഹം സ്വാതന്ത്ര്യത്തിന്റെ സൂക്ഷ്മാർത്ഥങ്ങൾ കണ്ടെത്തിയത്. *ഗീതാഞ്ജലി*യിലെ ഏറെ അനുസ്മരിക്കപ്പെടുന്ന, "എവിടെ മനസ്സ് നിർഭയമായും ശിരസ്സ് ഉന്നതമായും ജ്ഞാനം സ്വത ന്ത്രമായും നില്ക്കുന്നു... ആ സ്വാതന്ത്ര്യ സ്വർഗ്ഗത്തിലേക്ക് അല്ലയോ പിതാ വേ, ഭാരതീയരെ സ്വന്തം കൈകൊണ്ട് നിർദ്ദയം കരുപ്പിടിപ്പിച്ച് ഉന്മുഖരാ ക്കിത്തീർക്കേണമേ..." എന്ന പ്രശസ്തമായ സ്വാതന്ത്ര്യഗീതം, അപരാ തയുടെ അഗാധതയും പ്രവാഹങ്ങളുടെ തുടർച്ചയും തമ്മിലുള്ള പരസ്പ രാഭിവാദ്യത്തിന്റെ പുളകമാണ് വക്രതയേതുമില്ലാതെ പകർന്നേകുന്നത്. 'കുടുസ്സാവലിനും' 'കെട്ടിക്കിടക്ക'ലിനുമെതിരെയുള്ള കലഹമാണ തിൽനിന്നും ഇളകിമറിയുന്നത്. ജർമ്മൻ മഹാകവി ഗോയ്ഥേ മരണസ മയത്ത്, കൂടുതൽ വെളിച്ചം വേണമെന്ന് ആവശ്യപ്പെട്ടതിനെ മനസ്സി ലോർത്തുകൊണ്ട്, ടാഗോർ പറഞ്ഞത്, ഞാനാണെങ്കിൽ 'വിസ്തൃതി' കൂടി ആവശ്യപ്പെടുമായിരുന്നു എന്നത്രെ. *ഗീതാഞ്ജലി* ഏതർത്ഥത്തിലും വിസ്തൃതിയുടെയും ഒഴുക്കിന്റെയും ആശ്ലേഷമാണ്. അവിടെ മനുഷ്യരെ അകറ്റുന്ന അതിർത്തികളില്ല. അവരെ കെട്ടിയിടുന്ന കുറ്റികളില്ല. വെളിച്ചം വിലക്കുന്ന ഇരുട്ടറകളില്ല. ജീവിതങ്ങളെ നിസ്സഹായമാക്കുന്ന നരമേധ ങ്ങളില്ല. കണ്ടുനിന്നവരെ പ്രതികളാക്കുന്ന ഭീകരതകളില്ല...

നമുക്ക് അറിയുന്നത് എന്താണെന്നറിയുക. നമുക്ക് അറിയാത്തത് എന്താണെന്നറിയുക. അതാണ് ശരിയായ അറിവെന്ന് കൺഫ്യൂഷ്യസ്. അങ്ങനെയെങ്കിൽ സ്വാതന്ത്ര്യത്തെക്കുറിച്ച് നമുക്കറിയുന്നതും നമുക്ക റിയാത്തതും അറിയാനുള്ള ഒരവസരം കൂടിയാണ്, ഇക്കഴിഞ്ഞ ആഗസ്ത്

പതിനഞ്ചിന് കടന്നുപോയത്! മറ്റൊരു അർദ്ധരാത്രിയുമായും വെച്ചുമാറാനാവാത്തവിധം ആ ഒരർദ്ധരാത്രി ഓരോ ഇന്ത്യക്കാരന്റെയും ജീവിതത്തിലെ അവിസ്മരണീയമായൊരു സമയമായിത്തീർന്നതിന്റെ പിന്നിൽ, ഇനിയും കുഴിച്ചെടുക്കപ്പെടേണ്ട സമരപരമ്പരകളുടെ ഇരമ്പുന്ന ചരിത്രമുണ്ട്. സ്വാതന്ത്ര്യസമരങ്ങളുടെ യുദ്ധഭൂമികൾക്ക് പ്രാണൻ പകുത്തുകൊടുത്ത പതിനായിരക്കണക്കിന് രക്തസാക്ഷികളുടെ പ്രതിജ്ഞകളുണ്ട്. "സ്വാതന്ത്ര്യമെന്നാൽ ലോകത്തിലെങ്ങുമുള്ള മനുഷ്യരെ സ്നേഹിക്കലും സഹായിക്കലുമാണ് കൂട്ടരെ" എന്ന് പാടുന്നതിനിടയിൽ സ്വാതന്ത്ര്യാനന്തര ഇന്ത്യയിൽ കൊല്ലപ്പെട്ട സഫ്ദർഹാഷ്മിയുടെ ജീവിക്കുന്ന സ്മരണകളുണ്ട്. വിചാരണപോലും നടത്താതെ തടവറയിലേക്ക് വലിച്ചെറിയപ്പെട്ട പരശ്ശതം മനുഷ്യരുടെ ചങ്കിടിപ്പുകളുണ്ട്. വ്യാജ ഏറ്റുമുട്ടലിൽ കൊല്ലപ്പെട്ടവരുടെ നീതി തേടിയുള്ള അന്ത്യാഭിലാഷങ്ങളുണ്ട്! ജാതിക്കും മതത്തിനുമപ്പുറം മനുഷ്യരാവാനുള്ള ഒരുപാട് ഒസ്യത്തുകളുണ്ട്. ഉത്സവങ്ങളൊക്കെയും ആടിപ്പാടി കടന്നുപോകുമ്പോഴും കുമ്പിളിൽ കണ്ണീരുമാത്രം ബാക്കിയാവുന്ന പാവം 'കോരന്മാരുടെ' പറയപ്പെടാതെ പോകുന്ന സങ്കടങ്ങളുണ്ട്. ചോര വാർന്നൊഴുകുന്ന ഒരുപാട് കാലങ്ങളുടെ ഇനിയും എഴുതിത്തീരാത്ത ചരിത്രങ്ങളുണ്ട്. ഇതൊക്കെയുള്ളപ്പോഴും ഇങ്ങനെയൊക്കെയായിരിക്കുമ്പോഴും ഓരോ ആഗസ്ത് പതിനഞ്ചും നമുക്കൊക്കെയും പകർന്നേകുന്നത് ആവേശവും അഭിമാനവുമാണ്. കൊന്നാലും മരിക്കാത്ത ഓർമ്മകളുടെയും, കനലിലും എരിയാത്ത സ്വപ്നങ്ങളുടെയും ശക്തിയാണതിൽനിന്നും കുതറുന്നത്.

സ്വാതന്ത്ര്യമെന്നാൽ അഭിമാനകരവും ആഹ്ലാദപൂർണ്ണവുമായ വികസിച്ച ജനാധിപത്യ മതേതര ജീവിതമാണ്. സമഗ്രമായ സ്വാതന്ത്ര്യത്തിന്റെ ലോകം ആരംഭിക്കുന്നത് ആധിപത്യവും വിധേയത്വവും അവസാനിക്കുന്നിടത്തുവെച്ചാണ്. കല്പിക്കുന്നവർക്കും അനുസരിക്കുന്നവർക്കുമിടയിൽ സ്വാതന്ത്ര്യത്തെ തിരയുന്നത് വെറുതെയാണ്. പരാശ്രയമല്ല പാരസ്പര്യമാണ്, കൃത്രിമമായ ഏകത്വത്തിലേക്കുള്ള ചുരുങ്ങലല്ല, വൈവിദ്ധ്യങ്ങളുടെ ജനാധിപത്യപൂർണ്ണമായ വികാസമാണ് സ്വാതന്ത്ര്യം. അനിവാര്യതകളെ മനസ്സിലാക്കിക്കൊണ്ട്, അതിനെ മാറ്റിമറിക്കുന്ന പ്രവർത്തനം മുമ്പോട്ടുപോകുന്ന മുറയ്ക്കാണ് മനുഷ്യർ സ്വതന്ത്രരാകുന്നത്. മനുഷ്യർ സ്വതന്ത്രരായി ജനിക്കുന്നു എന്നുള്ളത് മനോഹരമായ ഒരു കാല്പനിക കവിതയാണ്! കടപ്പാടുകളുടെയും കടമകളുടെയും ഇരമ്പുന്ന കടലിലേക്കാണ് സത്യമായും മനുഷ്യർ പെറ്റുവീഴുന്നത്.

കണ്ടിട്ടും ഒന്നും കണ്ടില്ലെന്ന് നടിക്കുന്ന, മാന്യന്മാരുടെ കഴുത്തിൽ ആരോ അണിയിക്കുന്ന പൊന്നാടയുടെ പേരല്ല സ്വാതന്ത്ര്യം. ഇന്ത്യൻ ഫാസിസ്റ്റുകൾ കോർപ്പറേറ്റ് ശക്തികൾക്കു മുമ്പിൽ നിർവ്വഹിക്കുന്ന സാഷ്ടാംഗപ്രണാമമല്ല സ്വാതന്ത്ര്യം. അത് സ്വന്തം ചോരയുടെ ചുവപ്പിലും വിയർപ്പിന്റെ ഉപ്പിലും ചരിത്രം കാത്തുസൂക്ഷിക്കുന്ന ഒരു മഹാമൂല്യമാണ്. മനുഷ്യർ മതിലുകൾക്കൊക്കെയുമപ്പുറം കടന്ന് ഇനിയുമിനിയും

'മുഴുവൻ മനുഷ്യരാവാൻ' നിർവ്വഹിക്കുന്ന മഹാസമരമാണത്. ആഗസ്ത് പതിനഞ്ച് എന്നൊരു തീയതി കലണ്ടർ താളുകൾ എത്ര മറിച്ചാലും മറിയാതിരിക്കുന്നത്, അതിനപ്പുറവും ഇപ്പുറവും സ്വപ്നങ്ങൾ കാവൽനില്ക്കുന്നത് കൊണ്ടാണ്. ആ സ്വപ്നങ്ങൾക്കാണിപ്പോൾ ഇന്ത്യൻ ഫാസിസ്റ്റുകൾ തീകൊളുത്തിയിരിക്കുന്നത്. "നശിച്ച ജൂതപ്പട്ടി നീ പുറത്ത് പോ" എന്ന് ബ്രഹ്ത്തിന്റെ ശവകുടീരത്തിൽ എഴുതിവെച്ചത് നവനാസികളായിരുന്നു. ഇന്ന് ഇന്ത്യയിൽ ഇത്തരമൊരു നാസിപ്പണി നിർവ്വഹിക്കുന്നത് ഗോഡ്സെയുടെ ശിഷ്യഗണങ്ങളാണ്. അതുകൊണ്ടാണിവരിൽ ചിലർ ഇന്ത്യയുടെ അഭിമാനമായ അനന്തമൂർത്തിയുടെ മരണമറിഞ്ഞപ്പോൾ ആനന്ദനൃത്തം ചവിട്ടിയത്. അവർ ജനാധിപത്യത്തിന്റെ നെഞ്ചത്താണ് സ്വന്തം 'ആനന്ദതാണ്ഡവ'മാടിയത്!

യു ആർ അനന്തമൂർത്തിയുടെ മരണം വെറുമൊരു മരണമല്ല. എല്ലാ പ്രതിഭാശാലികളെയുംപോലെ അദ്ദേഹവും മരണാനന്തരം സ്മരണകളിൽ ജീവിക്കും എന്ന ഒരൊറ്റ അർത്ഥത്തിൽ മാത്രമല്ല ഇങ്ങനെ പറയുന്നത്. ഓരോ മനുഷ്യരും നിർവ്വഹിക്കുന്ന 'നന്മകൾ' അവർ മരിച്ചാലും മറ്റുള്ളവരുടെ സ്വപ്നങ്ങളിൽ പിന്നെയും നിറയും. കുഴിമാടത്തിൽ വയ്ക്കുമ്പോഴും, അവ അതിലിറങ്ങി നില്ക്കില്ല. ചിതയിൽ വയ്ക്കുമ്പോഴും, അവ അതിലെരിഞ്ഞ് തീരില്ല. ബാക്കിയാവുന്ന ആ നന്മകളിൽ 'മരിച്ചവർ' പിന്നെയും ജീവിക്കുന്നവർക്കിടയിൽ നിവർന്നു നില്ക്കും. അവരെക്കുറിച്ചുള്ള സ്മരണകൾപോലും ജീവിതത്തിന് ശക്തി പകരും. നിരാശയുടെ ഇരുട്ടിലവർ പ്രതീക്ഷയാവും. പിൻമടക്കങ്ങളുടെ കാലത്തവർ പ്രതിരോധങ്ങളുടെ വീര്യമാകും. അതോടെ അവരുടെ മരണം, മരണങ്ങളുടെ അതിർത്തി മുറിച്ചുകടക്കും. അങ്ങനെയാണവർ സ്വന്തം മരണംകൊണ്ട് ജീവിതങ്ങളെ വലുതാക്കുന്നത്. അധികാരങ്ങളെ അസ്വസ്ഥമാക്കുന്നത്. നീതിയുടെ നേതൃത്വമാവുന്നത്. ഉപേക്ഷിക്കപ്പെട്ടവർക്കൊക്കെയും ഊർജ്ജമാവുന്നത്.

പണ്ഡിതൻ, സാഹിത്യകാരൻ, ജ്ഞാനപീഠം–പത്മഭൂഷൺ പുരസ്കാരങ്ങൾ ലഭിച്ചവൻ എന്നിങ്ങനെ അനന്തമൂർത്തിയെക്കുറിച്ചാർക്കും ഏറെ പറയാനുണ്ടാവും. "ടാഗോറിനുശേഷം ഇന്ത്യകണ്ട ബഹുമുഖപ്രതിഭ" എന്നൊരൊറ്റ വിശേഷണം മറ്റെല്ലാറ്റിനേയും അതിൽ സംഗ്രഹിച്ചിരിക്കുന്നു. കല്പിക്കലിനും അനുസരിക്കലിനുമപ്പുറമുള്ള അന്വേഷണങ്ങളുടെ ലോകത്തിലാണ് മറ്റേതൊരു പ്രതിഭാശാലിയെപ്പോലെ അനന്തമൂർത്തിയും പ്രവർത്തിച്ചത്. നോവലിലും ചെറുകഥയിലും മാത്രമല്ല, ജീവിതത്തിലുടനീളം 'ജനാധിപത്യമൂല്യങ്ങൾ' ഉയർത്തിപ്പിടിച്ചുകൊണ്ടാണ് അദ്ദേഹവും ജ്വലിച്ചത്! പല പ്രതിഭാശാലികളും ഫാസിസത്തിനുമുമ്പിൽ പതറിയപ്പോഴും, അദ്ദേഹം പൊരുതിനിന്നു. അത് ചിലരെ പ്രകോപിപ്പിക്കുകയും പലർക്കും അസൗകര്യങ്ങൾ സൃഷ്ടിക്കുകയും ചെയ്തു. എന്നിട്ടും അദ്ദേഹം കുലുങ്ങിയില്ല.

സോഷ്യലിസ്റ്റുകാരനായ അദ്ദേഹത്തിന് ഫാസിസവുമായി ഒരു വിധേ

നയും സന്ധിയിലേർപ്പെടാൻ കഴിയുമായിരുന്നില്ല. അതുകൊണ്ടാവണം, നരേന്ദ്രമോദി ഇന്ത്യയിൽ ജയിച്ചാൽ ഞാനിന്ത്യ വിടും എന്നദ്ദേഹം പറഞ്ഞത്. ഏതർത്ഥത്തിലും 'പ്രതീകാത്മകം' മാത്രമായ ഒരു പ്രസ്താവനയായിരുന്നു അതെന്ന് അല്പം ആലോചിക്കുന്നവർക്കൊക്കെയും മനസ്സിലാക്കാൻ കഴിയുമായിരുന്നു. എന്നിട്ടും ഈയൊരു പ്രസ്താവനയുടെ പേരിലാണ് അദ്ദേഹം ഫാസിസ്റ്റുകളാൽ നിരന്തരം ക്രൂശിക്കപ്പെട്ടത്.

സ്വയം കടുത്ത രോഗങ്ങൾക്കിടയിൽ പ്രയാസപ്പെടുമ്പോഴും ജനാധിപത്യത്തിന്റെ ആരോഗ്യം സംരക്ഷിക്കാൻവേണ്ടി അവസാനത്തെ ഊർജ്ജവും അദ്ദേഹം ഉപയോഗിക്കുകയായിരുന്നു. ഫാസിസ്റ്റ് വിരുദ്ധ പ്രതികരണങ്ങൾക്ക് അവധി നല്കി ആരോഗ്യമുള്ള പലരും സ്വയം 'രോഗി'കളായപ്പോൾ, സ്വന്തം രോഗം അവരുടെ ആരോഗ്യത്തേക്കാൾ, പ്രവർത്തനോന്മുഖമാണെന്ന് അവസാനത്തെ നിശ്വാസങ്ങൾകൊണ്ടുപോലും അദ്ദേഹം സാക്ഷ്യപ്പെടുത്തുകയായിരുന്നു. ജീവിച്ചിരുന്നപ്പോൾ പലതവണ അദ്ദേഹം വിമർശിക്കപ്പെടുകയും 'ഭ്രഷ്ട്' കല്പിക്കപ്പെടുകയും ചെയ്തിട്ടുണ്ട്. ഒരെഴുത്തുകാരൻ എന്ന നിലയിൽ സാമൂഹ്യ അനാചാരങ്ങൾ അനാവരണം ചെയ്തപ്പോഴായിരുന്നു അത്. തീർച്ചയായും എഴുത്തിനെതിരെയുള്ള ജനാധിപത്യ വിരുദ്ധ പ്രവണതകൾ വിമർശിക്കപ്പെടേണ്ടതുണ്ട്.

അതേസമയം നിങ്ങൾക്ക് 'സിന്ദാബാദ്' വിളിക്കാനവകാശമുണ്ടെങ്കിൽ മറ്റുള്ളവർക്ക് 'മുർദാബാദ്' വിളിക്കാനും അവകാശമുണ്ടെന്ന് അംഗീകരിക്കുകയും ചെയ്യേണ്ടതുണ്ട്.

എന്നാൽ 'നരേന്ദ്രമോദി'ക്കെതിരെ ഒരു വിമർശനം ഉന്നയിച്ചതിന്റെ പേരിൽ അനന്തമൂർത്തിക്ക് നേരിടേണ്ടിവന്നത് ഒരു ഫാസിസ്റ്റാക്രമണമാണ്. അദ്ദേഹം സാംസ്കാരിക വിമർശനത്തിന്റെ മാർഗ്ഗം സ്വീകരിച്ചപ്പോൾ, അദ്ദേഹത്തിന്റെ എതിർപക്ഷത്തുള്ളവർ 'ഫാസിസ്റ്റ്' രീതിയിലുള്ള പ്രതികരണമാണ് നിർവ്വഹിച്ചത്. മനുഷ്യരാശിയുടെ പൊതുസ്വത്തായി പരിഗണിക്കേണ്ട ഒരാൾക്ക് പാകിസ്ഥാനിലേക്ക് ടിക്കറ്റ് കൊടുക്കുകയും 'പോ പോ പാകിസ്ഥാനിൽ' എന്നവർ ആക്രോശിക്കുകയും ചെയ്യുമ്പോൾ, അദ്ദേഹം രോഗശയ്യയിലായിരുന്നു. ഒരാൾ രോഗിയായാൽ, അല്ലെങ്കിൽ മരിച്ചാൽ മനുഷ്യർ പാലിക്കാറുള്ള പ്രാഥമിക മര്യാദകൾപോലും 'ഫാസിസ്റ്റുകൾ' കാറ്റിൽ പറത്തുന്നതാണ് അനന്തമൂർത്തിയുടെ കാര്യത്തിൽ നാം കണ്ടത്! ഫാസിസ്റ്റുകൾ ജയിച്ചാൽ മരിച്ചവർപോലും ആക്രമിക്കപ്പെടുമെന്ന ജനാധിപത്യത്തിന്റെ പഴയ മുന്നറിയിപ്പുകൾ ഇപ്പോഴും പ്രസക്തമാണെന്ന് ചരിത്രം ഒരിക്കൽക്കൂടി തെളിയിച്ചിരിക്കുന്നു. നാഴികക്കല്ലുകളുടെ കുറിപ്പുകൾ മാറ്റിയെഴുതുന്ന ലാഘവത്തോടെ ഫാസിസ്റ്റുകൾ ശവക്കല്ലറകളുടെ കുറിപ്പുകളും മാറ്റി എഴുതുമെന്ന് വാൾട്ടർ ബഞ്ചമിൻ പറഞ്ഞത് മറക്കാറായിട്ടില്ലെന്നു തന്നെയാണ് കർണ്ണാടകയിലെ 'ഗോഡ്സെ ശിഷ്യർ' അക്ഷരാർത്ഥത്തിൽ തെളിയിച്ചിരിക്കുന്നത്!

മരണത്തോടെ ആശയപരമായ ഒരഭിപ്രായവ്യത്യാസത്തിനും അവധി

കൊടുക്കേണ്ട കാര്യമില്ല. അനിവാര്യമായും അത് തുടരണം. അത് പക്ഷേ, ഈ വിധം ജീവിതമൂല്യങ്ങളെ അവഹേളിച്ചുകൊണ്ടല്ല അരങ്ങേറേണ്ടത്. ഒരു തെരഞ്ഞെടുപ്പ് വിജയത്തിലൂടെ, എല്ലാം എന്നെന്നേക്കുമായി തീരുമാനിക്കപ്പെട്ടു എന്ന് ആരും തെറ്റിദ്ധരിക്കരുത്.

അനന്തമൂർത്തിയുടെ മരണം ഒരർത്ഥത്തിൽ അസാധാരണ മാനമാണ് ഇപ്പോൾ ആർജ്ജിച്ചിരിക്കുന്നത്. ജീവിതംകൊണ്ടെന്നപോലെ മരണം കൊണ്ടും അത് ഇന്ത്യൻ ഫാസിസത്തിന് മുമ്പിലുയർത്തിയ വെല്ലുവിളി ചെറുതല്ല. മരണത്തെ മുമ്പിൽ കണ്ടപ്പോഴും, സംഘപരിവാറിനെ വിചാരം ചെയ്യുന്ന, *ഹിന്ദുത്വമോ ഹിന്ദ്സ്വരാജോ* എന്ന പുസ്തകം എഴുതിത്തീർക്കുന്ന തിരക്കിലായിരുന്നു അദ്ദേഹം.

ഗാന്ധിജിയെ വെടിവെച്ചുകൊന്ന നാഥുറാം വിനായക് ഗോഡ്സെയുടെ അനുയായികളാണ് മുമ്പ് ഇവ്വിധം ആഹ്ലാദനൃത്തം ചവിട്ടിയിരുന്നത്! അന്നത് ഗ്വാളിയോറിലും മറ്റുമായിരുന്നു. ഇപ്പോഴത് ഇങ്ങ് നമുക്ക് അടുത്തേക്കും എത്തിക്കൊണ്ടിരിക്കുന്നു!

സ്മൃതി ശ്രാദ്ധം

കെ പി ശങ്കരൻ

പഠിച്ചതും പഠിപ്പിച്ചുപോന്നതുമായ സ്ഥാപനം എന്ന നിലയിൽ തൃശൂരിലെ കേരളവർമ്മ കോളേജിനോട് എനിക്ക് എന്തെന്നില്ലാത്ത പ്രീതി പൂലർന്നു എങ്കിലും പ്രത്യേകമായ സാഹചര്യത്തിൽ അവിടന്നു സ്ഥലം വിടാൻ ഇടയായി. എൻ സി ഇ ആർടിയുടെ കീഴിൽ ദക്ഷിണേന്ത്യക്ക് മുഴുവൻ പ്രാതിനിധ്യവുമായി മൈസൂരുവിൽ ആയിടെ പ്രാബല്യം നേടിവരികയായിരുന്ന റീജിയണൽ കോളേജ് ഓഫ് എജ്യൂക്കേഷനിൽ, എന്തോ ഭാഗ്യം, എത്തിപ്പെടുകയും ചെയ്തു. വേണ്ടിയിരുന്നില്ല എന്ന വിഷാദം കലർന്ന ഒരുതരം വിമുഖതയത്രേ അവിടെ പ്രഥമ ദിനങ്ങളിൽ അനുഭവപ്പെട്ട പ്രതികരണം.

എന്നാലും വളരെ എളുപ്പം അതിനെ അതിജീവിക്കാൻ സാധിച്ചു. ആ സ്ഥാപനത്തിലെ സജീവമായ അന്തരീക്ഷം എന്നെ നിശ്ശേഷം ആകർഷിച്ചു എന്നതത്രേ നേര്. മിസ് അഹല്യ ചാരി എന്ന മികച്ച പ്രിൻസിപ്പൽ, എല്ലാവരോടും വാത്സല്യവും പ്രോത്സാഹനവും വഴിയുന്ന ഉദാര സമീപനം മാത്രമല്ല, വിദ്യാഭ്യാസ വിഷയകമായ ഉൾക്കാഴ്ചയും അവരെ വേറിട്ടുനിർത്തി. പൊതുവേ പ്രബുദ്ധരായ അദ്ധ്യാപകർ, അവർ വിദ്യാർത്ഥികളോടു പുലർത്തുന്ന പ്രീതിപൂർവ്വമായ പെരുമാറ്റം. ധാരാളം സമയം തുറന്നുകിടക്കുന്ന, നേരിട്ടുചെന്നു പുസ്തകമെടുക്കാൻ സ്വാതന്ത്ര്യം ലഭിക്കുന്ന ലൈബ്രറി. അടിച്ചേല്പിക്കപ്പെടാത്തതിനാൽ, സ്ഥാപനത്തിന്റെ അഭിലാഷങ്ങൾ അനൗപചാരികമായി അനുസരിക്കപ്പെട്ടു—രാവിലെ എട്ടേകാലിനുള്ള അസംബ്ലിയടക്കം.

ഈ സൂചിപ്പിച്ച നാനാതരം അനൗപചാരികതയുടെയും അർപ്പണബോധത്തിന്റെയും അന്തരീക്ഷം, എന്റെ അനുഭവത്തിൽ, ഏറ്റവും മൂർത്തമായിരുന്നത് അവിടത്തെ ഇംഗ്ലീഷ് വകുപ്പിൽത്തന്നെ.

ബിരുദത്തോടൊപ്പം അദ്ധ്യാപനശിക്ഷണവും ഉൾപ്പെടുത്തിയ ബി എ എഡ് കോഴ്സിന്റെ ഉദയകാലം. ഇംഗ്ലീഷ് ഭാഷയും സാഹിത്യവും പഠിക്കുന്നതോടൊപ്പം, വഴിയേ അവ പഠിപ്പിക്കേണ്ടതെങ്ങനെ എന്ന വശം ഉരുത്തിരിഞ്ഞു വരികയും വേണം. ഇതിന് വ്യവസ്ഥാപിതമായ വെറും രീതിശാസ്ത്രത്തിന്റെ രേഖകൾ മതിയാവില്ല എന്നു മനസ്സിലാക്കുന്നതിൽ ഇംഗ്ലിഷ് വകുപ്പ് മറ്റ് ഏതിനേക്കാളും മുന്തിനിന്നു. ബ്രിട്ടീഷ് കൗൺസി ലിന്റെ കൺസൾട്ടന്റായ ഡോക്ടർ ബേണിന്റെ സാന്നിദ്ധ്യം ആദ്യവർഷ ങ്ങളിൽ സഹായത്തിനുണ്ടായിരുന്നു. ഇനിയോ അതില്ലെങ്കിൽപ്പോലും ഏതു നൂതന സാഹചര്യവും സർഗ്ഗാത്മകമായി നേരിടാൻ സന്നദ്ധതയും സജ്ജീകരണവുമുള്ള അദ്ധ്യാപകർ. രാജീവ് താരാനാഥ്, വർമ്മ, വിശ്വ നാഥ്... ഈ വകുപ്പിന്റെ മേധാവിയായി ഡോ. അനന്തമൂർത്തി വന്നെത്തി എന്നതായിരുന്നു നിസ്തുലമായ നേട്ടം. വിദേശത്തുനിന്ന് പി എച്ച് ഡി എടുത്തു തിരിച്ചെത്തിയ മൂർത്തിയെ വിളിച്ചുവരുത്തി ആ സ്ഥാനത്ത് ഇരുത്തിയ മിസ് ചാരിയുടെ വിവേകം നിർണ്ണായകം തന്നെ. അല്ലെങ്കിൽ ത്തന്നെ ഹൃദ്യമായിരുന്ന ഇംഗ്ലീഷ് വകുപ്പിലെ ഉദ്ബുദ്ധത അതോടെ ഏറെ നിജപ്പെട്ടു.

1967 ൽ ഞാൻ എത്തുമ്പോൾ *സംസ്കാര*യെക്കുറിച്ചുള്ള വിവാദ ങ്ങൾ കൊണ്ടു വിക്ഷുബ്ധമായിരുന്നു സാഹചര്യം. *സംസ്കാര* ചലച്ചി ത്രമാക്കാനുള്ള യത്നങ്ങൾ ഒരുക്കൂട്ടുന്നതും ആയിടെത്തന്നെ. കൃതി യുമായി അന്ന് എനിക്ക് പരിചയമില്ല. എന്നാലും വിവാദങ്ങൾക്ക് പ്രായേണ *സംസ്കാര*യുടെ സാഹിത്യമൂല്യവുമായി ബന്ധമൊന്നുമില്ല എന്നു വെളിപ്പെട്ടു കിട്ടി. ബ്രാഹ്മണ അബ്രാഹ്മണ നിലപാടുകളിൽ ഊന്നിനിന്ന് കൃതി വായിക്കാത്തവർ കൂടിയും വൃഥാ ഒച്ച വയ്ക്കുകയാ യിരുന്നു. കുരുത്തംകെട്ടവൻ എന്നുവരെ കുറച്ച് ഒച്ചതാഴ്ത്തിയിട്ടായാലും ശകാരം വികസിക്കുകയുണ്ടായി. ഇതിൽ മനസ്സു മടുത്തിട്ടോ എന്തോ ഒരിക്കൽ മൂർത്തി തന്നെയാണ് *സംസ്കാര*യുടെ മലയാളം പരിഭാഷ എന്ന സാദ്ധ്യത ഉന്നയിച്ചത്. കേരളത്തിലെ അഭിരുചിക്ക് കൂടുതൽ സമ നിലയുണ്ടാവില്ലേ അവിടെ *സംസ്കാര* സ്വാഗതം ചെയ്യപ്പെടുകയില്ലേ? സംഗ്രഹിക്കാവുന്ന പാകത്തിൽ സരളമായ കഥ ഈ നോവലിൽ ഇല്ല. ഇത് സാന്ദ്രമായ ഒരു സമസ്യ സങ്കീർണ്ണമായി പരിചരിക്കയാണ് എന്ന പൊരുളൊക്കെ പിന്നീടല്ലേ പിടി കിട്ടുന്നുള്ളൂ. അതിനാൽ പ്രമേയത്തെ ക്കുറിച്ച് ആരാഞ്ഞ എനിക്ക് ഉത്തരമായി അനന്തമൂർത്തി സംഗ്രഹണ ത്തിനു മുതിർന്നത് ഒരുപക്ഷേ അനാസൂത്രിതമായി. ഞാൻ അതിൽനിന്ന് മുൻവിധി സ്വരൂപിച്ചത് അവിദഗ്ദ്ധവും നോവലിൽ ഒടുക്കം ഉത്സവ സ്ഥലത്ത് അഗ്രശാലയിൽ ബ്രാഹ്മണർക്ക് മാത്രം സ്ഥാനമുള്ള സദ്യ യിൽ ശങ്കാലുവായി സംബന്ധിക്കാൻ പ്രാണേശാചാര്യർ നിർബന്ധിത നാവുന്നുണ്ടല്ലോ. താൻ അതിനകം ബ്രാഹ്മണ്യത്തിന്റെ പദവിയിൽനിന്നു ഭ്രഷ്ടനായിരിക്കുന്നു. തനിക്ക് പത്നി മരിച്ച പുലയാണുതാനും. എന്നിരി ക്കെ, തന്റെ അശുദ്ധി ബാധിച്ച് ഉത്സവത്തേരിന്റെ ചക്രം ചലിക്കാതാവു

കയില്ലേ? ഇതെല്ലാമാണ് ശങ്ക. തന്നെ ആരും തിരിച്ചറിയില്ല എന്ന അശക്തമായ സാന്ത്വനവും അങ്കുരിക്കായ്കയില്ല. പക്ഷേ, തിരിച്ചറിഞ്ഞു; അതോടെ അനിഷേധ്യമായ സ്വന്തം സ്വത്വത്തിലേക്ക്, അതിന്റെ ഭവിഷ്യത്തുക്കൾ നേരിടുകയേ നിവൃത്തിയുള്ളൂ എന്ന ബോധ്യത്തോടെ, ആചാര്യർ പെട്ടെന്ന് അഗ്രശാല വിട്ട് ഓടിപ്പോരുകയാണല്ലോ ചെയ്തത്. ഇതു പറഞ്ഞുകേട്ടപ്പോൾ സ്വത്വ പ്രതിസന്ധിയുടെ ഗൗരവത്തിലൊന്നുമല്ല എന്റെ ശ്രദ്ധ പതിഞ്ഞത്. ഞാൻ ബാലിശമായി പ്രതികരിച്ചു. കേരളത്തിൽ പന്തിഭോജനം പണ്ടേ നടന്നതാണ്; അതിനു ഇക്കാലത്ത് ഭാവബദ്ധത ലഭിക്കാൻ ഞെരുക്കം...

ഇത്രയുമെത്തിയപ്പോൾ, ഭാഗ്യം, വർമ്മ ഇടപെട്ടു. ശങ്കരൻ വിചാരിക്കുംപോലെ പന്തിഭോജനമല്ല ഇവിടെ സംഭവിക്കുന്നത്. ജാതിഭേദം തകർക്കുക എന്നതല്ലതാനും ഉന്നം. ഇതു യഥാർത്ഥത്തിൽ സംഭവമായേ ഗണിക്കേണ്ടതില്ല. കഥാപാത്രത്തിന്റെ ആന്തര പരിണതിക്കുള്ള ഒരു സന്ദർഭം മാത്രമായി എടുക്കുന്നതാവും ഉചിതം. ഏതായാലും പ്രമേയത്തിന്റേയോ ശില്പഘടനയുടെയോ വിവക്ഷകൾ ശരിക്കു ഗ്രഹിക്കാതെയാണ് ഞാൻ വിവർത്തനത്തിൽ പങ്കാളിയാവാൻ സമ്മതിച്ചത്. വർമ്മ സമാധാനിപ്പിച്ചു. 'പറച്ചിലിലൂടെ ഫലിപ്പിക്കാൻ എളുപ്പമല്ല *സംസ്കാര* പാഠാപഗ്രഥനത്തിലൂടെ ക്രമത്തിൽ കുരുക്കുകൾ അഴിഞ്ഞു കിട്ടിക്കോളും. കേരളത്തിലെ അഭിരുചിയുടെ സമനിലയെക്കുറിച്ചുള്ള അമിത പ്രതീക്ഷയൊക്കെ പോട്ടെ; അന്യഥാ അലസമായേക്കാവുന്ന സായാഹ്നങ്ങളിൽ ആണ്ടു മുഴുകാൻ തല്ക്കാലം ഒരു നിമിത്തം എന്ന നിലയ്ക്കു ഒതുങ്ങി ഞങ്ങളുടെ പ്രേരണ.

പക്ഷേ, പ്രായോഗികമായ ഒരു പദ്ധതി വേണ്ടേ? മലയാളവും കന്നഡയും അറിയാവുന്നതു വർമ്മയ്ക്കു മാത്രം. ശ്രീമതി രാമേശ്വരി വർമ്മ വിവാഹപ്പിറകെ താൻ ശീലിച്ചുതുടങ്ങിയ മലയാളത്തിന്റെ പിൻബലത്തോടെ വർമ്മയ്ക്കു സഹായമായുണ്ട്. ഇംഗ്ലീഷ് വകുപ്പിലെ വിശ്വനാഥാവട്ടെ, ഏതു ഭാഷയുടെ സത്തയിലേക്കും പ്രവേശിക്കാനുള്ള അന്തർദൃഷ്ടി കൊണ്ട് അനുഗൃഹീതനാണ്. പിന്നെ ഇങ്ങേയറ്റത്ത് മലയാളത്തിന്റെ പ്രതിനിധിയായി ഞാനും. അങ്ങനെ അന്നോളം വിവർത്തനത്തിൽ പരീക്ഷിക്കപ്പെടാത്ത ഒരു സംയുക്തസാഹസത്തിനത്രേ ഞങ്ങൾ ഒരുമ്പെട്ടത്. ഒരറ്റത്തു മൂലകൃതിയുടെ വായന, നടുക്ക് പദങ്ങളുടെ തലങ്ങളും ലയങ്ങളുമടക്കം വിസ്തരിച്ച ചർച്ച; മറ്റേ അറ്റത്തു പരിഭാഷയും – ഇതാണ് ഉരുത്തിരിഞ്ഞ പ്രക്രിയ. എല്ലാവരും ഒത്തുകൂടുക എന്നതുതൊട്ട് ഏറെ സമയം എടുക്കുക മുതലായ പ്രയാസങ്ങൾ നേരിടാതിരുന്നില്ല. ഒരു തിടുക്കവും കൂടാതെ സാവകാശം പൂർത്തിയാക്കിയാൽ മതിയല്ലോ. ഇംഗ്ലീഷ് പരിഭാഷ ഇല്ലസ്ട്രേറ്റഡ് വീക്കിലിയിൽ വരാൻ തുടങ്ങിയതോടെ മലയാളം ആനുകാലികത്തിൽ ഖണ്ഡശയായി പ്രസിദ്ധപ്പെടുത്തുക എന്ന പ്രലോഭനം കൂടി അടഞ്ഞു. ഡോ. രാമാനുജത്തിന്റെ ഇംഗ്ലീഷ് പരിഭാഷ കിട്ടാറാക്കാം എന്ന അനന്തമൂർത്തിയുടെ വാഗ്ദാനം

ഞങ്ങൾ നിരസിച്ചു. താനും ചില സായാഹ്നങ്ങളിൽ സംബന്ധിക്കാം എന്ന സൗമനസ്യം നിരുത്സാഹപ്പെടുത്തുകയും ചെയ്തു അല്ലെങ്കിലേ ചർച്ചകളിൽ നഷ്ടപ്പെടുന്ന സമയത്തിന് ആക്കം കൂട്ടരുതല്ലോ എന്ന നിഷ്ക്കളങ്കതയോടെ.

സമയം എന്തായാലും ധാരാളം എടുത്തു. പിറകെ പ്രസിദ്ധപ്പെടുത്താനും അതുതന്നെ സ്ഥിതി. പക്ഷേ പ്രസിദ്ധപ്പെടുത്തിയതിനെത്തുടർന്ന്, "ക്ലേശ: ഫലേനഹി പുനർനവതാംവിധത്തേ" (ഫലിക്കുന്നതോടെ ക്ലേശം, അതുസഹിച്ച ആൾക്ക് പുതുക്കം വരുത്തുന്നു) എന്ന കാളിദാസ വചനപ്രകാരം, ഞങ്ങളുടെ പ്രയ്തനത്തിൽ സന്തോഷം തോന്നാതിരുന്നില്ല. ഒരു സാധാരണ വിവർത്തനത്തിനു പ്രതീക്ഷിക്കാവുന്നതിൽക്കവിഞ്ഞ സ്വാഗതം സംസ്കാരത്തിനു കൈവന്നു. സർവ്വകലാശാലാതലത്തിൽ അതു പാഠപുസ്തകമായി. പിറന്ന നാട്ടിൽ മൂലകൃതിക്ക് ആശിക്കാനേ വയ്യാത്ത ഒന്നത്രേ ഈ അംഗീകാരം. അനന്തമൂർത്തി അതിൽ ആഹ്ലാദിച്ചു. മറ്റു ചില സുഹൃത്തുക്കളാവട്ടെ, കേരളത്തിന്റെ അഭിരുചിയെക്കുറിച്ച് സ്വകാര്യമായി ആശങ്കപ്പെടുകയും ചെയ്തു!

വിവർത്തനം വലിയൊരു അനുഭവമായിരുന്നു എന്ന് വർഷങ്ങൾക്കു പിറകെ, ഇന്നു തിരിഞ്ഞുനോക്കുമ്പോഴും ഏറ്റുപറയാതെ വയ്യ. കന്നഡയിൽ നിന്നു നേരിട്ട്. കന്നഡ സഹോദരഭാഷയാണ് എന്നതൊന്നും സംഗതിയെ സരളമാക്കിയില്ല. *സംസ്കാര* പോലൊരു കൃതിയിൽ സംസ്കൃത പദങ്ങളുടെ സമ്പന്നത സ്വാഭാവികം. അവ പക്ഷേ, മലയാളത്തിൽ പകർന്നിരിക്കുന്നത് അർത്ഥഭേദത്തോടെയാവും. 'സങ്കടം എന്ന ശബ്ദം കന്നഡത്തിൽ ഏറെ വ്യാപ്തിയുള്ള ഒന്നാണ്. മാനസികമല്ല, ശാരീരികവുമായ വൈവശ്യത്തെ വല്ലാത്ത അസ്വാസ്ഥ്യത്തെ ഒക്കെ അതുൾക്കൊള്ളുന്നു. എന്നിട്ടും ആവലാതി എന്ന് അതിനു മലയാളത്തിൽ പൊടിച്ച വിശേഷ സൂചന കന്നഡത്തിൽ സ്ഫുരിക്കുമോ– സംശയമാണ്. ചില സംസ്കൃത ശബ്ദങ്ങൾ മലയാളത്തിലെ ആഖ്യാന ഗദ്യത്തിന് സാധാരണ നിലയിൽ നിരക്കുകയില്ല. ഉദാഹരണം 'ആതങ്കം' അനന്തമൂർത്തിയാണെങ്കിലോ, പ്രാണേശാചാര്യരുടെ ആത്മസംഘർഷം ആവിഷ്ക്കരിക്കുന്നിടത്ത് അത് വിരളമല്ലാതെ തന്നെ വിന്യസിക്കുന്നു. അനുവർത്തിച്ചോളുകയല്ലാതെ ഞങ്ങൾക്ക് നിവൃത്തിയില്ലായിരുന്നു. നിരപേക്ഷിതം അഥവാ അനപേക്ഷിതം ആണ് ഇനിയൊരിനം. ചില സന്ദർഭങ്ങളിൽ മൂലം ഉദ്ദേശിച്ചിരിക്കാവുന്ന നേർത്ത പരിഹാസച്ഛായ നിലനിർത്താനാവാം സംസ്കൃതപദം ഉപയോഗിച്ചിരിക്കുന്നത്.

സംസ്കൃതപദം പോട്ടെ, തനി കന്നഡ പദവും മലയാളത്തിൽ അതുണ്ടെങ്കിലും അതേ അർത്ഥത്തിൽ ഉപയോഗിക്കുക പ്രയാസം. ഓരോന്നിനെയും ചൂഴുന്ന ആരോപിതാർത്ഥം ശ്രദ്ധിക്കണമല്ലോ. ഭാര്യ നമുക്ക് സാധാരണ വാക്കു മാത്രം. നിരുക്തിയൊന്നും നോക്കാതെ നമ്മുടെ വ്യവഹാരത്തിൽ അതു നിജപ്പെട്ടിരിക്കുന്നു. വർമ്മയും ഞാനും അതു സ്വീകരിച്ചപ്പോൾ വിശ്വനാഥ് അസഹ്യതയുടെ ആംഗ്യത്തോടെ ചെവി പൊത്തി!

കന്നഡയിലെ 'ഹെണ്ഡതി' (ഹെൺതി' എന്ന വ്യവഹാര രൂപം) നമുക്കുണ്ടോ ചേരുന്നു!' 'ഹെണ്ണു' നമ്മുടെ 'പെണ്ണി'ന്റെ സമാന്തരം തന്നെ. നാടൻ സാഹചര്യത്തിലേ സ്ഥാനപ്പെടാറുള്ളൂ എന്നു മാത്രം നമുക്കോ 'പെണ്ണി'ൽ എങ്ങനെയോ ഒരു നിന്ദാഗർഭത നിലവാരപ്പെട്ടുപോയി. 'പെണ്ണെഴുത്ത്' മുതലായ പ്രയോഗങ്ങളിൽ അതിനെ സ്വച്ഛമായി പുനരാവാഹിക്കാൻ ശ്രമിക്കുന്നുണ്ട്. എന്നാലും ആ പെണ്ണ് എന്നൊക്കെയുള്ള വിന്യാസം പ്രതിഷേധത്തിന് ഇടയാക്കുമല്ലോ.

വാക്യഘടനയുടെ വൈഷമ്യവും ചില്ലറയല്ല. ക്രിയയില്ലാത്ത വാക്യങ്ങൾ കന്നഡയിൽ വ്യാപകം. മലയാളത്തിലാവട്ടെ. വൈചിത്ര്യത്തിനോ മറ്റോ വേണ്ടി അവലംബിക്കാവുന്ന വിന്യാസം മാത്രമാണല്ലോ അത്. വാക്യങ്ങളുടെ കാഴ്ചപ്പാടു നിശ്ചയിക്കുന്നതായിരുന്നു മറ്റൊരു ദുർഘടം. ആഖ്യാതാവിന്റെ കാഴ്ചപ്പാടാണ് പൊതുവേ. ചില പ്രത്യേക സന്ദർഭങ്ങളിൽ വിശേഷിച്ചും പ്രാണേശാചാര്യരുടെ ആത്മപരിശോധനകളിൽ കാഴ്ചപ്പാട് കഥാപാത്രത്തിന്റേതായി മാറുന്നു. അവിടെയും ഞാൻ താൻ വ്യവച്ഛേദിക്കുക എളുപ്പമല്ല. ഏതായാലും വായനയിൽ ധാരണയ്ക്കു ക്ലേശം നേരിടരുത് എന്നു നിഷ്ക്കർഷിച്ചിട്ടുള്ളതായത്രേ ഞങ്ങളുടെ മേനി. ബ്രാഹ്മണർ അവരിൽത്തന്നെ വ്യത്യസ്തമാർഗ്ഗക്കാർ ഗൗഡർ, മലേയർ, പുലയർ ഇത്യാദി ജനവിഭാഗങ്ങളുടെ വ്യവഹാരഭാഷയുടെ ഛായ നിലനിർത്തുക നല്ല ഞെരുക്കമായിരുന്നു. അഭ്യസ്തവിദ്യരായിപ്പോയില്ലേ പുലയഭാഷയുണ്ടോ ഞങ്ങൾക്കു വഴങ്ങുന്നു. വാക്കു ഞെണുക്കിയും കോട്ടിയുമൊക്കെ അതിന്റെ പ്രതീതി വരുത്താനേ ശ്രമിച്ചിട്ടുള്ളൂ. ഞാൻ ഇതു സംബന്ധിച്ചു വേവലാതിപ്പെട്ടപ്പോൾ നനുത്ത പുഞ്ചിരിയോടെ വിശ്വനാഥ് സാന്ത്വനം നല്കി. വിഷമിക്കാനില്ല. കന്നഡത്തിലും അത്രയൊക്കെ ഒപ്പിക്കാനേ അനന്തുവിനു കഴിഞ്ഞിട്ടുള്ളൂ.

കേവലമായ അർത്ഥത്തിനപ്പുറം തന്റേതായ ചില ഭാവസൂക്ഷ്മതകൾക്കു വാഹകമാക്കാൻ എഴുത്തുകാരൻ വാക്യത്തിന്റെ സാധാരണ വടിവിൽ നടത്തുന്ന അഴിച്ചുകൂട്ടലുകൾ നിവൃത്തിയുള്ളിടത്തോളം അതേപോലെ നിലനിർത്തുകയാവും വിവർത്തനത്തിൽ വിഹിതം എന്നു ഞങ്ങൾ നിശ്ചയിച്ചു. *സംസ്കാര*യിലെ പ്രഥമവാക്യം തന്നെ ഈ സങ്കീർണ്ണതയ്ക്കു സാക്ഷ്യമാണ്. ഉണങ്ങിച്ചുങ്ങിയ ഭാഗീരഥിയുടെ കുരുടിച്ച കായ പോലെ ദേഹം കുളിപ്പിച്ച്, ശുദ്ധവസ്ത്രമുടുപ്പിച്ച്, പതിവുപോലെ പൂജാ നൈവേദ്യാദികളൊക്കെ പൂർത്തിയായശേഷം പ്രസാദം ചൂടിച്ച്, തീർത്ഥം കൊടുത്ത്, അവളെക്കൊണ്ട് പാദം വന്ദിപ്പിച്ച് ആശീർവദിച്ച്, റവക്കഞ്ഞി കിണ്ണത്തിൽ പ്രണേശാചാര്യർ കൊണ്ടുവന്നു." ഇവിടെ ക്രിയകളുടെ തുടർച്ചയായ വിന്യാസത്തിന്റെ വിവക്ഷ ഏതാണ്ടു വിശദം. എന്നാൽ വാക്യാവസാനത്തിൽ നാലു പദങ്ങളുടെ ക്രമം ഇങ്ങനെതന്നെയാക്കിയിരിക്കുന്നതിന്റെ കൃത്യമായ ലക്ഷ്യമെന്ത്? കിണ്ണത്തിൽ എന്നതിന്റെ അനിവാര്യതയെന്ത്? ഈ വക ക്ലിഷ്ടതകൾ വായനക്കാരനു വിട്ടുകൊടുക്കുക എന്നതാകുന്നു വിവർത്തനത്തിന്റെ കർത്തവ്യം. കാരണം,

അതു മൂലത്തിൽ കാണുന്ന മുറയാണല്ലോ.

അഥവാ അർത്ഥഗർഭമായ ക്ലിഷ്ടത ഒട്ടും കഷ്ടിയല്ല എന്നത് *സംസ്കാരയുടെ* സത്തയുമായി ബന്ധപ്പെട്ട വസ്തുതയാണല്ലോ. കർണ്ണാടകം കണ്ടിട്ടുള്ള മുന്തിയ പ്രഭാഷകരിൽ പെടും അനന്തമൂർത്തി. തികച്ചും യുക്തിഭദ്രമായി ആശയങ്ങളുടെ അന്യോന്യബന്ധത്തിൽ പടുത്ത ആസൂത്രിതമായ ഗോപുരമായി ആ ഭാഷണം ശ്രുതിപ്പെട്ടിരുന്നു. തന്റെ വിമർശനങ്ങളിലും പ്രബന്ധങ്ങളിലും ഇതേ രീതി പുലർത്തിപ്പോന്നതായത്രേ പ്രശസ്തി. പക്ഷേ, സർഗ്ഗാത്മക രചനകളിലോ ശില്പം സന്ദർഭത്തിനനുസരിച്ച് സാന്ദ്രവും സങ്കീർണ്ണവുമാവുന്നു. സംക്ഷിപ്തഘനമാവുന്നു. ഈ സ്വഭാവത്തിന് ഇത്തിരി വിരുദ്ധമാവാം *ഭാരതീപുര.* ആ നോവൽ അക്ഷരാർത്ഥത്തിൽത്തന്നെ വിഗ്രഹഭഞ്ജനം കൊണ്ട് വേറിട്ടു നില്ക്കുന്നു. അതടക്കം നാലഞ്ചു നോവലുകൾ, ഘടശ്രാദ്ധയടക്കം ഏതാനും മൂന്നു കവിതാസമാഹാരങ്ങൾ. ഒരു നാടകം അങ്ങനെയാണ് സർഗ്ഗാത്മക സാഹിത്യത്തിൽ മൂർത്തിയുടെ സംഭാവനകൾ അനുഭവസ്ഥർ സാക്ഷ്യപ്പെടുത്തുന്നു. അവയിൽ ഏറ്റവും ഗാഢം *സംസ്കാര* തന്നെ. തികച്ചും യാഥാസ്ഥിതികം എന്നു കരുതാവുന്ന അഗ്രഹാരത്തിലാവാം ബാല്യം പിന്നിട്ടത്. ഷിമോഗ ജില്ലയിലെ തീർത്ഥഹള്ളിയിൽ. ഹള്ളി ഗ്രാമമാണ്. പ്രദേശം എന്നിടത്തോളം വികസിക്കുമായിരിക്കാം അർത്ഥം. തീർത്ഥ എന്ന് അതിനുള്ള വിശേഷണത്തിന്റെ പൊരുളിന് കാലാന്തരത്തിൽ തിരിച്ചടി നേരിട്ടിരിക്കാം. ഏതായാലും *സംസ്കാരയിൽ* സ്ഥാനപ്പെടുന്നത് ദുർവാസാപുരം എന്ന ഗ്രാമം. ആചാരാനുഷ്ഠാനങ്ങൾക്ക് അർത്ഥമറിയാതെ അടിപ്പെട്ട് അവിടെ വാസം ദുഷിച്ചിരിക്കെ തന്നെയാണുതാനും. ഈ പേരിന് സ്വന്തം ബാല്യകാലാനുഭവങ്ങളുടെ പിൻബലമുണ്ടോ എന്തോ? തന്റെ വളർച്ച പ്രബുദ്ധതയിലേക്കായിരുന്നു എന്ന് സ്പഷ്ടം. പ്രബുദ്ധത ഒരു പ്രമേയമാക്കുക മാത്രമല്ല, വ്യക്തിജീവിതത്തിൽ പുലർത്തുകയും ചെയ്തു മൂർത്തി എന്നതു പ്രകടം. മിശ്രവിവാഹം അന്നേ നടത്താൻ മുതിർന്നു. (അദ്ദേഹത്തിന്റെ പത്നി എസ്തർ, മൈസൂർ സർവ്വകലാശാല റീജിയണൽ കോളേജിനു സമീപത്തു നടത്തിപ്പോന്ന വിദ്യാലയത്തിൽ അദ്ധ്യാപികയായിരുന്നു. എന്റെ മകളെ പഠിപ്പിച്ചിട്ടുണ്ട്) എന്നുവെച്ച് പാരമ്പര്യത്തിനൊന്നും ഒരു മൂല്യവുമില്ല എന്ന നേർവര നിഗമനത്തിൽ മുഴുകിയില്ലതാനും.

ഇതു സംബന്ധിച്ചുള്ള ദീർഘമായ വീണ്ടുവിചാരം പാരമ്പര്യം മാനുഷികതയ്ക്കു വിരുദ്ധമാവരുത് എന്ന ദീപ്തമായ വിവേകം ഇത്തരം ചില ആന്തര പ്രക്രിയകളിൽ നിന്നാവാം തന്റെ ആദ്യ നോവലായ *സംസ്കാരയുടെ* ആവിർഭാവം. പ്രസ്ഥാന വിജയത്തിൽ വിദഗ്ദ്ധൻ പോട്ടെ തല്പ്പരൻ പോലുമില്ലാത്ത എനിക്ക് ശരിക്കറിഞ്ഞുകൂടാ. സംസ്കാര ഏതിലാണ് പെടുക. 'പ്രഗതിശില' (പുരോഗമന) പ്രസ്ഥാനത്തിലോ അതോ 'നവ്യ' (ആധുനിക) പ്രസ്ഥാനത്തിലോ? കന്നഡ വിമർശനം രണ്ടാമത്തേതിലാണ് പെടുത്തിയിരിക്കുന്നത് എന്നറിയുന്നു. എന്നാൽ, ആധുനിക

ത്തിന്റെ ചില ചിനച്ചങ്ങൾ ചെയ്യാറുള്ളതുപോലെ പ്രബുദ്ധത എന്ന അടിസ്ഥാന പരികല്പനയെ പറ്റേ വർജ്ജിക്കാവുന്ന വടിവിലല്ല അനന്തമൂർത്തിയുടെ മനസ്സു വാർന്നിരിക്കുന്നത്. ഇന്ത്യ കഴിഞ്ഞ ഏതാനും ദശകങ്ങളിൽ കണ്ട ചിന്തകരുടെ നിരയിൽ അദ്ദേഹവും ചേരുമല്ലോ. ഗാന്ധി, ലോഹ്യ, ജെ പി ഇങ്ങനെ പലരുടെയും സ്വാധീനത്തിന്റെ അടിസ്ഥാനത്തിൽ നമ്മുടെ സമൂഹത്തെയും രാഷ്ട്രീയത്തെയും എല്ലാം വിമർശിക്കുന്നതിൽ ഗാഢമായ അഭിനിവേശം അടുത്ത ദിവസം വരെ അദ്ദേഹം പുലർത്തിപ്പോന്നതാണല്ലോ. ഉടൻ പ്രസിദ്ധപ്പെടുത്താനായി ചെറിയൊരു പുസ്തകം ഒരുക്കിക്കഴിഞ്ഞതായാണല്ലോ ഏറ്റവും പുതിയവാർത്ത. ഹിന്ദുത്വമോ ഹിന്ദ് സ്വരാജോ എന്ന പ്രസ്തുത പുസ്തകത്തിൽ, മോദിത്വത്തിന്റെ കേവലമായ വളർച്ച ഇന്ത്യയുടെ ഏകതയെയും സംസ്കാര പൈതൃകത്തെയും കീഴ്മേൽ മറിച്ചുകളയുമോ എന്ന ആധി അടയാളപ്പെടുന്നുണ്ടുപോലും. ചിന്തയുടെ ഇത്തരം ചേരുവ കലരാതെ കഥാരസത്തിനു മാത്രമായി എന്തെങ്കിലും തട്ടിപ്പടയ്ക്കാൻ മിനക്കെടില്ല എന്നതു തന്നെ എഴുത്തുകാരൻ എന്ന നിലയിൽ മൂർത്തിയുടെ മികവ്.

അതായത്, പുരോമഗന പ്രസ്ഥാനം ആരംഭത്തിൽ പുലർത്തിപ്പോന്ന ഋജുവും ഏകമുഖവുമായ സമീപനത്തിന് അപ്പുറം പോകുന്നു *സംസ്കാര*യിലെ വിവക്ഷകൾ എന്നു ചുരുക്കം. ആന്ധ്യത്തിലടിയുന്ന സമുദായത്തെ സ്വാഭാവികമായ സത്തയിലേക്കു പുനരാവാഹിക്കുക എന്ന ലക്ഷ്യം ഇരിക്കെത്തന്നെ, അത് ഒറ്റ ആയത്തിൽ എന്ന അസ്വാഭാവികതയിലേക്ക് ലഘൂകരിക്കുന്ന രീതിയല്ല സംസ്കാരയുടേത്. അങ്ങനെയാണെങ്കിൽ നാരണപ്പനെ നായകനാക്കാമായിരുന്നല്ലോ. വ്യവസ്ഥകളെ തടികം മറിക്കാൻ വീറു കാണിക്കുന്ന ആ കഥാപാത്രത്തെ നിമിത്തമാക്കി ആലോചനയിലും അന്വേഷണത്തിലും ആത്മാപഗ്രഥനത്തിലും നിമഗ്നനാവുന്ന പ്രാണേശാചാര്യർക്കു പ്രാധാന്യം കല്പിക്കുന്ന പരിചരണം അർത്ഥഗർഭമാണ്. നാരണപ്പൻ അന്ത്യഘട്ടത്തിൽ ഓർമ്മ കെടുന്നതുവരെ നാമം ജപിച്ചതായി ചന്ദ്രി സാക്ഷ്യപ്പെടുത്തുന്നുണ്ടല്ലോ. ഇത് അയാളുടെ വിപ്ലവാത്മകതയ്ക്ക് തീർത്തും വിരുദ്ധമാവുമോ? പൂർവ്വ സംസ്കൃതി, പുരോഗതി രണ്ടും കണിശമായി ധ്രുവീകരിക്കാൻ കഴിയുമോ? ഇവയ്ക്കിടയിൽ വികല്പങ്ങളും വിപരീതഗതികളും സംഭവിക്കരുതെന്നുണ്ടോ? സ്വയം ഭ്രഷ്ടനായി അഗ്രഹാരം വിടുന്ന ആചാര്യർ അവധൂതനായി നടത്തുന്ന യാത്രയുടെ മാനം പ്രതീകാത്മകമല്ലേ? പ്രമാണ ഗ്രന്ഥങ്ങളിലും പൂജാവിധികളിലും തടഞ്ഞു നിന്ന കണ്ണുകൾ യഥാർത്ഥ ജീവിതത്തിലെ സക്തി, സ്പർദ്ധ സകലതിലേക്കും മിഴിയുന്ന ഘടനയുടെ നിർണ്ണായകത്വം നിഷേധിക്കാമോ?

പഴയ നാളം താഴുക, പകരം ചാരം മൂടുക ഇങ്ങനെയൊരു വിപര്യയത്തിന് പല വിപ്ലവകാരികളും വഴിയേ ഇരയായി എന്നു വരാം. വീടു വെച്ചപ്പോൾ ഗൃഹപ്രവേശം എന്ന ചടങ്ങു നടത്തി മുതലായ പഴികൾ മൂർത്തിയെപ്പറ്റി പണ്ടേ ഉയരുകയുണ്ടായി. ഇപ്പോൾ അദ്ദേഹത്തിന്റെ

അന്തിമ സംസ്കാരം നടന്നതും ആചാരവിധികൾക്കനുസരിച്ചുതന്നെ. ഇതുകൊണ്ടൊക്കെ പൊടിഞ്ഞുപോകുമോ അനന്തമൂർത്തി എന്ന പുരോഗാമിയുടെ പ്രതിച്ഛായ?

*സംസ്കാര*യെക്കുറിച്ചു ശ്രദ്ധിക്കാവുന്ന വേറൊരു വശം അതിന്റെ രചന നടന്നതു വിദേശത്തുവെച്ചാണ് എന്നതാവാം. മൂർത്തി ബിർമ്മിങ്ഹാമിൽ പി എച്ച് ഡി ചെയ്തുകൊണ്ടിരിക്കുന്ന ഘട്ടം. സ്വന്തം ഗ്രാമം. അവിടെ ജീർണ്ണിക്കുന്ന ജീവിതം. പൈതൃകം എന്ന ബാദ്ധ്യതയുടെ ഋണാത്മകവും ധനാത്മകവുമായ വശം ഒക്കെ, ഉജ്ജീവകമായ ഏതോ പ്രക്രിയയിലൂടെ ഈ രചനയിലേക്ക് ഒഴുകിക്കൂടി. ഒമ്പതു ദിവസം കൊണ്ട് രചന പൂർത്തിയായി പോലും. ജീർണ്ണതയുടെ പ്രതീകവല്ക്കരണമായി പ്ലേഗ് സ്ഥാനപ്പെടുന്നതോടെ പിന്നെ പെരുപ്പിച്ചു വർണ്ണിക്കാതെ തന്നെ പ്രതീതി ദൃഢപ്പെടുന്നുണ്ടല്ലോ. കഴുകുകൾ പറക്കുന്ന ആകാശം, കെട്ടമണം പരക്കുന്ന അഗ്രഹാരം, വീടുകളിൽ വീണു ചാവുന്ന എലികൾ എല്ലാം കൂടി നോവലിൽ പലവട്ടം നിർദ്ദേശിക്കപ്പെടുന്ന നിരാകാരമായ അസ്വാസ്ഥ്യം എന്ന അവസ്ഥ ആരംഭത്തിലേ മൂർത്തമാവുന്നു. അഗ്രഹാരത്തിലെ ആർത്തിപ്പണ്ടാരങ്ങളും അന്യോന്യം അസഹിഷ്ണുക്കളുമായ ബ്രാഹ്മണരെ അവതരിപ്പിക്കാനേ അനന്തമൂർത്തിക്ക് അല്പം വാചാലത ആവശ്യമായി വരുന്നുള്ളൂ. പ്രണേശാചാര്യരുടെ അന്തർമുഖമായ ആലോചനകളുടെ സന്ദർഭത്തിൽ ശൈലി ആ പാകത്തിനു സംയമവും സങ്കീർണ്ണതയും വരിക്കുന്നു. ആചാര്യരും ചന്ദ്രിയും അനപേക്ഷിതമായി ആകസ്മികമായി സംഗമിക്കുന്ന ഘടനയിലുമതെ, ശൈലിയിലെ സംയമം ശ്രദ്ധേയമത്രേ. നിരവധി ഹതാശകളുടെയും അവശതകളുടെയും സൂചകമായിട്ടാവാം അമ്മേ എന്നൊരു വിളി ആചാര്യരിൽ സ്വരപ്പെട്ടുപോയി. അത്ഭുതമെന്തെന്നാൽ വളരാത്ത വറ്റാത്ത കളകളമായ ചന്ദ്രി എന്ന വേശ്യ ആ നിമിഷത്തിൽ പ്രതികരിക്കുന്നതിലെ പാകമത്രേ. കാമത്തിനപ്പുറം കാരുണ്യവും സാന്ത്വനവും ആ പ്രതികരണത്തെ നിസ്തുലമാക്കുന്നു. ഈ ഘടനയുടെ വിവർത്തനം നിർവ്വഹിക്കുമ്പോഴും ആശാന്റെ ലീലയിലെ

“ദയയൊടവൾ തലോടിയുമ്മവെച്ചാൾ
ദയിതനെ രാഗമിരുന്ന ഹൃത്തടത്തിൽ
നിയതമഴൽ ചുടുന്ന നെറ്റിമേലും
പ്രിയതമ പൈതലെമ്മയെന്നപോലെ”

എന്ന സമാന്തരം എന്റെ സംവേദനത്തിൽ ഉദയം കൊണ്ടു. ഇത്തിരി പച്ചയാക്കിയാലും സാധൂകരിക്കാവുന്ന പ്രകരണത്തിൽ രതിയിൽ ഇണയുടെ മാതൃഭാവം എന്ന അപൂർവ്വമായ ഇഴ ഇണക്കിയ അനന്തമൂർത്തി, ആഖ്യാനത്തിലെ സഫലമായ സംയമം എന്തെന്നു സാക്ഷ്യപ്പെടുത്തുന്നു.

അന്നത്തെ കാലം പടിഞ്ഞാറൻ നാട്ടിൽ പ്രവാസം; ഇംഗ്ലീഷ് സാഹിത്യത്തിലൂടെ പരിചയിക്കുന്ന ആശയലോകങ്ങളുമായി ആത്മലയം– അന

ന്തമൂർത്തിയുടെ ആഖ്യാനത്തിൽ അസ്തിത്വ ദർശനത്തിന്റെ സാദ്ധ്യതകൾ സംക്രമിക്കുന്നത് സ്വാഭാവികം. പ്രാണേശാചാര്യരെ പരിചരിക്കുമ്പോൾ ഇതിന്റെ ഭാവച്ഛായകൾ പലപ്പോഴും വാക്യങ്ങളെ അവയുടെ നിശ്ചിത ധർമ്മത്തിന് അതീതമായ മാനങ്ങളിലേക്ക് വ്യാപിപ്പിക്കാൻ പര്യാപ്തമാവുന്നു. ഒറ്റ ദൃഷ്ടാന്തം മാത്രം സ്പർശിക്കാം. "എനിക്ക് ഒരു സാത്വികനാവാൻ കഴിയും എന്നത് വ്യാജം. ഞാനൊരു സാത്വികനാണ് എന്നതുമാത്രം സത്യം. ഇത് ഒരാർഭാടമാക്കി വായനക്കാരെ വലയ്ക്കുന്നില്ല എന്ന വശവും ഒപ്പം തന്നെ നിരീക്ഷിക്കട്ടെ. ആചാര്യരുടെ ആധിയും ആകാംക്ഷയും ആശങ്കയും എല്ലാംകൊണ്ട് ഇടറുന്ന അവസാനത്തെ അലച്ചിലിലില്ലേ, അവിടെ സാധാരണത്വത്തിന്റെ പ്രായോഗികതയോടെ പുട്ടൻ എന്ന കഥാപാത്രത്തിന്റെ സഹവർത്തിത്വം കല്പിച്ചത് അർത്ഥഗർഭമാണ്. ദാർശനികതയുടെ മാത്ര കണക്കിൽ കവിയരുത് എന്ന കരുതൽ ആഖ്യാനത്തിൽ പാലിച്ചിട്ടുണ്ട് എന്ന് ആ വശം സംഗ്രഹിക്കട്ടെ.

പ്രതിപാദനത്തിൽ പ്രമേയത്തിനു പൊരുത്തപ്പെടുന്ന പദപ്രയോഗങ്ങൾ എങ്ങനെ ഫലിക്കുന്നു എന്നതിന് എമ്പാടുമുണ്ട് ഉദാഹരണം. ഒറ്റൊന്നുമാത്രം തൊട്ട് ഞാനീ കുറിപ്പ് ഉപസംഹരിക്കട്ടെ. അരുതാത്തത് ആകസ്മികമായി സംഭവിച്ചുപോയി. നാരണപ്പന്റെ ശവം ചന്ദ്രിയുടെ ഒത്താശയിൽ നടുനിശയിൽ സംസ്കരിക്കപ്പെട്ടു– നേരെ ചുട്ടെരിച്ചു എന്നു പറയുന്നതാവും പാകം. പക്ഷേ, ഇത് അഗ്രഹാരം അറിഞ്ഞിട്ടില്ല. താൻ പതിതനായ കാര്യം വെളിപ്പെടുത്താൻ പ്രാണേശാചാര്യർക്കു സങ്കോചം. പത്നിയെ ശുശ്രൂഷിക്കാനായി തനിക്ക് അഗ്രഹാരത്തിൽ പാർക്കുകയും വേണം, (പത്നിക്ക് പ്ലേഗു ബാധിച്ചത് അറിയുന്നതിന് തൊട്ടുമുമ്പാണിത്. പിന്നെ പെട്ടെന്നത്രേ മരണവും ശവദാഹവും. തുടർന്ന് ആചാര്യർക്ക് അലച്ചിലിന്നുള്ള സ്വാതന്ത്ര്യം കൈവന്നു). ഈ നിസ്സഹായത നിവേദിക്കാൻ ഒറ്റ ബിംബം 'മദ്ധ്യാഹ്നത്തിലെ യമമൗനമായ വെയിൽ' മദ്ധ്യാഹ്നവും വെയിലും നമുക്ക് സുപരിചിതം. എന്നാൽ ആ വെയിലിന് 'യമമൗനമായ' എന്നൊരു വിശേഷണം മുമ്പു വിന്യസിക്കപ്പെട്ടതാവില്ല.

അതെ, *സംസ്കാരയുടെ* വിവർത്തനം, അതിൽ എന്റെ പങ്ക് എത്ര ഭാഗികമായാലും എനിക്കു ഭാഷാപരമായ ഒരു ശിക്ഷണമായിരുന്നു

അനന്തമൂർത്തി ആരായിരുന്നു

വി സുകുമാരൻ

ഒരു വലിയ ജീവിതം എരിഞ്ഞുതീരുമ്പോൾ, ഓർമ്മകൾ ദീർഘകാലം സൂക്ഷിക്കാൻ പല കാരണങ്ങളാലും കഴിയാതെ പോകുന്ന നമ്മുടെ സമൂഹം ഒട്ടും കൃത്യമല്ലാത്ത ഒരു കണക്കെടുപ്പിനു പെട്ടെന്നു തയ്യാറാവുന്നു. ഭംഗിവാക്കുകൾ ആത്മാർത്ഥതയുടെ ഊഷ്മളത ഒട്ടുമില്ലാതെ ജനഗണ മംഗളദായകന്മാരിൽനിന്ന് ബഹിർഗമിക്കുന്നു. പത്രക്കാർ 'ക്ലീഷെ'കൾ പൊടിതട്ടിയെടുക്കുന്നു. മുതലക്കണ്ണീരിന്റെ ആറാട്ടു നടക്കുന്നു. പൊള്ളയായ ചരമഭാഷണങ്ങൾ ശബ്ദമലിനീകരണത്തിന് ആക്കംകൂട്ടുന്നു. റീത്തു സമർപ്പണം മത്സരാത്മകമായ ആഘോഷമാവുന്നു.

ഇതാണല്ലോ നമ്മുടെ ശൈലി. ഡോ. യു ആർ അനന്തമൂർത്തി തന്റെ എൺപത്തിരണ്ടു വർഷത്തെ ഇന്നിങ്സ് ബംഗളൂരുവിലെ മണിപ്പാൽ ആശുപത്രിയിൽവെച്ച് ഒരു വെള്ളിയാഴ്ച അപരാഹ്നത്തിൽ അവസാനിപ്പിച്ചപ്പോഴും നാം പതിവുകളൊന്നും തെറ്റിച്ചില്ല. എല്ലാം ചിട്ടപ്പടി നടന്നു. പ്രധാനമന്ത്രി ഒട്ടും വൈകാതെ അനുശോചനം രേഖപ്പെടുത്തി. കന്നഡ സാഹിത്യത്തിന് അപരിഹാര്യമായ നഷ്ടമാണ് അനന്തമൂർത്തിയുടെ ചരമം വരുത്തിവച്ചിരിക്കുന്നതെന്ന് മന്ത്രിസത്തമൻ പറഞ്ഞു. കർണ്ണാടക സർക്കാർ ഔദ്യോഗികമായ ദുഃഖാചരണം നടത്തി. മാധ്യമങ്ങൾ ചമത്കാരപൂർണ്ണമായ ചിതാലേഖങ്ങൾ ചമച്ചു. കണ്ണോക്ക് എട്ടുപത്തു ദിവസമുണ്ടാവും. വേണ്ടതൊക്കെ വേണ്ടതുപോലെ ചെയ്തുവെന്ന കൃതാർത്ഥതയോടെ നാം അനന്തമൂർത്തിയെ യഥാകാലം വിസ്മരിക്കും. തനിക്കു വില പറയാൻ ആരേയും അനുവദിക്കാതെ നടന്നുപോയ ആ മനുഷ്യൻ ആരായിരുന്നു എന്ന ചോദ്യം നാം ചോദിക്കാതെ വിടുന്നു. ബുദ്ധിമുട്ടുള്ള ചോദ്യങ്ങൾ ഒഴിവാക്കുകയല്ലോ ബുദ്ധി.

അപ്രിയസത്യങ്ങൾ ആവുന്നത്ര ഉച്ചത്തിൽ വിളിച്ചുപറയുന്നവനു

വേണ്ടി കല്ലും കവണയും ചീഞ്ഞ മുട്ടയും ആവശ്യത്തിൽ കൂടുതൽ നമ്മുടെ ഫിലിസ്റ്റൈൻ സമൂഹം സ്റ്റോക്കു ചെയ്തിട്ടുണ്ട്. വ്യവസ്ഥ/സ്ഥാപനം ഇഷ്ടപ്പെടാത്ത ആ വാസ്തവങ്ങളെക്കുറിച്ച് വാതോരാതെ സംസാരിച്ചുകൊണ്ടിരുന്ന അനന്തമൂർത്തി എന്ന ധിക്കാരിക്ക് നേരെ ഇവയൊക്കെ സനാതനികൾ ഉദാരമായി നിർലോഭമായി പ്രയോഗിച്ചുപോരുകയും ചെയ്തു. ആ മനുഷ്യന്റെ വാക്കിനു വിലങ്ങിടാൻ എസ്റ്റാബ്ലിഷ്മെന്റിനു കഴിഞ്ഞില്ല. ഒറ്റയാൻ കുരിശുയുദ്ധങ്ങളാണ് അനന്തമൂർത്തി നടത്തിയത്. എല്ലാ ചക്രവ്യൂഹങ്ങളേയും ആ പോരാളി ഭേദിച്ചു. വീരർക്കുടൽക്കു ഹരിചന്ദനമാം രണാസൃക്പൂരം പുരണ്ട വിരിനെഞ്ചുമായി ഈ കലാപകാരി പോർനിലങ്ങളിൽ പതറാതെ നിന്നു.

അനന്തമൂർത്തി ഒരാശയ കാലാവസ്ഥയായിരുന്നു; ഒത്തുതീർപ്പിനു വഴങ്ങാത്ത നീതിബോധമായിരുന്നു; അസ്വസ്ഥമായ മനുഷ്യമനസ്സാക്ഷിയായിരുന്നു; ചതുരങ്ങളിൽ ഒതുങ്ങാത്ത മോചനദാഹമായിരുന്നു. ആയതിനാൽ അനന്തമൂർത്തിക്ക് പാകമായ ഒരു കട്ടിൽ ഇന്ത്യൻ രാഷ്ട്രീയത്തിലുണ്ടായിരുന്നില്ല.

വർഗ്ഗീയ ഫാസിസത്തിന്റെ അത്യന്തം ആപത്കരമായ വ്യാപനത്തെപ്പറ്റി അദ്ദേഹം നമുക്ക് മുന്നറിയിപ്പു നല്കിക്കൊണ്ടേയിരുന്നു. അലംഭാവങ്ങളുടെ ഉച്ചമയക്കത്തിൽനിന്ന് പൗരസമൂഹം ഉണർന്നെഴുന്നേല്ക്കണമെന്ന് അനന്തമൂർത്തി ഒരായിരം തവണ ഉദ്ബോധിപ്പിച്ചു. കണ്ണും കാതും നഷ്ടപ്പെട്ട, നാവു നഷ്ടപ്പെടാൻ തയ്യാറായ ഒരു നപുംസക സമൂഹത്തോടാണ് താൻ സംസാരിക്കുന്നതെന്ന് തിരിച്ചറിയാൻ വൈകിയതാണ് അനന്തമൂർത്തിയുടെ ട്രാജഡി.

ഇബ്സൻ എന്ന നോർവീജിയൻ നാടകക്കാരൻ അവതരിപ്പിച്ച അനശ്വര കഥാപാത്രമുണ്ട്. *An Enemy of the People* എന്ന ക്ലാസിക് നാടകത്തിൽ; സത്യത്തിനുവേണ്ടി നില്ക്കുന്ന ഒറ്റയാൻ പോരാളി – ഡോക്ടർ സ്റ്റോക്മാൻ. അദ്ദേഹത്തിന്റെ മുഖച്ഛായയാണ് അനന്തമൂർത്തിയിൽ ഞാൻ കണ്ടത്. ഡോക്ടർ ഡോക്മാന്റെ ഇടിമുഴക്കമുള്ള ഒരു വാക്യമുണ്ട്. "The Strongest man in the world is he who stands most alone" (ഈ ലോകത്തിലെ ഏറ്റവും ശക്തിമാനായ മനുഷ്യൻ ഏറ്റവും കൂടുതൽ ഒറ്റപ്പെട്ടു നില്ക്കുന്ന ആളാണ്). ഈ പ്രസ്താവത്തിന്റെ ആൾരൂപമായിരുന്നു അനന്തമൂർത്തി എന്ന സത്യവാദി.

അനന്തമൂർത്തിയുടെ വേർപാടിൽ പൊതുസമൂഹം ദുഃഖിച്ചു എന്നതു ശരിതന്നെ. *സംസ്കാര, ഭാവ, ഭാരതീപുര, അവസ്ഥ* തുടങ്ങിയ മികച്ച നോവലുകളും *ഘടശ്രാദ്ധ* പോലുള്ള അനശ്വര കഥകളും സമ്മാനിച്ച ഒരു സർഗ്ഗ കുബേരന്റെ അരങ്ങൊഴിയൽ സഹൃദയലോകത്തിനു നഷ്ടബോധമുളവാക്കിയെന്നതും വാസ്തവം തന്നെ. എന്നാൽ മംഗലാപുരത്തും കർണ്ണാടക സംസ്ഥാനത്തെ വേറെ ചില ഇടങ്ങളിലും ആഹ്ലാദത്തിന്റെ വെടിക്കെട്ടുകളുണ്ടായെന്നും മധുരപലഹാരവിതരണമുണ്ടായെന്നും പത്രറിപ്പോർട്ടുകളുണ്ടായി. ചില തീവ്രഹിന്ദുത്വവാദികളാണ് ഈ

സന്തോഷപ്രകടനങ്ങളുടെ പിറകിലെന്നും ആക്ഷേപമുണ്ടായി. നാം ലജ്ജിച്ചു തല താഴ്ത്തേണ്ട അവസ്ഥയാണിത്. ഇന്ത്യൻ പൊതുസമൂഹത്തിന്റെ ചീഞ്ഞളിയൽ ഇത്രയ്ക്കു കലശലാണെന്ന് ഒരു വലിയ ഞെട്ടലോടെ നാമറിയുന്നു. ഇതൊക്കെ ചില സാമൂഹ്യവിരുദ്ധരുടെ ഒറ്റപ്പെട്ട അതിക്രമങ്ങളാണെന്നും ഇത്തരം ഹീനമായ ചെയ്തികളെ ശക്തമായി അപലപിക്കുന്നുവെന്ന് ബി ജെ പിയും പോഷകസംഘങ്ങളും പറഞ്ഞു. ആര് ഇതു ചെയ്തു എന്നതല്ല ഇവിടെ പ്രസക്തം. ഇങ്ങനെയൊരു കുത്സിതമനോഭാവം ഇവിടെ നിലനില്ക്കുന്നു എന്നതാണ്. വിസമ്മതത്തെ വെച്ചുപൊറുപ്പിക്കാത്ത അസംസ്കൃതമായ അസഹിഷ്ണുത – അതാണ് ജനാധിപത്യ വിശ്വാസികളെ അഗാധമായി വേദനിപ്പിക്കുന്നത്.

സംഘപരിവാർ പ്രതിനിധാനം ചെയ്യുന്ന ആശയശാസ്ത്രത്തെയും അതിന്റെ പ്രയോഗരീതികളെയും പ്രബുദ്ധ സെക്കുലറിസത്തിന്റെ പ്ലാറ്റ്ഫോമിൽ ഉറച്ചുനിന്നുകൊണ്ട് പ്രതിരോധിക്കുകയാണ് അവസാന ശ്വാസം വരെ അനന്തമൂർത്തി ചെയ്തത്. അതിന്റെ ഭാഗമായാണ്, പരാജയം തീർച്ചയാണെന്നു മനസ്സിലാക്കിയിട്ടും അദ്ദേഹം തെരഞ്ഞെടുപ്പിൽ മത്സരിച്ചത്. പാർലമെന്റ് ഇലക്ഷനു തൊട്ടുമുമ്പ് അദ്ദേഹം പരസ്യമായി പ്രസ്താവിച്ചു – നരേന്ദ്രമോദി പ്രധാനമന്ത്രിയാവുന്ന അവസ്ഥയുണ്ടായാൽ താൻ ഇന്ത്യ വിട്ടുപോകുമെന്ന്. അത് വികാരക്ഷോഭത്തിൽ നിന്നുണ്ടായതാണെന്നും താൻ നാടുവിടേണ്ട ഒരു കാര്യവുമില്ലെന്നും പിന്നീട് അദ്ദേഹം തിരുത്തിപ്പറഞ്ഞു.

ഇന്ത്യയിലെ കോൺഗ്രസും അതിന്റെ അടിയുറപ്പില്ലാത്ത നേതൃത്വവും പിന്തുണയ്ക്കുന്നത് നിക്ഷിപ്ത താല്പര്യങ്ങളെയും ബഹുരാഷ്ട്രകുത്തകകളെയും പണാധിപത്യത്തെയുമാണെന്ന് അനന്തമൂർത്തി തിരിച്ചറിഞ്ഞിരുന്നു. അദ്ദേഹം ആഗ്രഹിച്ചത് ആദർശധീരമായ ഒരു ഇടതുപക്ഷ ബദലാണ്. അതൊട്ടു നടന്നതുമില്ല.

കന്നഡ സാഹിത്യത്തെ സാരമായി സ്വാധീനിച്ച രണ്ടു പരിഷ്കരണ പ്രസ്ഥാനങ്ങളായിരുന്നു 1925 മുതൽ 1950 വരെ കൊടിയുയർത്തി നിന്ന നവോദയയും 1950 മുതൽ അരങ്ങത്തു നിറഞ്ഞുനിന്ന നവ്യയും. ബന്ദ്രെ, അഡിഗ, കുവെംപു, ശിവരാമ കാരന്ത്, ഗോകക്, മാബ്തി, ഗുണ്ടപ്പ, ശ്രീരംഗ, സീതാരാമയ്യ എന്നിവർ നവോദയാ പ്രസ്ഥാനത്തിന്റെ വിളക്കു പിടിച്ചവരായിരുന്നു. കെ വി പുട്ടപ്പ (കുവെംപു)യുടെ പ്രഖ്യാതമായ കൃതി *ശ്രീ രാമായണ ദർശനം* ഈ പ്രസ്ഥാനകാലത്ത് രചിക്കപ്പെട്ടതാണ്. ശിവരാമ കാരന്തിന്റെ *ചോമാനദുണ്ഡി, മരളി മണ്ണിഗെ* എന്നീ ക്ലാസിക് രചനകളും അക്കാലത്താണ് സംഭവിച്ചത്.

നവ്യ എന്നത് തീർത്തും ഒരു ആധുനികതാ പ്രസ്ഥാനമായിരുന്നു. ടി എസ് എലിയറ്റ്, എസ്രാ പൗണ്ട് എന്നീ ഇംഗ്ലീഷ് എഴുത്തുകാരുടെ New Poetryയിൽനിന്ന് ആവേശമുൾക്കൊണ്ടുകൊണ്ടാണ് ഇംഗ്ലീഷ് പ്രൊഫസറായിരുന്ന വി കെ ഗോകക് ഇത്തരമൊരു സാഹിത്യ പരീക്ഷണവേദിക്കു തുടക്കംകുറിച്ചത്. പുതിയ കാറ്റുകളും പുതിയ വെളിച്ചങ്ങളും

ഉൾക്കൊള്ളുന്ന ചടുലമായ നവോന്മേഷദായിയായ എഴുത്ത്, പഴയ രചനാരീതികളെ പൊളിച്ചെഴുതുന്ന സാഹിത്യം – അതാണ് ഗോകക്കും സംഘവും ലക്ഷ്യമിട്ടത്. 'നവ്യ' ഒരു പുഷ്പകാലം സാദ്ധ്യമാക്കിയെന്നു പറയാം. യു ആർ അനന്തമൂർത്തി ഈ നവോത്ഥാന പ്രസ്ഥാനത്തിന്റെ സമർത്ഥരായ സാരഥികളിൽ മുഖ്യനായി വിളങ്ങി. യശ്വന്ത് ചിറ്റാൾ, പി ലങ്കേഷ്, ഗാനിനാഥ് ദേശായ്, കെ സദാശിവ, രാമചന്ദ്ര ശർമ്മ എന്നിവർ അനന്തമൂർത്തിക്കൊപ്പം നിലയുറപ്പിച്ചു.

ചെറുകഥയിൽനിന്നാണ് അനന്തമൂർത്തി നോവലിന്റെ വലിയ ക്യാൻവാസിലേക്ക് മാറിയത്. അദ്ദേഹത്തിന്റെ ആഖ്യായികകൾ ഏറെ ശ്രദ്ധേയം തന്നെ. പക്ഷേ, കലാസൃഷ്ടികളെന്ന നിലയിൽ അനന്തമൂർത്തിയുടെ ചെറുകഥകളാണ് കൂടുതൽ കമനീയമെന്ന അഭിപ്രായമാണ് എനിക്കുള്ളത്.

കർണ്ണാടകത്തിലെ ഷിമോഗ ജില്ലയിൽപ്പെട്ട മലിഗെ എന്ന മനോഹരമായ നാട്ടിൻപുറത്ത് ഒരു മദ്ധ്യവർത്തി ബ്രാഹ്മണ കുടുംബത്തിൽ എൺപത്തിരണ്ടുകൊല്ലം മുമ്പ് ജനിച്ച ഉഡുപ്പി രാജഗോപാലാചാര്യ അനന്തമൂർത്തി താനുൾപ്പെടുന്ന മാധ്വാ ബ്രാഹ്മണ സമുദായത്തിന്റെ കടുത്ത യാഥാസ്ഥിതികതയും ആചാരാഭാസങ്ങളും കണ്ടുകൊണ്ടാണ് വളർന്നത്. വാതിലും ജനലും കൊട്ടിയടച്ചുകൊണ്ട് കാറ്റും വെയിലും അകത്തു കടക്കാത്ത അഗ്രഹാരങ്ങളിൽ പൂതലിച്ച അനുഷ്ഠാനങ്ങളുടെ ഇരുട്ടിൽ സ്വയം തിരിച്ചറിയാതെ കഴിയുന്ന അന്തണവർഗ്ഗത്തിന്റെ അവസ്ഥയോട് അദ്ദേഹം കൗമാരത്തിൽത്തന്നെ കലഹിച്ചുതുടങ്ങി. ഒരു പൊളിച്ചെഴുത്ത് ഉടൻ വേണമെന്ന തോന്നൽ വിദ്യാഭ്യാസകാലത്ത് രൂക്ഷമായ പ്രതികരണങ്ങളുടെ രൂപം കൈക്കൊണ്ടു. അനന്തമൂർത്തി ഒരു റിബലായി മാറുകയായിരുന്നു. നിഷേധത്തിന്റെ, നിരാകരണത്തിന്റെ, തച്ചുടയ്ക്കലിന്റെ, വേദാന്തത്തിലേക്ക് അദ്ദേഹം വന്നടുക്കുകയായിരുന്നു.

ഉപരിപഠനമുണ്ടായത് മൈസൂർ യൂണിവേഴ്സിറ്റിയിലാണ്. ഇംഗ്ലീഷ് സാഹിത്യമായിരുന്നു വിഷയം. ഈ എഴുത്തുകാരന്റെ വീക്ഷണ ചക്രവാളങ്ങളെ വികസ്വരമാക്കിച്ചെയ്യുന്നതിൽ, സർഗ്ഗവാസനയ്ക്കു മേച്ചിൽപ്പുറങ്ങൾ തുറന്നിടുന്നതിൽ ആംഗലസാഹിത്യം വഹിച്ച പങ്കിനെപ്പറ്റി പറയാതെവയ്യ. അതൊരു ജ്ഞാനസ്നാനമായിരുന്നുവെന്ന് അനന്തമൂർത്തി തന്നെ എഴുതിയിട്ടുണ്ട്. അതിപ്രഗത്ഭരായ ഇംഗ്ലീഷ് പ്രൊഫസർമാരാണ് അക്കാലത്ത് മൈസൂർ യൂണിവേഴ്സിറ്റിയിലുണ്ടായിരുന്നത്. സി ഡി നരസിംഹയ്യ, അണ്ണയ്യ ഗൗഡ തുടങ്ങിയവർ; ഒന്നാംതരം ലൈബ്രറിയും.

മിടുക്കനായ വിദ്യാർത്ഥിയായിരുന്നു അനന്തമൂർത്തി. അതുകൊണ്ടാണല്ലോ ഒരു കോമൺവെൽത്ത് സ്കോളർഷിപ്പ് തരമായത്. അതിന്റെ ബലത്തിൽ, അദ്ദേഹം യു കെയിലെ ബർമിങ്ഹാം യൂണിവേഴ്സിറ്റിയിൽ ചെന്നു. ഡോക്ടറേറ്റിനു വേണ്ടിയുള്ള പഠനവും ഗവേഷണവും അവിടെയാണ് നടന്നത്. *Politics and Fiction in 1930's* എന്നതായിരുന്നു അനന്തമൂർത്തിയുടെ പി എച്ച് ഡിക്കുള്ള പ്രബന്ധവിഷയം. ബ്രിട്ടനിലെ

താമസവും അവിടത്തെ അക്കാദമിക് സമൂഹവുമായുണ്ടായ അടുത്ത ഇടപഴകലും അദ്ദേഹത്തിന്റെ കാഴ്ചപ്പാടുകളെ, വിലയിരുത്തലുകളെ, ആഖ്യാനരീതികളെ വലിയ അളവിൽ സ്വാധീനിക്കുകയുണ്ടായി.

ഡോക്ടറേറ്റുമായി നാട്ടിൽ മടങ്ങിയെത്തിയ അനന്തമൂർത്തിയെ സുദീർഘവും പ്രകാശപൂർണ്ണവുമായ ആചാര്യജീവിതം കാത്തിരിക്കുന്നുണ്ടായിരുന്നു. അതിൽ വെല്ലുവിളികളുണ്ടായിരുന്നു. സംഘർഷങ്ങളുണ്ടായിരുന്നു. ഏറ്റുമുട്ടലുകളുണ്ടായിരുന്നു. പുനഃപരിശോധനയുടെ നിർബ്ബന്ധങ്ങളുണ്ടായിരുന്നു. തിരിച്ചറിയലുകളുണ്ടായിരുന്നു. സർവ്വോപരി അവാച്യമായ ഒരു സംതൃപ്തിയുമുണ്ടായിരുന്നു. അദ്ധ്യാപനവും എഴുത്തും ഇടപെടലും രാഷ്ട്രീയവുമൊക്കെ ഒന്നിച്ചുകൊണ്ടുപോകാൻ ഈ പ്രൊഫസർക്ക് സാധിച്ചു. പുസ്തകങ്ങളുടെ ആദർശദീപ്തമായ ലോകങ്ങളിൽ അഭയാർത്ഥിയെപ്പോലെ അലയുമ്പോഴും അദ്ദേഹം പുറത്തുള്ള നാറ്റം തൂറ്റുന്ന തെരുവിനെ, ശബ്ദമുഖരിതമായ ചന്തയെ, പാതവക്കിൽ ചോര വാർന്നു കിടക്കുന്ന മാനവികതയെ മറന്നില്ല. അനന്തമൂർത്തി കണ്ണും കാതും എപ്പോഴും തുറന്നുപിടിച്ചു; ആ നാവും പേനയും ചലിച്ചുകൊണ്ടേയിരുന്നു.

ഇംഗ്ലീഷ് അദ്ധ്യാപകൻ എന്ന വേഷത്തിൽ അനന്തമൂർത്തി കൂടുതൽ കാലം ചെലവിട്ടത് തന്റെ മാതൃവിദ്യാലയമായ മൈസൂർ യൂണിവേഴ്സിറ്റിയിലാണ്. പല ഇന്ത്യൻ സർവ്വകലാശാലകളിലും വിദേശ യൂണിവേഴ്സിറ്റികളിലും വിസിറ്റിങ് പ്രൊഫസറായി ക്ലാസെടുത്തു. ജെ എൻ യു, ശിവജി യൂണിവേഴ്സിറ്റി, ഹൈദ്രാബാദ് യൂണിവേഴ്സിറ്റി, കോർണീൽ യൂണിവേഴ്സിറ്റി, ടഫ്റ്റ്സ് യൂണിവേഴ്സിറ്റി, പെൻസിൽവാനിയ യൂണിവേഴ്സിറ്റി, ക്യുബിൻജെന്റ് യൂണിവേഴ്സിറ്റി തുടങ്ങിയവയിൽ.

അനന്തമൂർത്തി നമ്മുടെ ഇടയിലേക്കുവന്നത് എം ജി യൂണിവേഴ്സിറ്റിയുടെ വൈസ് ചാൻസലറായി നിയമിക്കപ്പെട്ടപ്പോഴാണ്. ഈ കുലപതിയുടെ ഭരണകാലം എം ജി യൂണിവേഴ്സിറ്റിയുടെ സുവർണ്ണ കാലമായിരുന്നുവെന്ന് ആരും സമ്മതിക്കും. തലനിറയെ ആശയങ്ങളും പദ്ധതികളും മനസ്സുനിറയെ സ്നേഹവും സ്വപ്നവും ആയിട്ടാണ് ഈ മൈസൂർക്കാരൻ അക്ഷരനഗരിയെന്നു നാം അർത്ഥമറിയാതെ വിളിക്കുന്ന കോട്ടയത്തെത്തിയത്. അത് നമുക്ക് വീണുകിട്ടിയ ഭാഗ്യം. ഒരു യൂണിവേഴ്സിറ്റി എന്താണെന്നും എന്താവണമെന്നും നല്ല ബോധമുള്ള ആളായിരുന്നു, ഇന്ത്യക്കു പുറത്തുള്ള വിദ്യാപീഠങ്ങളുമായി അടുത്തിടപഴകിയ അനന്തമൂർത്തി. അദ്ദേഹം ധീരമെന്നും ഭാവനാത്മകമെന്നും വിശേഷിപ്പിക്കാവുന്ന പല അക്കാദമിക് പരീക്ഷണങ്ങൾക്കും പരിഷ്കാരങ്ങൾക്കും ബ്ലൂപ്രിന്റ് തയ്യാറാക്കി. അറിവുള്ളവരോട് ആലോചിച്ചും അക്കാദമിക് സമൂഹത്തെ വിശ്വാസത്തിലെടുത്തും എം ജിയെ ഒന്നു മാറ്റിയെടുക്കാനായിരുന്നു അദ്ദേഹത്തിന്റെ ഉത്തമവിശ്വാസത്തോടുകൂടിയുള്ള ഉദ്യമം.

ചിലർ ഈ ധിഷണാശാലിയായ വൈസ്ചാൻസലറെ മനസ്സിലാക്കി. പലരും മനസ്സിലാക്കാൻ വിസമ്മതിച്ചു. അല്ലെങ്കിൽ കേരളം കേരളമാവി

ല്ലല്ലോ. ഒരുകാര്യം തീർച്ച. അദ്ദേഹം നമ്മിലേക്കു നടന്നുവന്നു, തന്നിലേക്കു കടന്നുവരാൻ നമ്മെ ഒരു ഔപചാരികതയുമില്ലാതെ വിളിക്കുകയും ചെയ്തു. കാലാവധി തീരുംമുമ്പെ അനന്തമൂർത്തി സലാം പറഞ്ഞു പിരിഞ്ഞുവെന്നാണ് എന്റെ ഓർമ്മ. അക്കാലത്ത് ഞാൻ രാജ്യത്തില്ലായിരുന്നു.

ഭരണവർഗ്ഗത്തിന് ഒട്ടും അഭിമതനല്ലായിരുന്നു, തനിക്ക് തോന്നിയത് വെട്ടിത്തുറന്നു പറയാൻ ഒരിക്കലും മടിച്ചിട്ടില്ലാത്ത ഈ സാംസ്കാരിക നായകൻ. എന്നിട്ടും കേന്ദ്രത്തിലെ പഴയ കാര്യസ്ഥന്മാർ മൂപ്പർക്ക് പത്മ വിഭൂഷൺ നല്കി. കേന്ദ്ര സാഹിത്യ അക്കാദമി എന്ന ഏർപ്പാടിന്റെ പ്രസിഡന്റാക്കി. ഈ സോപ്പിടലൊന്നും അനന്തമൂർത്തിയെ സുഖിപ്പിച്ചില്ല. വിലയ്ക്കു വാങ്ങാൻ പറ്റാത്ത ഈ കന്നഡിഗൻ എസ്റ്റാബ്ലിഷ്മെന്റിനെതിരായ റാമസായകങ്ങളുടെ ആവനാഴി മരണംവരെ കൊണ്ടുനടന്നു. ഉന്നം പിഴയ്ക്കാതെ അവയെടുത്ത് ഉപയോഗിക്കുകയും ചെയ്തു.

എന്തായിരുന്നു യൂ ആറിന്റെ രാഷ്ട്രീയം? സമത്വവാദിയും ജനകീയനുമായ അദ്ദേഹം ഇഷ്ടപ്പെട്ടത് ഇടതു ചേർന്നു നടക്കാനാണ്. പോരാട്ടങ്ങളിൽ പങ്കുചേരാനാണ്. പക്ഷേ, ഒരു കൊടിയുടെയും തണലത്തു നില്ക്കാൻ എല്ലാ പ്രശ്നങ്ങളിലും സ്വന്തമായ കാഴ്ചപ്പാട് നിലനിർത്തണമെന്നു നിർബ്ബന്ധമുള്ളതുകൊണ്ടാവാം, ഈ കലാപകാരി തയ്യാറായില്ല.

വർഗ്ഗീയ ഫാസിസം നാമറിയാതെ നമ്മെ വിഴുങ്ങിക്കൊണ്ടിരിക്കുന്നു എന്ന മുന്നറിയിപ്പ് അതിശക്തമായ ഭാഷയിൽ പലതവണ ഉണ്ടായത് അനന്തമൂർത്തിയുടെ നാവിൽനിന്നും പേനയിൽനിന്നുമാണെന്ന് മറക്കരുത്. 'A Political Statement of Protest' – പ്രതിഷേധത്തിന്റെ രാഷ്ട്രീയ പ്രസ്താവം – എന്ന നിലയ്ക്കാണ് അദ്ദേഹം ലോകസഭയിലേക്ക് മത്സരിക്കാൻ ഒരുങ്ങിയത്. തോൽവി സുനിശ്ചിതമാണെന്നു അറിയാമായിരുന്നു. അദ്ദേഹം പറഞ്ഞു: "My Prime ideological objective in opting to contest the election was to fight the BJP." (തെരഞ്ഞെടുപ്പിൽ മത്സരിക്കാൻ ഞാൻ തയ്യാറായതിന്റെ പ്രത്യയശാസ്ത്രപരമായ ഉദ്ദേശ്യം, ബി ജെ പിക്കെതിരായി പൊരുതുക എന്നതായിരുന്നു). ദേവഗൗഡ നയിക്കുന്ന ജനതാദൾ സെക്കുലർ എന്ന കക്ഷി ഭാരതീയ ജനതാപാർട്ടിയുമായി അധികാരം പങ്കിടുന്നതിനു ചില നീക്കുപോക്കുകളുണ്ടാക്കിയപ്പോൾ അനന്തമൂർത്തി ഇങ്ങനെ പ്രതികരിച്ചു: "I will never forgive my friends in the Janata Dal for joining hands with the BJP." (ബി ജെ പിയുമായി കൈകോർത്തതിനു ജനതാദളിലെ എന്റെ സ്നേഹിതന്മാർക്ക് ഞാനൊരിക്കലും മാപ്പു കൊടുക്കുകയില്ല.) അവിടേയും നിന്നില്ല അദ്ദേഹത്തിന്റെ ഫാസിസ്റ്റ് വിരുദ്ധരോഷം. നരേന്ദ്രമോദി ഇന്ത്യയുടെ പ്രധാനമന്ത്രിയാവുന്ന അവസ്ഥ വന്നാൽ താൻ രാജ്യം വിട്ടുപോകുമെന്ന് അനന്തമൂർത്തി പ്രസ്താവിച്ചത് നിങ്ങൾ ഓർക്കുന്നുണ്ടാവും. ഒരു സാഹിത്യകാരന്റെ വികാരവിക്ഷോഭമായിരുന്നു അത്. മോദി ദില്ലി ദർബാറിലെത്തി. തന്റേത് ഒരു വികാരപ്രകടനമായിരുന്നുവെന്നും താൻ രാജ്യം വിട്ടുപോകുന്ന

പ്രശ്നമില്ലെന്നും അനന്തമൂർത്തി വിശദീകരിച്ചു. മംഗളൂരുവിൽ പ്രവർത്തിക്കുന്ന നമോ (NAMO) എന്ന സംഘം അദ്ദേഹത്തിനു പാകിസ്ഥാനിലേക്കുള്ള വിമാന ടിക്കറ്റ് അയച്ചുകൊടുത്തതും കൗതുകവാർത്തയായി.

അതിസമൃദ്ധവും സമ്പന്നവുമത്രെ ഈ കന്നഡ എഴുത്തുകാരന്റെ രചനാലോകം. നോവലുകൾ അഞ്ച്: *സംസ്കാര, ഭാരതീപുര, അവസ്ഥ, ഭാവ, ദിവ്യ*. ചെറുകഥ കലക്ഷൻ എട്ട്: *മൗനി, പ്രശ്ന, ഘടശ്രാദ്ധ, ആകാശമട്ടു ബേക്കു.*

ഒരു നാടകവും മൂർത്തി സാഹിതീയത്തിലുണ്ട്. *ആവഹനം*. കന്നഡയിൽ ഉന്നത ശീർഷരായി നില്ക്കുന്ന കവികളുടെ കൂട്ടത്തിൽ അനന്തമൂർത്തിയുമുണ്ട്. മൂന്നു കാവ്യസമ്പുടങ്ങൾ അദ്ദേഹത്തിന്റേതായുണ്ട്.

ഒന്നാംകിട സാഹിത്യനിരൂപകനും സാഹിത്യസിദ്ധാന്തകാരനുമായിരുന്ന അനന്തമൂർത്തി എട്ടു പ്രമാണപാഠങ്ങൾ രചിച്ചു.

ചില ചലച്ചിത്രങ്ങൾക്ക് തിരക്കഥയും സംഭാഷണവും അദ്ദേഹം രചിച്ചിട്ടുണ്ട്. *ബാര, മൗനി, ദീക്ഷ* എന്നീ സ്വന്തം കൃതികളുടെ ചലച്ചിത്രാവിഷ്കാരത്തിലാണ് അദ്ദേഹം പങ്കുചേർന്നത്. പട്ടാഭിരാമയ്യ സംവിധാനം ചെയ്ത *സംസ്കാര*യുടെ സ്ക്രീൻപ്ലേ തയ്യാറാക്കിയത് അനന്തമൂർത്തിയല്ല, അദ്ദേഹത്തിന്റെ സുഹൃത്തും പ്രഖ്യാത കന്നഡ കഥാകൃത്തുമായ പി ലങ്കേഷ് ആണ്.

അനന്തമൂർത്തിക്കു ഗോളാന്തര പ്രശസ്തി സമ്മാനിച്ച ക്ലാസിക്കാണ് *സംസ്കാര* എന്ന അപൂർവ്വസാഹിത്യസൃഷ്ടി. 1965 ൽ ഇംഗ്ലീഷിൽ വിവർത്തനം ചെയ്യപ്പെട്ട ഈ നോവലിന് ഹിന്ദി, ബംഗാളി, തമിഴ്, ഉറുദു, മലയാളം, ഗുജറാത്തി എന്നീ ഭാരതീയ ഭാഷകളിലും റഷ്യൻ, ഫ്രഞ്ച്, ഹങ്കേറിയൻ, ജർമ്മൻ, സ്വീഡിഷ് എന്നീ യൂറോപ്യൻ ഭാഷകളിലും മൊഴിമാറ്റം നടന്നു. *ഭാരതീപുര* എന്ന നോവലും വിപുലമായി ഭാഷാന്തരം ചെയ്യപ്പെട്ടു.

സംസ്കാര ഒരു തീപ്പാറമാകുന്നു. ഒരു കലാപ നോവൽ. മാധ്വാബ്രാഹ്മണസമൂഹത്തിന്റെ പൂർവ്വാചാര നിരതമായ ചട്ടവട്ടങ്ങളുടെ നീതിരാഹിത്യം, അർത്ഥശൂന്യമായ അനുഷ്ഠാനങ്ങളുടെ, ആഭാസമായിത്തീർന്ന കീഴ്വഴക്കങ്ങളുടെ ജീർണ്ണത, ജാതിവ്യവസ്ഥയുടെ നിഷ്ഠുരത. ഇതൊക്കെ തുറന്നു കാട്ടുകയും ഇവയ്ക്കെതിരായ പ്രബുദ്ധചിന്തയുടെ കലാപബോധത്തിന്റെ പ്രസക്തിക്ക് കട്ടിയുള്ള അടിവരയിടുകയുമാണ് അനന്തമൂർത്തി ചെയ്യുന്നത്. എഴുതിയ കാലത്ത് *സംസ്കാര* പ്രതിഷേധവിസ്ഫോടനമായിത്തന്നെയാണ് അലംഭാവങ്ങളിൽ മയങ്ങിക്കിടന്നിരുന്ന സമൂഹത്തിന് അനുഭവപ്പെട്ടത്. ഒരു ഞെട്ടിയുണർച്ച കർണ്ണാടകത്തിലുണ്ടായി. പാരമ്പര്യവാദികൾ കലിതുള്ളി. എഴുത്തുകാരുടെ പുതിയ തലമുറയെ ഈ പുസ്തകം കോരിത്തരിപ്പിച്ചു. അവർക്ക് ഈ കൃതി വലിയ പ്രചോദനവും വഴികാട്ടിയുമായി.

ദുർവ്വാസപുര എന്ന ഷിമോഗാ ഗ്രാമത്തിലെ വേദാചാര്യനും സദാചാര ഗുരുനാഥനും ആത്മീയ നേതാവുമായി ആദരപൂർവ്വം അംഗീകരിക്ക

പ്പെടുന്ന പ്രാണേശാചാര്യ അഭിമുഖീകരിക്കുന്ന ധർമ്മാധർമ്മ സമസ്യകളാണ് നോവലിന്റെ കാതൽ. അഗ്രഹാരത്തിന്റെ, പൗരോഹിത്യത്തിന്റെ എല്ലാ കല്പനകളേയും പരസ്യമായി ലംഘിച്ചുകൊണ്ട് തനിക്കു തോന്നിയതുപോലെ കുടിച്ചും മദിച്ചും ചന്ദ്രി എന്നൊരു കീഴ്ജാതിക്കാരി വേശ്യക്കൊപ്പം കഴിഞ്ഞുവന്ന നാരാണപ്പ എന്ന തോന്ന്യാസി, അയിത്തശുദ്ധങ്ങളാചരിച്ചു കുളിയും തേവാരവും നാമജപവും സന്ധ്യാവന്ദനവുമായി ജീവിക്കുന്ന പൂണൂൽക്കാർക്ക് തലവേദനയും നാണക്കേടുമായിരുന്നു. അയാൾ പ്ലേഗെന്നു സംശയിക്കപ്പെടുന്ന ഒരു കടും പനിപിടിച്ചു മരിച്ചപ്പോൾ അയാളുടെ ജഡം ഒരു പ്രശ്നമാവുകയാണ്. അയാളെ ആര് ദഹിപ്പിക്കും? എവിടെ ദഹിപ്പിക്കും? ശവം തൊടാൻ ശുദ്ധബ്രാഹ്മണർ തയ്യാറല്ല. അയാൾ പതിതനാണ്. കുലംകുത്തിയാണ് (apostate). ജഡം ചന്ദ്രിയുടെ കുടിലിൽ സംസ്കാരം കാത്തുകിടക്കുമ്പോൾ ഈ സമസ്യക്ക് ഒരുത്തരം വേദഗ്രന്ഥങ്ങളിൽ കാണാതെ പ്രാണേശാചാര്യ കുഴങ്ങുന്നു. ഒരു ബ്രാഹ്മണന്റെ ശവം ചീഞ്ഞുനാറാൻ അനുവദിക്കുന്നത് പാപമാണ്. മ്ലേച്ഛജീവിതം നയിച്ച നാരാണപ്പയുടെ ശവം തൊടുന്നതും പാപമാവില്ലേ. ആചാര്യന്റെ ഉറക്കം നഷ്ടപ്പെടുന്നു. അയാൾ കാട്ടിലുള്ള അമ്പലത്തിലിരുന്ന് ദീർഘസമയം ധ്യാനിക്കുന്നു. എന്നിട്ടും കിട്ടുന്നില്ല ഉത്തരം. അതിനിടയ്ക്ക് അറിയാതെ മനഃപൂർവ്വമല്ലാതെ പണ്ഡിതനും ചന്തക്കാരിയായ ചന്ദ്രിയുമായി ശരീരവേഴ്ചയും സംഭവിക്കുന്നു. അത് പ്രകൃതിയുടെ പ്രേരണയാണ്. പക്ഷേ നഷ്ടപ്പെടുന്നത് പൂജാരിയുടെ അന്നോളം കാത്തുസൂക്ഷിച്ച ബ്രഹ്മചര്യമാകുന്നു. കുറ്റബോധം മൂലം പ്രാണേശാചാര്യ നാടുവിടുന്നു. അമ്പലങ്ങളിലും മഠങ്ങളിലും അലയുന്നു. അതിനിടയ്ക്ക് ചന്ദ്രി ഒരു മുസ്ലീമിന്റെ സഹായത്തോടെ തന്റെ കാമുകന്റെ ജഡം സംസ്കരിക്കുന്നുമുണ്ട്. തിരിച്ചെത്തുന്ന പ്രാണേശാചാര്യയെ കാത്തിരിക്കുന്നത് ആളുകൾ മഹാമാരി കൊണ്ടു ചത്തൊടുങ്ങുന്ന അഗ്രഹാരമത്രെ. ഓർത്തഡോക്സിയുടെ – പഴഞ്ചത്വത്തിന്റെ – സംസ്കാരം അങ്ങനെ സംഭവിക്കുന്നു.

ഈ നോവലിന്റെ അതികുശലമായ സെല്ലുലോയ്ഡ് ആവിഷ്കാരം പിന്നീടു നടന്നു – 1970 ൽ. ഇതിന്റെ തിരക്കഥ തയ്യാറാക്കിയതും പ്രാണേശാചാര്യയുടെ റോൾ അവിസ്മരണീയമാക്കിയതും സുപ്രസിദ്ധ നാടകകൃത്തായ ഗിരീഷ് കർണാടായിരുന്നു. രാജീവ് താരാനാഥിന്റേതായിരുന്നു സംഗീതം. *സംസ്കാര*യുടെ ഇംഗ്ലീഷ് വിവർത്തനം വളരെ ഭംഗിയായി നിർവ്വഹിച്ചത് പ്രശസ്തകവി എ കെ രാമാനുജൻ ആണ്.

വാസ്തവത്തിൽ *സംസ്കാര*യെ അതിശയിക്കുന്ന ആഖ്യായികയാണ് അനന്തമൂർത്തിയുടെ *ഭാരതിപുര*. സുശീല പുനിതയുടെ ആംഗലവിവർത്തനമാണ് ഞാൻ വായിച്ചത്. ഉഗ്രൻ പരിഭാഷ. പി ശ്രീനിവാസ റാവു നിർവ്വഹിച്ച മറ്റൊരു മൊഴിമാറ്റവും കണ്ടിട്ടുണ്ട്.

സാരഭൂതമായ (Quintessential) അനന്തമൂർത്തി നോവൽ എന്ന് *ഭാരതിപുര*യെ ധൈര്യമായി വിശേഷിപ്പിക്കാം. എഴുപതുകളിലെ അസ്വസ്ഥതകൾ, ക്ഷോഭങ്ങൾ, മോഹഭംഗങ്ങൾ, അസ്തിത്വ സമസ്യകൾ – ഈ

നോവലിൽ വിഷയമാകുന്നു. തകരുന്ന ഫ്യൂഡൽ സമൂഹത്തിന്റെ ഭഗ്ന ചിത്രങ്ങളും നോവലിസ്റ്റ് സമർത്ഥമായി വരയ്ക്കുന്നു. കേന്ദ്രകഥാപാത്രം ജഗന്നാഥ എന്നൊരു ധനികനായ ദ്വിജനാണ്. ആറേഴുകൊല്ലം ഇംഗ്ലണ്ടിൽ പഠിച്ചശേഷമാണ് അയാൾ ഭാരതിപുര എന്ന സ്വന്തം ഗ്രാമത്തിൽ മടങ്ങിയെത്തുന്നത്. അയാൾക്ക് ബ്രാഹ്മണ യാഥാസ്ഥിതികത്വവുമായി, ഫ്യൂഡൽ വഴക്കങ്ങളുമായി, ജാതിജഡിലമായ സാമൂഹ്യരൂപങ്ങളുമായി പൊരുത്തപ്പെടാനും സന്ധി ചെയ്യാനും കഴിയുന്നില്ല.

ഭാവ, അവസ്ഥ എന്നീ നോവലുകളും *ഘടശ്രാദ്ധ* എന്ന കഥയും ഗുണമേന്മകൊണ്ടും പ്രമേയ സവിശേഷതകൊണ്ടും ശ്രദ്ധേയമാവുന്നു.

അനന്തമൂർത്തി നട്ടെല്ലു വളയ്ക്കാതെ തനിക്കു ശരിയെന്നു തോന്നുന്ന കാര്യങ്ങൾ എഴുതിയും പറഞ്ഞുംകൊണ്ട് മനുഷ്യന്റെ പക്ഷത്ത് ഉറച്ചുനിന്നു. വ്യക്തിയിൽനിന്ന് വളർന്ന് ഒരാശയ കാലാവസ്ഥയായി ഈ എഴുത്തുകാരൻ വികസിച്ചു. ഉദ്ബുദ്ധമായ സെക്കുലർ ദേശീയതയുടെ ജാഗ്രതയാണ് അനന്തമൂർത്തിയുടെ മരണംകൊണ്ട് നമുക്ക് നഷ്ടമാകുന്നത്.

സംസ്കാരത്തിന്റെ മൂർത്തിമദ്ഭാവങ്ങൾ

കെ പി മോഹനൻ

ദൈവം തന്റെ കനത്ത താക്കോൽക്കൂട്ടവും കിലുക്കി, നരച്ച താടി മീശകൾ തടവി ഭൂമിയിലേക്കിറങ്ങിവന്ന് ജീവിതസായാഹ്നത്തിലെത്തി നില്ക്കുന്ന എന്നോട് പറയുകയാണ്, "രേഖീയമായ കാലത്തിൽ നിനക്ക് എന്നെന്നേക്കുമായി നഷ്ടപ്പെട്ടുപോയ വർഷങ്ങളിൽ ഒന്ന് ഒരിക്കൽക്കൂടി ഞാൻ തിരിച്ചുതരാൻ പോകുകയാണ്, ഏതു വർഷം വേണം". നിസ്സംശയം ഞാൻ മറുപടി പറയും "എനിക്കെന്റെ 'മാനസ ഗംഗോത്രി' ദിനങ്ങൾ തിരിച്ചുനല്കുക." അങ്ങനെയെങ്കിൽ ദൈവാനുഗ്രഹത്താൽ കാലത്തിൽ പുനർജ്ജനിക്കാൻ പോകുന്നത് എത്ര വലിയ മനുഷ്യരാണ്, എത്ര മഹത്തായ സംഭവങ്ങളാണ്! അതിനിടയിൽ ഏറ്റവും തെളിഞ്ഞുനില്ക്കുന്ന രൂപം ഡോ. യു ആർ അനന്തമൂർത്തിയുടേതായിരിക്കും. പുരുഷസൗന്ദര്യത്തിന്റെ പ്രതിരൂപമായി ഞങ്ങൾ, വിദ്യാർത്ഥികൾ കണ്ട ഡോ. മൂർത്തിയുടെ രൂപം. അത് ഇന്നും മനസ്സിൽ മായാതെ നില്ക്കുകയാണ്. ഒപ്പം തന്നെ ആ കാലഘട്ടവും.

വ്യക്തിജീവിതത്തിൽ എനിക്ക് വളരെക്കുറച്ച് സ്വകാര്യ അഹങ്കാരങ്ങളേയുള്ളൂ – അതിലേറ്റവും പ്രധാനം എന്നെ പഠിപ്പിച്ച അദ്ധ്യാപകരാണ് – കുറേപ്പേരുണ്ട്. ഡോ. യു ആർ അനന്തമൂർത്തി അതിൽ ഒരാൾ. "ഈ, ഈ മനുഷ്യൻ എനിക്കു വഴികാട്ടിയവരിൽ ഒരാൾ" എന്ന് അഹങ്കാരത്തോടെ പറയുമ്പോൾ അദ്ദേഹം തെളിച്ചുവന്ന വഴി ഏതെന്നുകൂടി പറയാനുള്ള ബാദ്ധ്യതയുണ്ട്. അതിനുള്ള ശ്രമം മാത്രമാണീ ലേഖനം.

1969 – കോഴിക്കോട് ഗുരുവായൂരപ്പൻ കോളേജിൽനിന്ന് ശാസ്ത്രത്തിൽ ബിരുദവും തുടർന്ന് തൃശൂർ കേരളവർമ്മ കോളേജിൽനിന്ന് മലയാള ഭാഷയിലും സാഹിത്യത്തിലും ബിരുദാനന്തരബിരുദവും നേടി നില്ക്കുന്ന കാലം. 'സവ്യസാചിത്വം' എന്ന് അച്ഛൻ പറയും – സവ്യസാ

ചിയാവാൻ വിദ്യാഭ്യാസത്തിലൊരു ബിരുദം കൂടി നല്ലതാണ്. കെ പി ശങ്കരൻ മാഷ് അന്ന് മൈസൂരിലെ കേന്ദ്ര ഗവൺമെന്റ് സ്ഥാപനമായ റീജിയണൽ കോളേജ് ഓഫ് എജ്യൂക്കേഷനിൽ ഉണ്ട്. നേടിയ ശാസ്ത്രബിരുദത്തിന്റെ പിൻബലത്തിൽ ഒരു വർഷ ബി എഡ് കോഴ്സിന് അപേക്ഷിക്കാൻ തീരുമാനിച്ചു. അഡ്മിഷനും കിട്ടി. നേരംപോക്കാൻ ഒരു വർഷം എന്നു കരുതിയാണ് പോയത്. പക്ഷേ, ആ ഒരു വർഷം എന്റെ ജീവിതത്തിലെ ഏറ്റവും വലിയ വഴിത്തിരിവായി മാറി. മിസ്. അഹല്യചാരി എന്ന പ്രിൻസിപ്പലിന്റെ കീഴിൽ മികച്ച അദ്ധ്യാപകരുടെ വലിയ നിര തന്നെ അന്ന് മാനസഗംഗോത്രിയിൽ ഉണ്ടായിരുന്നു. ഇംഗ്ലീഷിൽ ഡോ. അനന്തമൂർത്തി, ഡോ. വിശ്വനാഥ്, ഡോ. ബാലഗോപാൽ വർമ്മ, മലയാളത്തിൽ കെ പി ശങ്കരൻ, സൈക്കോളജിയിൽ ഡോ. ദവെ, എജ്യൂക്കേഷനിൽ ഡോ. എം ഡി ദേവദാസൻ, ഫാദർ ഈപ്പൻ, ശാസ്ത്രവിഷയങ്ങളിൽ ഡബ്ല്യു എ എഫ് ഹോപ്പർ, ഡോ. റാവു തുടങ്ങിയവർ – അങ്ങനെ പ്രഗത്ഭരായ അദ്ധ്യാപകരുടെ വലിയ നിര. കാലത്ത് എട്ടുമണി മുതൽ രാത്രി എട്ടുമണിവരെ തുറന്നിരിക്കുന്ന ലൈബ്രറി, സന്ധ്യയുടെ നേർത്ത മൈസൂർ തണുപ്പിൽ ഒരു സ്വെറ്ററോ ഷാളോ പുതച്ച് വിശാലമായ ക്യാമ്പസ് റോഡുകളിൽ ആൺകുട്ടികളും പെൺകുട്ടികളും ഭേദഭാവമില്ലാതെ നടന്ന് ആകാശത്തിനു കീഴിലുള്ള എന്തിനെക്കുറിച്ചും ചർച്ച ചെയ്തിരുന്ന ദിവസങ്ങൾ – സംസാരിക്കാൻ ഇഷ്ടംപോലെ വിഷയങ്ങൾ, അനുദിനം വികസ്വരമായിക്കൊണ്ടിരുന്ന ദക്ഷിണേന്ത്യൻ ഭാഷകളിലെ സാഹിത്യങ്ങൾ, അസ്തിത്വവാദത്തിന്റെ അകമ്പടിയോടെ വന്നെത്തുന്ന ആധുനികത, രാഷ്ട്രീയത്തിൽ നക്സലൈറ്റ് വിപ്ലവ വസന്തത്തിന്റെ നേർത്ത ഇടിമുഴക്കങ്ങൾ, തൊട്ടടുത്ത സി എഫ് ടി ആർ ഐ (സെൻട്രൽ ഫുഡ് ടെക്നോളജിക്കൽ – റിസർച്ച് ഇൻസ്റ്റിറ്റ്യൂട്ട്) ക്യാമ്പസിൽ സൗജന്യമായി നല്കപ്പെട്ടിരുന്ന അഭിജാത ആം ചെയർ മാർക്സിസ്റ്റ് പാഠങ്ങൾ, ബാങ്ക് ദേശസാല്ക്കരണം, ആംസ്ട്രോങ്ങിന്റെ ചന്ദ്രയാത്ര അങ്ങനെ ഒരു പാട് കാര്യങ്ങൾ– വളരെ വേഗത്തിൽ ലോകത്തിന്റെ മുഖച്ഛായ മാറുന്നു എന്ന തോന്നൽ. ഇതിൽ ഓരോ രംഗത്തും മാർഗ്ഗദർശികളായി ഡോ. മൂർത്തിയെപ്പോലെയും ഡോ. ആനന്ദിനെപ്പോലെയും ഉള്ള അദ്ധ്യാപകർ. മാനസഗംഗോത്രിയിലേക്ക് ഒരു വലിയ ലോകം ഒഴുകിയെത്തുകയായിരുന്നു.

ഡോ. അനന്തമൂർത്തി അന്ന് ഇംഗ്ലണ്ടിൽ ബർമിങ്ഹാം യൂണിവേഴ്സിറ്റിയിൽനിന്ന് ഗവേഷണബിരുദം നേടി തിരിച്ചെത്തിയ കാലമാണ്. ഗോപാലകൃഷ്ണ അഡിഗയുടെ കവിതക്കളരിയിലൂടെ കർണ്ണാടക സാഹിത്യത്തിലേക്ക് കാൽവെച്ച് *സംസ്കാര*യിലൂടെ വളർന്നുനില്ക്കുന്ന ആളാണ്. ക്ലാസ് മുറിയിലേതിനേക്കാൾ കാഫറ്റീരിയയിൽ ഒരു "ബൈടു മാൾട്ടി"നോടൊപ്പം കുട്ടികളോടു സല്ലപിച്ചിരിക്കുന്ന ആളാണ് (മാൾട്ട് എന്ന ഹോർലിക്സ് പോലത്തെ നാടൻ പാനീയം – ഒരു കപ്പു വേണ്ടെ

ങ്കിൽ പകുതിയായും കിട്ടും – അതാണ് "ബൈടു"). ഒരു ബോളിവുഡ് താരത്തിന്റെ സൗന്ദര്യമുള്ള ആകർഷണ കേന്ദ്രമാണ്. ഈ കൂട്ടത്തിലൊന്നും പക്ഷേ ഞാനില്ല. എന്നാൽ ഡോ. മൂർത്തിയുടെ ശ്രദ്ധയിൽ പെടാനിടയായ ഒരു സംഭവമുണ്ടായി. ഫിലസോഫിക്കൽ ആൻഡ് സോഷ്യോളജിക്കൽ ഫൗണ്ടേഷൻസ് ഓഫ് എജ്യൂക്കേഷൻ (വിദ്യാഭ്യാസത്തിന്റെ ദാർശനികവും സാമൂഹ്യശാസ്ത്രപരവുമായ ഭൂമികകൾ) എന്ന വിഷയത്തിൽ ഒരു സെമിനാർ നടന്നു. സെമിനാറിന്റെ മുഖ്യവിഷയം 'മൂല്യങ്ങൾ' എന്നതായിരുന്നു. വാല്യൂസ് അഥവാ മൂല്യങ്ങൾ, അവയുടെ സാന്ദർഭികമായ ചട്ടക്കൂടുകൾ (ഫ്രെയിം ഓഫ് കോൺടെക്സ്റ്റ്), മൂല്യസംഘർഷങ്ങൾ, മൂല്യങ്ങളുടെ ആപേക്ഷിക ഭാവങ്ങൾ എന്നിവയെക്കുറിച്ചൊക്കെ ആമുഖമായി പ്രിൻസിപ്പൽ മിസ്. ചാരി സംസാരിച്ചു. ഒന്നരമണിക്കൂറിലധികം നീണ്ടുനിന്ന ആ ക്ലാസ് എന്തൊരനുഭവമായിരുന്നു എന്ന് ഇപ്പോഴും ഓർക്കുകയാണ്. 'ടീം ടീച്ചിങ്' എന്ന പുതിയ ഒരു രീതിയായിരുന്നു. ഒന്നിലധികം അദ്ധ്യാപകർ ഒന്നിച്ചുനില്ക്കുന്ന ഒരു ക്ലാസ് മുറി. മിസ്. ചാരിയോടൊപ്പമുണ്ടായിരുന്നത് ഡോ. മൂർത്തിയായിരുന്നു. *സംസ്കാര* എന്ന തന്റെ നോവലിന്റെയും അന്നത്തെ കന്നഡ പുതുസാഹിത്യത്തിന്റെയും പശ്ചാത്തലത്തിലാണ് അദ്ദേഹം അന്ന് ഈ വിഷയത്തെക്കുറിച്ച് സംസാരിച്ചത്. കഴിഞ്ഞുള്ള സംവാദത്തിൽ ഗാന്ധിജി അനുഭവിച്ചിരുന്ന മൂല്യസംഘർഷങ്ങളെക്കുറിച്ച് ഞാൻ ചില സംശയങ്ങൾ ഉന്നയിച്ചു. ഡോ. അനന്തമൂർത്തി ആ ചോദ്യങ്ങൾ ഇഷ്ടപ്പെട്ടുവെന്ന് തോന്നി. എന്റെ പ്രാകൃതമായ ഇംഗ്ലീഷിൽ, അപക്വമായ അറിവിന്റെ വെളിച്ചത്തിൽ ഉന്നയിച്ച ആ ചോദ്യം പക്ഷേ, ആ വലിയ മനുഷ്യനിലേക്ക് ഒരു വഴി തുറന്നു എന്ന് ഞാൻ അഭിമാനത്തോടെ ഓർക്കുന്നു. മൂർത്തിയുടെ ചെറിയ കാഫറ്റീരിയ സംവാദ സദസ്സുകളിൽ അങ്ങനെ ചെറിയ കസേര എനിക്കും വീണുകിട്ടി. *സംസ്കാര*യുടെ ബഹുസ്വരതകളിലേക്കുള്ള ഒരു വഴിതുറക്കൽ കൂടിയായിരുന്നു അത്. മറ്റൊരു സന്ദർഭം കൂടി ഓർക്കുന്നു. ഡോ. മൂർത്തി മരിച്ചതിന്റെ പിറ്റേന്ന് *മാതൃഭൂമി*യിൽ കെ പി ശങ്കരൻ എഴുതിയ ലേഖനത്തിൽ അതിന്റെ സൂചനയുണ്ട്. റീജിയണൽ കോളേജ് ഓഫ് എജ്യൂക്കേഷൻ ക്യാമ്പസിൽ ഒരു മോഡൽ സ്കൂളുണ്ട്. പെഡഗോഗി വിദ്യാർത്ഥികൾക്കു വേണ്ടി വളർത്തുന്ന ഗിനിപ്പന്നികളാണ് അവിടത്തെ കുട്ടികൾ എന്നു പറയാം. അദ്ധ്യാപക വിദ്യാർത്ഥികളെക്കാൾ കൂടുതൽ മെത്തഡോളജിയും മനഃശാസ്ത്രവും മോഡൽ സ്കൂളിലെ കുട്ടികൾക്കറിയാം. അവർക്കുവേണ്ടി ഡോ. മൂർത്തി ഒരു മാതൃകാ ക്ലാസെടുത്തു. വേർഡ്സ്വർത്തിന്റെ *സോളിറ്ററി റീപ്പർ* എന്ന കവിതയാണ് പഠിപ്പിച്ചത്. കവിത രണ്ടോ മൂന്നോ ആവർത്തി ഭംഗിയായി വായിച്ചുകേൾപ്പിച്ചു. അതിനുശേഷം ആ കവിതയിലെ കേന്ദ്രഭാവം, കേന്ദ്രപദം ഏത് എന്നന്വേഷിച്ചു. സംശയമേയുണ്ടായില്ല. കുട്ടികൾ ഒന്നിച്ച് ഉത്തരം പറഞ്ഞു 'മെലങ്കിളി'. 'The Malancholy Strain' എന്ന വാക്കുണ്ടല്ലോ. തുടർന്ന്

ഏകാകിനിയായ കൊയ്ത്തുകാരിയുടെ സ്വകാര്യ ദുഃഖങ്ങളുടെ ഒരു വൈകാരികലോകം അനാവൃതമായി, ഇംഗ്ലണ്ടിലെ ഒരു ഫ്യൂഡൽ കാല ഘട്ടത്തിന്റെ പശ്ചാത്തലം ഉണരുകയായി – മനുഷ്യന്റെ ആധിഭൗതികങ്ങൾക്കപ്പുറം ആധിആത്മികങ്ങളുടെ ഒരു ലോകം അനാവരണം ചെയ്യപ്പെടുകയുണ്ടായ – കവിത പഠിപ്പിക്കേണ്ടതെങ്ങനെ എന്ന വലിയ ഒരു ഉൾക്കാഴ്ച സൃഷ്ടിക്കപ്പെടുകയായി. എന്തും ചോദിക്കാനുള്ള സ്വാതന്ത്ര്യം ഉണ്ടായിരുന്നതുകൊണ്ട് ചിലർ ചോദിച്ചു. ഈ കുട്ടികളെ വെച്ച് ഇതൊക്കെ ചെയ്യാം – എന്നാൽ ഒരു സാധാരണ ഗ്രാമത്തിലെ കർണ്ണാടകമോ മലയാളമോ മാത്രമറിയാവുന്ന ഒരു കുട്ടിയുടെ കാര്യത്തിലോ? ഡോ. മൂർത്തി അതൊരു വെല്ലുവിളിയായി ഏറ്റെടുത്തു. അടുത്ത ഒരു ദിവസം കോളേജ് ബസ്സിൽ ഞങ്ങൾ കുറെ കുട്ടികളെ കൂട്ടി ഉള്ളോട്ടുള്ള ഒരു കന്നഡ മീഡിയം സ്കൂളിലെത്തി. തനി നാടൻസ്കൂൾ. അന്നദ്ദേഹം പഠിപ്പിച്ചത് “How much, How many” എന്ന ഒരു ഡ്രില്ലിങ് അഭ്യാസമായിരുന്നു. തുടക്കത്തിലേ പറഞ്ഞു ഇവിടെ കന്നഡയില്ലാതെ കാര്യം നടക്കില്ല. “നനഗെ സ്വല്പ ദുഡ്ഡു ബേക്കു” “നിമഗെ ഹെഷ്ടു ദുഡ്ഡു ബേക്കു” എന്ന് ചെറിയ രീതിയിൽ തുടങ്ങി ഇംഗ്ലീഷിലേക്കെത്തുന്ന ആ കാഴ്ച വിസ്മയകരമായ അനുഭവമായിരുന്നു. ശിവമൊഗ്ഗയിൽനിന്ന് ബർമിങ്ഹാമിലേക്കുള്ള ഒരു യാത്ര.

2

ശിവമൊഗ്ഗയിൽനിന്ന് ബർമിങ് ഹാമിലേക്ക് എന്ന ആശയം ഒരല്പം കൂടി വിശദീകരിക്കേണ്ടതുണ്ട്. മൂല്യസംഘർഷത്തെയും കന്നഡസ്വത്വത്തെയും സംബന്ധിച്ച കാര്യങ്ങൾ എടുത്തുപറഞ്ഞതും അതിനുവേണ്ടിയാണ്.

“സംഭാരം സൂക്ഷിക്കുന്നിടത്തു കൂറ, കലവറയിൽ പെരുച്ചാഴി, നടുത്തളത്തിൽ അയക്കോലിനു മുകളിൽ ശുദ്ധവസ്ത്രം, കോലായപ്പുറത്തു പായയിൽ ഉണങ്ങാൻ പരത്തിയ പപ്പടം, കൊണ്ടാട്ടം, കൊണ്ടാട്ടമുളക്, മുറ്റത്തു തുളസി” – ഇങ്ങനെ *സംസ്കാര*യിൽ പറയുന്ന അഗ്രഹാരാന്തരീക്ഷത്തിലാണ് ദുർവ്വാസപ്പുരഃ അഗ്രഹാരത്തിൽ ഉഡുപ്പി രാജഗോപാലാചാര്യ അനന്തമൂർത്തി ജനിച്ചു വളർന്നത്. അതോ ഇതോ ശരി എന്ന് ജീവിതത്തിലെ വികല്പങ്ങൾ എപ്പോഴും മുന്നിൽ ചോദ്യച്ചിഹ്നങ്ങൾ ഉയർത്തി. വിദ്യാഭ്യാസകാലത്ത് രാഷ്ട്രീയമായി എത്തിപ്പെട്ടത് സോഷ്യലിസ്റ്റ് പാർട്ടിയിലാണ്. രാംമനോഹർ ലോഹ്യയുടെയും ജയപ്രകാശ് നാരായണന്റെയും ചിന്താഗതികളിൽ. അതൊരുകണക്കിന് നന്നായി. പ്രശ്നങ്ങളെ ഒന്നിനൊന്നു സമവാക്യങ്ങളായി, കറുപ്പും വെളുപ്പുമായി അർത്ഥശങ്കയ്ക്കിടയില്ലാത്തവിധം നിർദ്ധാരണം ചെയ്യുന്നതിനുപകരം വികല്പങ്ങളുടെ സാദ്ധ്യത പരമാവധി പ്രയോജനപ്പെടുത്തുന്ന ഒരു വീക്ഷണം വീണ്ടെടുക്കാൻ സോഷ്യലിസ്റ്റ് ആശയഗതികളിലേക്കുള്ള ചായ്‌വ് അദ്ദേ

ഹത്തെ പ്രേരിപ്പിച്ചിട്ടുണ്ടാകണം. ബഹുസ്വരതകളുടെ ലോകത്തെ പക്ഷ പാതങ്ങളെക്കുറിച്ച് ഡോ. മൂർത്തിക്ക് സംശയങ്ങളുണ്ടായിരുന്നു എന്നാണ് ഞാൻ വിചാരിക്കുന്നത്. തന്റെ രചനകളിൽ ആർക്കും അഭിപ്രായങ്ങൾ സ്വരൂപിക്കാൻ സ്വാതന്ത്ര്യം നല്കുന്ന വിവൃതഘടന അനന്തമൂർത്തി സ്വീകരിക്കുന്നത് അക്കാരണത്താലാണ്. താൻ അടിപ്പടയിട്ട സർവ്വകലാ ശാലയിൽ സ്കൂൾ ഓഫ് ലെറ്റേഴ്സും സ്കൂൾ ഓഫ് സോഷ്യൽ സയൻസുമൊക്കെ മതി എന്ന് തീരുമാനിക്കുന്നത് വികല്പങ്ങൾക്ക് പുല രാൻ പറ്റുന്ന ഒരു ലോകം വേണം എന്ന കാഴ്ചപ്പാടിന്റെ അടിസ്ഥാന ത്തിലാണ്. അത് മൂല്യങ്ങളുടെ ആപേക്ഷികതകളെയും സംഘർഷങ്ങ ളെയും അംഗീകരിക്കുന്ന കാഴ്ചപ്പാടാണ്. *സംസ്കാര*യിൽ നാരാണപ്പൻ ബ്രാഹ്മണ്യത്തെ കൈവിട്ടാലും, ബ്രാഹ്മണ്യത്തിന് നാരാണപ്പനെ കൈവി ടാൻ കഴിയാത്ത വിഷമാവസ്ഥ സൃഷ്ടിക്കുന്ന ഒരു ഫലിതം ഉണ്ട്. പ്രാണേശാചാര്യരുടെ ആത്മജ്ഞാനമോ, നാരാണപ്പന്റെ ലൗകിക ജ്ഞാനമോ വലുത് എന്ന ഉത്തരം കിട്ടാത്ത ഒരു ചോദ്യം ഉണ്ട്. പ്രാണേ ശാചാര്യരെ അദ്ദേഹത്തിന്റെ സവർണ്ണ ഉദാത്ത മൂല്യബോധങ്ങളിൽനിന്ന് പിടിച്ചിറക്കി, ഞായപുട്ടനായ മാലേരുപുട്ടന്റെ കൂടെ ഉത്സവപ്പറമ്പുകളി ലൂടെ, നാടൻ കാർണിവെലുകളിലൂടെ, നാടൻ വേശ്യാത്തെരുവിലൂടെ അനന്തമൂർത്തി നടത്തിക്കുന്നുണ്ട്. ഒടുവിൽ പഴയ സ്വത്വബോധങ്ങളി ലേക്ക് ഒരാൾക്കുമാത്രം ഇടം ബാക്കിയുള്ള പഴയ വണ്ടിയിൽ തിരിച്ചു പറഞ്ഞയയ്ക്കുന്നുമുണ്ട്. സ്വത്വബോധങ്ങളെ കുടഞ്ഞുകളയാൻ കഴി യുമോ? അതോ സ്വത്വബോധങ്ങളുടെ വളക്കൂറുള്ള മണ്ണിൽ വേരുകൾ പടർത്താൻകഴിയുമോ? അതായിരുന്നു തന്റെ ചിന്തകളിലൂടെ അനന്ത മൂർത്തി അവശേഷിപ്പിച്ചുപോയ ചോദ്യം.

> ആകാശത്തു നക്ഷത്രങ്ങൾ, നേരിയ ചന്ദ്രൻ, കണ്ണിനുനേരെ തെളി ഞ്ഞ സപ്തർഷി മണ്ഡലം, പെട്ടെന്ന് ചെണ്ടയുടെ ശബ്ദം, അങ്ങിങ്ങ് ജ്വലിക്കുന്ന ഓരോ തീക്കൊള്ളി, കേറ്റം കേറുന്ന കാളയുടെ കിത പ്പ്, കഴുത്തിലെ മണി, നാലഞ്ചു മണിക്കൂർ നേരത്തെ യാത്ര. എന്നിട്ട്, പ്രാണേശാചാര്യർ പ്രതീക്ഷയോടെ, ആതങ്കത്തോടെ കാത്തു

സംസ്കാര ഇങ്ങനെ അവസാനിക്കുന്നു. എന്നിട്ട് എന്ന ചോദ്യം എപ്പോഴും ബാക്കിനില്ക്കുന്നു. വികല്പങ്ങളെ അംഗീകരിക്കുന്ന വലിയ മനസ്സിനേ അത്തരം ഒരു ചോദ്യത്തിൽ കാര്യങ്ങൾ അവസാനിപ്പിക്കാൻ കഴിയൂ.

3

മാനസഗംഗോത്രി വിട്ടതിനുശേഷം ഡോ. അനന്തമൂർത്തിയെ നേരിൽ കണ്ടതേയില്ല. അവസരങ്ങൾ ഒരുപാട് ഉണ്ടായിട്ടും പറഞ്ഞ് പരിചയം പുതുക്കാൻ മടിയായിരുന്നു. പക്ഷേ, എപ്പോഴും അദ്ദേഹം കൂടെയുണ്ടാ

യിരുന്നു. മോദി ഭരിക്കുന്ന ഇന്ത്യയിൽ എനിക്കു ജീവിക്കണമെന്നില്ല എന്ന വലിയ വാക്യത്തിലാണ് ഡോ. മൂർത്തി തന്റെ ജീവിതം അവസാനിപ്പിച്ചത്. അദ്ദേഹത്തിന്റെ മരണത്തിൽ സംഘപരിവാർ ശക്തികൾ ആഹ്ലാദിച്ച് ആർപ്പുവിളിച്ചതിൽ അത്ഭുതമില്ല. വികല്പങ്ങളെയും വൈവിദ്ധ്യങ്ങളെയും അംഗീകരിക്കാൻ അവർക്കാവില്ലല്ലോ. വികല്പങ്ങളിൽ ഉറച്ച നിലപാടെടുക്കാനും വികല്പങ്ങളെ അംഗീകരിക്കാനും "കാറ്റഗോറിക്കൽ" എന്നത് ഏറക്കുറെ ഒരു ശൂന്യപദമാണെന്ന് തിരിച്ചറിയാനും സഹായിച്ച ഒരു ഗുരുനാഥന് പ്രണാമങ്ങൾ അർപ്പിക്കാൻ മാത്രം ഇത്രയും.

ആത്മവിമർശനസന്നദ്ധനായ ഒളിപ്പോരാളി

രാജൻ ഗുരുക്കൾ

നവോത്ഥാനമൂല്യങ്ങളുടെ തികവും സർഗ്ഗാത്മകപ്രതിഭയും വിമർശാവബോധവും ഇഴപിരിയാത്ത ഒരേകകമായി അവസാനംവരെ തിളങ്ങിനിന്ന ഒരപൂർവ്വ വ്യക്തിത്വമായിരുന്നു യു ആർ അനന്തമൂർത്തി യുടേത്. അദ്ദേഹം മതേതര ജനാധിപത്യവാദിയും സ്ഥിതിസമത്വവിശ്വാസിയും ആയിരുന്നു. സാമൂഹികനീതിയും വ്യക്തിസ്വാതന്ത്ര്യവും ഒരുപോലെ പ്രധാനമാണെന്നു വിശ്വസിച്ച മനുഷ്യസ്നേഹി. അദ്ദേഹം ഒരിക്കലും വെറും ആധുനികതയുടെ വക്താവായിരുന്നില്ല. സ്വയം വിമർശനോന്മുഖമായ ഒന്നായിരുന്നു അദ്ദേഹത്തിന്റെ ആധുനികത. എന്തിനെപ്പറ്റിയും വ്യത്യസ്തമായ കാര്യങ്ങളാണ് അദ്ദേഹത്തിനു പറയാനുണ്ടായിരുന്നത്. അപ്രായോഗികമാണോ എന്ന ശങ്കയില്ലാതെ, ഒരിക്കലും പിൻവിളിക്ക് കാതോർക്കാതെ മനുഷ്യനന്മയുടെ കരുത്തനായ കിനാവുകാരനായി എന്നും ദീർഘവീക്ഷണത്തോടെ അദ്ദേഹം കലഹിച്ചു; എഴുതി; അതിലേറെ സംസാരിച്ചു. എപ്പോഴും സഹജീവികളോട് സംവദിച്ചുകൊണ്ട് കാലത്തിനുമുൻപേ പിറകോട്ടു നടന്നു.

സർഗ്ഗാത്മക വിമർശനം

അദ്ദേഹം പലപ്പോഴും പറയാറുണ്ടായിരുന്നു:

> ജീവിതത്തിന്റെ ലളിതവശങ്ങളെ ഭംഗിയായി വർണ്ണിക്കാനൊരു സർഗ്ഗപ്രതിഭയുടെ ആവശ്യമില്ല. സർഗ്ഗാവിഷ്കാരം ആദരണീയമാവുന്നത് അതിന്റെ ധൈഷണികതയുടെ ആഴംകൊണ്ടും വിമർശനശേഷിയുടെ മൂർച്ചകൊണ്ടുമാണ്.

ഏതു ഭാഷയിലായാലും മികവുറ്റ സാഹിത്യം അഗാധധൈഷണിക

തയുടെ സർഗ്ഗാവിഷ്കാരമായിരിക്കും. സ്വാഭാവികമായും അതിനു വിമർശ നോന്മുഖമാവാതെ വയ്യ. ഉദാരധാർമ്മികതയനുസരിച്ചുള്ള പ്രായോഗിക വിമർശനമെങ്കിലും ആവേശിക്കാത്ത സർഗ്ഗരചനയുണ്ടാവില്ല. അനന്ത മൂർത്തിയെ സ്വാധീനിച്ചത് വിമർശസിദ്ധാന്തമനുസരിച്ചുള്ള വിമർശനമാ യിരുന്നു. അധികാരത്തോടുതന്നെ അതിനെക്കുറിച്ചുള്ള അസ്വാസ്ഥ്യജ നകമായ സത്യം തുറന്നുപറയുന്ന രീതിയാണത്. സുപ്രധാന സർഗ്ഗാ ത്മകകൃതികളുടെ അന്തരംഗം വിമർശാഗ്നിയാണ്. ഒരുവേള അതാണ വയെ സർഗ്ഗാത്മകമാക്കുന്നതെന്ന പക്ഷക്കാരനായിരുന്നു അദ്ദേഹം.

അത്തരം വിമർശനാത്മക കൃതികളെല്ലാം മറ്റു കൃതികളെ മാത്രമല്ല സ്വയം വിമർശനങ്ങളും കൂടിയാകുന്നു. അതു പലപ്പോഴും സ്വന്തം വ്യാഖ്യാനങ്ങളെ കീഴ്മേൽ മറിക്കുന്നതുപോലുമാവും. ഈ ആത്മവി മർശന സന്നദ്ധതയാണ് അനന്തമൂർത്തി ധിഷണാത്മക സത്യസന്ധത യെന്നു വിശേഷിപ്പിക്കാറുണ്ടായിരുന്നത്. സ്വന്തം സർഗ്ഗസൃഷ്ടികളെ വിമർശനോന്മുഖമാക്കുന്നതും വിമർശനമൂല്യമില്ലാത്ത അന്യസൃഷ്ടികളെ വിമർശിക്കുന്നതും ഒരുപോലെ ധാർമ്മികമാണെന്ന് അദ്ദേഹം വിശ്വസി ച്ചിരുന്നു. അദ്ദേഹത്തിനതു സാമൂഹികവിമർശനവും സാംസ്കാരികവി മർശനവും അധികാരവിമർശനവും ഒക്കെയാണ്. ഈ നിലപാടുമൂലം പല സന്ദർഭങ്ങളിലും അദ്ദേഹത്തിനു വലിയ എതിർപ്പ് നേരിടേണ്ടിവന്നി ട്ടുണ്ട്. ബൈരപ്പയുടെ *ആവരണ*മെന്ന നോവലിനെ വിമർശിച്ചപ്പോഴുണ്ടായ കോലാഹലം ഉദാഹരണമാണ്.

സർഗ്ഗരചനകളുടെ ഈ വിമർശനാത്മകതയും ജനാധിപത്യ രാഷ്ട്രീ യസാഹചര്യവും അഭേദ്യമായി ബന്ധപ്പെട്ടിരിക്കുന്നുവെന്ന കാര്യം അന ന്തമൂർത്തി ആവർത്തിച്ചിരുന്നു. അദ്ദേഹം പറയാറുള്ളത് വിമർശനോന്മുഖ ധിഷണാപ്രവർത്തനങ്ങൾക്ക് കൂച്ചുവിലങ്ങിടുന്ന രാഷ്ട്രീയസാഹചര്യം മൗലിക സർഗ്ഗരചനകളെ സാരമായി ബാധിക്കുമെന്നാണ്. അതവയെ അസാദ്ധ്യമാക്കുമെന്നല്ല. ഒരുവേള സർഗ്ഗാത്മകവിമർശനം തീക്ഷ്ണവും ശക്തവുമാവുന്നത് അപ്പോഴാവാം. പക്ഷേ, ആ തീക്ഷ്ണതയ്ക്ക് ഒരൊ ളിപ്പോരാളിയുടെ അരക്ഷിതാവസ്ഥയും ക്ഷണികതയുമുണ്ടാവും. പിന്നെ സർഗ്ഗാത്മകഊർജ്ജം മുഴുവനും നേരിട്ടുള്ള ഏറ്റുമുട്ടലിനു പാഴാവുകയും ചെയ്യും. അടിയന്തരാവസ്ഥയുടെ നാളുകളിലും കഴിഞ്ഞ ഏതാനും മാസ ങ്ങളിലും അദ്ദേഹത്തിന് പാഴാക്കേണ്ടിവന്നത് വിമർശനാത്മക സർഗ്ഗസൃ ഷ്ടിക്ക് വിനിയോഗിക്കാനുള്ള ഊർജ്ജമായിരുന്നു. വിമർശനാത്മകതയി ലൂടെ മനുഷ്യനന്മയുടെ സർഗ്ഗാത്മക സുഗന്ധം പരത്തുന്ന സൃഷ്ടി കൾക്ക് സ്വാഭാവികമായി വിരിയാനുള്ള സ്വാതന്ത്ര്യം വേണം. ഉദാത്ത മായ മനുഷ്യാവസ്ഥ ഒരു സ്വപ്നംപോലെ എന്നും അകലെയാണ്. അതിന്റെ സാക്ഷാല്ക്കാരത്തിലേക്കുള്ള വഴിയടയ്ക്കുന്ന വൈരുദ്ധ്യങ്ങ ളുടെ കണ്ടെത്തലും വിമർശനവുമാണ് സർഗ്ഗരചനകളുടെ അടിസ്ഥാന ചോദന. അദ്ദേഹത്തിന്റെ നോവലുകളും കഥകളും ഇതിന് എത്രയെ ങ്കിലും സാക്ഷ്യം തരുന്നു. വിമർശനോന്മുഖ സർഗ്ഗാത്മകതയുടെ മികച്ച

ദൃഷ്ടാന്തങ്ങളാണ് യാഥാസ്ഥിതിക ബ്രാഹ്മണ്യത്തെ പിച്ചിച്ചീന്തുന്ന രചനകളായ *സംസ്കാരയും* *ഭാരതീപുരയും*. ജാതിയും അയിത്തവും സ്വാർത്ഥതയും ദുരയും വിഷയാസക്തിയും അനുഷ്ഠാനങ്ങളും മേല്കീഴ് വ്യവസ്ഥയും പോലെ മനുഷ്യത്വത്തെ ചവിട്ടിമെതിച്ചിരുന്ന എല്ലാ അത്യാചാരങ്ങളോടും പടവെട്ടുന്നവരുടെയും ബ്രാഹ്മണയാഥാസ്ഥിതികതയിൽനിന്നുകൊണ്ടു കലാപമുണ്ടാക്കുന്ന, സ്വയം ഉദ്ബുദ്ധരായി അനുഷ്ഠാനച്ചങ്ങലക്കെട്ടുകളിൽനിന്ന് മോചനം നേടുന്ന ബ്രാഹ്മണരുടെയും പാത്രസൃഷ്ടിയിലുദിച്ചു നില്ക്കുന്നത് ഈ സർഗ്ഗാത്മകവിമർശനത്തിന്റെ സൗന്ദര്യശാസ്ത്രമാണ്. വേശ്യക്കൊപ്പം താമസിച്ചും ഇറച്ചി തിന്നും മുസൽമാനെ വീട്ടിലേക്കു കൊണ്ടുവന്നും സമുദായത്തെ വെല്ലുവിളിച്ച *സംസ്കാരയിലെ* നാരാണപ്പ, ഭാഗീരഥി മരിച്ചതോടെ അനുഷ്ഠാനങ്ങളിൽനിന്ന് മോചിതനായി ഉദ്ബുദ്ധനായി ഒരു സാധാരണ മനുഷ്യനായി മാറി വേശ്യയായ ചന്ദ്രിയുമൊത്തു കഴിയുന്നതിലൊരപാകതയുമില്ലെന്നു ബോദ്ധ്യപ്പെടുന്ന വൈദികരത്നം പ്രാണേശാചാര്യ; അയിത്തജാതിക്കാരിയെ ക്ഷേത്രത്തിലേക്ക് കൊണ്ടുവരുന്ന ഭാരതീപുരത്തിലെ ജഗന്നാഥ, ഇവരെല്ലാം ഉദാഹരണങ്ങളാണ്.

സ്വേച്ഛാധിപത്യം, ഫാസിസം, ജാതീയത, മതമൗലികത തുടങ്ങിയവയ്ക്ക് ഈ സ്വാതന്ത്ര്യം അനുവദിക്കാനാവില്ല. കാരണം അവയ്ക്കുവേണ്ടതു വിമർശനാവബോധമല്ല. മറിച്ച് എന്തും അന്ധമായി വിശ്വസിക്കുന്ന ഒന്നും ചോദ്യംചെയ്യാത്ത ഒരു ജനതയാണ്. മഹത്വവല്ക്കരിച്ചും നീതീകരിച്ചും സാധൂകരിച്ചും അധികാരം നിലനിർത്തുന്നതിന് അവയ്ക്ക് ആകെയുള്ളത് ചരിത്രവും സംസ്കാരവും മതവും വളച്ചൊടിച്ചുണ്ടാക്കിയ പ്രത്യയശാസ്ത്രം മാത്രമാണ്. അതിനെതിരെ അവസാനംവരെ സന്ധിയില്ലാതെ അനന്തമൂർത്തി പൊരുതിക്കൊണ്ടിരുന്നു.

വിദ്യാഭ്യാസ വിചക്ഷണൻ

അനന്തമൂർത്തിക്ക് വിദ്യാഭ്യാസമേഖലയെപ്പറ്റി വ്യക്തമായ കാഴ്ചപ്പാടുണ്ടായിരുന്നു. "ഭാഷ നാം ആർജ്ജിക്കുകയും സാഹിത്യമാവട്ടെ നാം പഠിച്ചു സ്വന്തമാക്കുകയുമാണ്. ആരും അനായാസം ആർജ്ജിക്കുന്നതും മാതൃഭാഷ തന്നെ. ഏതു ഭാഷയ്ക്കും രൂപകമാണ് അതിന്റെ പ്രാണനും പ്രാസാരാംഗവും. ജ്ഞാനവിനിമയത്തിനു മാതൃഭാഷയോളം വരില്ല അന്യഭാഷകളൊന്നും. അന്യഭാഷകളിൽ നമുക്കു പ്രധാനം ഇംഗ്ലീഷ് ഭാഷയാണ്. മൂന്നാംക്ലാസുമുതൽക്ക് ഇംഗ്ലീഷ് പഠിപ്പിക്കാം. പക്ഷേ, അദ്ധ്യയന മാധ്യമം മാതൃഭാഷയായിരിക്കണം." വിദ്യാഭ്യാസ കമ്മീഷന്റെ ചെയർമാനായിരുന്നപ്പോൾ അദ്ദേഹം കേരള സർക്കാരിനെ ഉപദേശിച്ചത് ഇവിടെ സ്മരിക്കാം.

ഉന്നതവിദ്യാഭ്യാസത്തെപ്പറ്റി അദ്ദേഹത്തിന്റെ കാഴ്ചപ്പാട് ഏതാണ്ട് ഇതിന്റെ തുടർച്ചയായിരുന്നു. ഇന്ത്യയിലെ ഉന്നത വിദ്യാഭ്യാസമേഖലയെപ്പറ്റി അനന്തമൂർത്തി എപ്പോഴും അസ്വസ്ഥനായിരുന്നു. വിമർശനാവ

ബോധമുള്ള യുവതലമുറയെ സൃഷ്ടിക്കുന്നതിനോ ആഴത്തിലുള്ള അറിവ് പ്രദാനം ചെയ്യുന്നതിനോ അതിനു കഴിവില്ല. അറിവിന്റെ ആ ജനാധിപത്യവല്ക്കരണം ഒരിക്കലും അതിന്റെ അജണ്ടയിലുണ്ടായിരുന്നേയില്ല. ജ്ഞാനം ജനങ്ങളുടെ അവകാശമാണെന്ന് അദ്ദേഹം എപ്പോഴും പറയും.

പരസ്പരബന്ധം മറന്നുകൊണ്ടുള്ള വിജ്ഞാനവിഭജനം അദ്ധ്യയനത്തെ വികൃതമാക്കുന്നത് അദ്ധ്യാപകർക്കും മനസ്സിലാവുന്നില്ല. അദ്ധ്യാപനം വിജ്ഞാന വിഷയങ്ങളുടെ യാന്ത്രികത പൂർവ്വാധികം കഠിനമാക്കിയിരിക്കുന്നു. ഈ വേലിക്കെട്ടുകൾക്കുള്ളിൽനിന്ന് ഉന്നതവിദ്യാഭ്യാസത്തെ മോചിപ്പിക്കണം. പ്രസ്തുതലക്ഷ്യം മുൻനിർത്തിയാണ് മഹാത്മാഗാന്ധി സർവ്വകലാശാലയിലെ അദ്ധ്യാപന വകുപ്പുകളുടെ വിഭജനം അദ്ദേഹം വിഷയാതീത സ്കൂളുകളുടെ മാതൃകയിലാക്കിയത്. വിഷയാതീത അദ്ധ്യാപനവും ഗവേഷണവും അവഗാഹമേഖലകളെ ബന്ധിപ്പിക്കുകയും തികച്ചും നവീനമായ അറിവു പ്രദാനം ചെയ്യുന്നതിനു സഹായകമാവുമെന്നും അനന്തമൂർത്തി തിരിച്ചറിഞ്ഞിരുന്നു. അത്തരം നൂതനമായ അറിവ് വിഷയാതീതം മാത്രമല്ല നാനാവിഷയങ്ങൾക്ക് നവ്യസമീക്ഷ പ്രദാനം ചെയ്യുന്നതുകൂടിയത്രേ. അത് അറിവിന്റെ സാമൂഹികമാനം ശക്തിപ്പെടുത്തുകയും വിമർശനശേഷി വർദ്ധിപ്പിക്കുകയും ചെയ്യുന്നു. അതിനുപറ്റിയ അദ്ധ്യാപകരെ തിരഞ്ഞുപിടിച്ചു കൊണ്ടുവന്നും അധികാരപ്പെടുത്തിയും ആണ് അദ്ദേഹം ഓരോ വകുപ്പും ഉണ്ടാക്കിയത്. അക്കൂട്ടത്തിലൊരാളാവാനും അദ്ദേഹം സങ്കല്പിച്ചപോലെ ഒരു വകുപ്പു സാക്ഷാല്ക്കരിക്കുന്നതിനുമുള്ള നിയോഗം എനിക്കുമുണ്ടായി. ആയുഷ്കാലത്തിലൊരിക്കലുണ്ടാവുന്ന അപൂർവ്വഭാഗ്യം. പ്രസ്തുത സമ്പ്രദായം വഴി സർവ്വകലാശാല നേടിയ ക്രിയാത്മകത എടുത്തുപറയത്തക്കതാണ്.

പാരമ്പര്യത്തിലടിയുറച്ച്

പാരമ്പര്യം, ആധുനികത എന്നിവയെപ്പറ്റി അനന്തമൂർത്തി പറഞ്ഞിട്ടുള്ള സംഗതികളെല്ലാം അത്യന്തം രാഷ്ട്രീയപ്രാധാന്യമുള്ളവയാണ്. ഇന്നു പാരമ്പര്യമെന്നു കേൾക്കുമ്പോഴേക്കും പൊതുവെ എല്ലാവരും യാഥാസ്ഥിതികം എന്നാണ് മനസ്സിലാക്കുന്നത്. ആംഗലേയ ആധുനികതയുടെ സ്വാധീനംകൊണ്ടാണ് അങ്ങനെ സംഭവിക്കുന്നതെന്ന് അദ്ദേഹം പറയാറുണ്ട്. പക്ഷേ, സായൻസികാധുനികതയുടെ സ്വാധീനം നാം ഉൾക്കൊള്ളുകതന്നെ വേണം എന്നദ്ദേഹം നിഷ്കർഷിക്കും. പാശ്ചാത്യ സാംസ്കാരികാധുനികതയുടെ മഹാപ്രവാഹത്തിലടിപതറാതെ പിടിച്ചുനില്ക്കാനും കഴിയണം. ആർക്കായാലും അതിലൊഴുകിപ്പോകാനാണെളുപ്പം.

ഒഴുക്കിനെതിരെ കാലൂന്നിനിലകൊണ്ട പല മനീഷികളുടെ ഒരു വലിയ നിരതന്നെ ഇന്ത്യയിലോരോ ദേശത്തുമുണ്ട്. അതപഗ്രഥിക്കാനുള്ള കഴിവ് സായൻസികാധുനികത നല്കുന്ന വിമർശാവബോധത്തിൽനിന്ന് ഉൾക്കൊള്ളണം. അതു പുറംതിരിഞ്ഞുള്ള വെറും നില്പല്ല. അഭിമുഖീ

കരിച്ചുകൊണ്ടുള്ള ചെറുത്തുനില്പാണ്. ആദ്യത്തേതു യാഥാസ്ഥിതികം തന്നെ. രണ്ടാമത്തേതാകട്ടെ വിമർശനോന്മുഖാധുനികതയും. ഒഴുക്കിനെ അഭിമുഖീകരിക്കുമ്പോഴേ അതിന്റെ ശക്തിയറിയൂ; ആ ശക്തിയെ ആവാഹിക്കാനാവൂ. ചരിത്രപരമായ ആ സംഘർഷത്തിൽ വിജയം വരിച്ചവരുടെ സ്വാധീനമാണ് നാമുൾക്കൊള്ളേണ്ടത് എന്നാണദ്ദേഹം പറയുക. ആ സ്വാധീനമാണ് നാം ഉയർത്തിപ്പിടിക്കേണ്ട പാരമ്പര്യമെന്ന് നമുക്കു വിവേചിക്കാനാവണം. റാഡിക്കലിസം പലരും കരുതുമ്പോലെ പാശ്ചാത്യമല്ല. അതു ഭാരതീയ ധൈഷണിക പാരമ്പര്യത്തിന്റെ ഭാഗമാണ്. പാശ്ചാത്യാധുനികതയുടെ സായൻസിക ധിഷണയാണത്രെ പാരമ്പര്യത്തിലൂന്നിയും അതേസമയം വിമർശനോന്മുഖമായും നിലയുറപ്പിക്കേണ്ടതിന്റെ പ്രാധാന്യം അനന്തമൂർത്തിയെ ബോദ്ധ്യപ്പെടുത്തിയത്.

ഇങ്ങനെയുള്ള ശക്തമായ നിലയുറപ്പിക്കലിൽനിന്നാണു പാശ്ചാത്യ ഔദ്യോഗിക സയൻസുകളുടെ അസായൻസിക സമീപനത്തോടുള്ള ഗാന്ധിജിയുടെ വിമർശനം ഉടലെടുത്തതെന്ന് അനന്തമൂർത്തി ഒരിക്കലെന്നോടു പറഞ്ഞതോർക്കുന്നു. അതുപോലെ ബസവേശ്വരരും പമ്പരും കുമാരവ്യാസരും അല്ലമ്മപ്രഭുവും വിവേകാനന്ദനും അരബിന്ദോയും മഹാത്മാഗാന്ധിയും മാത്രമല്ല നേരിട്ടിടപഴകിയ ഡി ആർ ബാന്ദ്രയും ഗോപാലകൃഷ്ണ അഡിഗയും ശിവരാമകാരന്തുമൊക്കെ അനന്തമൂർത്തിയെ സ്വാധീനിച്ചതും മേല്പറഞ്ഞ പാരമ്പര്യത്തിലൂന്നിയുള്ള അവരുടെ വിമർശനോന്മുഖ ആധുനികതയിലാണത്രെ. കാൾ മാർക്സും ടോൾസ്റ്റോയിയും ഡി എച്ച് ലോറൻസും കമ്യൂവും അതുപോലെ മറ്റു പല പാശ്ചാത്യാധുനികചിന്തകരും അദ്ദേഹത്തെ സ്വാധീനിച്ചതും അവരുടെ സായൻസികത മേല്പറഞ്ഞ സമീക്ഷയോടു ചേർന്നു നില്ക്കുന്നതുകൊണ്ടുകൂടിയാണ്.

ആശയഖനി

ആരും കാണാത്ത വശം എടുത്തു കാണിക്കുകയും ഒട്ടും പ്രതീക്ഷിക്കാത്തവിധം വ്യാഖ്യാനിക്കുകയും എപ്പോഴും പുതുമയുള്ള നിരീക്ഷണം നടത്തുകയും ചെയ്യുന്നതിന് അനന്തമൂർത്തിക്കുള്ള അസാധാരണമായ സിദ്ധിവൈഭവം പ്രസിദ്ധമാണ്. എന്തിനെപ്പറ്റിയും ആരോടും അദ്ദേഹത്തിനുമാത്രം പറയാനാവുന്ന കാര്യങ്ങളുണ്ടാവും. എത്ര പറഞ്ഞു പഴകിയ വിഷയമായാലും അനന്തമൂർത്തി പറഞ്ഞുതുടങ്ങുമ്പോഴതിനു പുതുമവെക്കും. പറഞ്ഞവസാനിപ്പിക്കുമ്പോഴതൊരു പുതിയ വിഷയമായിത്തീരുകയും ചെയ്യും. ഇങ്ങനെ പുതിയ പുതിയ ആശയങ്ങളുറവെടുക്കുന്ന ഒരു മനസ്സുണ്ടോ എന്നു നാം അത്ഭുതപ്പെട്ടുപോവും. ചിന്തിച്ചു വഴിമുട്ടുമ്പോഴൊക്കെ ഒരല്പനേരം അനന്തമൂർത്തിയുമായുള്ള സംഭാഷണം മതി, പുതിയ വഴി തുറന്നുകിട്ടും. ആ മനസ്സ് ആശയങ്ങളുടെ ഒരക്ഷയഖനിയാണെന്നു തോന്നിയിട്ടുണ്ട്.

ഒരുപാടു പ്രഹേളികകളെ അനന്തമൂർത്തി കല്പനയാണോ സിദ്ധാന്തമാണോ എന്നു വേർതിരിക്കാനാവാത്തവിധം വിശദീകരിച്ചുതന്നിട്ടുണ്ട്.

പല സിദ്ധാന്തങ്ങളുടെയും ഉൾക്കാഴ്ച അദ്ദേഹത്തിന്റെ വിശദീകരണങ്ങളിലുടനീളം നിഴലിക്കുന്നതായി അനുഭവപ്പെട്ടിട്ടുണ്ട്. പക്ഷേ, ആ സിദ്ധാന്തങ്ങളൊക്കെ പലപ്പോഴും അദ്ദേഹം പരിചയപ്പെട്ടവയല്ല. അക്കാര്യം ബോദ്ധ്യപ്പെട്ടപ്പോഴൊരുദിവസം ഈ സമാനതയെപ്പറ്റി ചോദിച്ചു. കല്പനയും സിദ്ധാന്തവും ഒന്നുതന്നെയാണെന്നായിരുന്നു മറുപടി. ആദ്യത്തേതിന്റെ വഴി അറിയില്ല. ആരും ചോദിക്കുകയുമില്ല. രണ്ടാമത്തേതിന്റെ വഴി അറിയാതെവയ്യ. കാരണം അത് മറ്റുള്ളവരെ ബോദ്ധ്യപ്പെടുത്തേണ്ടതുണ്ട്. കല്പനയും സിദ്ധാന്തവും ശരിവയ്ക്കുന്ന ഒരു സത്യത്തിനു മുമ്പിലാണു കല്പനയും സിദ്ധാന്തവും കണ്ടുമുട്ടുക. ഒന്ന് ഏതോ വഴി മടങ്ങും. മറ്റേത് വന്ന വഴിയും. ഒരിക്കലദ്ദേഹത്തോട് എന്താണു ചില ചെറുപ്പക്കാരെ ഫണ്ടമെന്റലിസം ആകർഷിക്കുന്നതെന്നു ചോദിച്ചപ്പോഴിങ്ങനെ വിശദീകരിച്ചു:

> ഫണ്ടമെന്റലല്ലാത്തവരാണു ഫണ്ടമെന്റലിസ്റ്റുകളാവുന്നത്. മതമായാലും സംസ്കാരമായാലും വംശമായാലും അവർക്കു ഫണ്ടമെന്റലായ സംഗതികളറിയില്ല. അപ്റൂട്ടഡാണവരൊക്കെ. അതുകൊണ്ട് റൂട്ടഡാവാനുള്ള ബദ്ധപ്പാടാണവർക്ക്. അതാണവരുടെ സഹിക്കാനാവാത്ത സങ്കടം. വേരറ്റുപോയവർക്കു യാന്ത്രികമായല്ലേ വേരുപിടിപ്പിക്കാനാവൂ. അതൊരു പ്രതിസന്ധിയാണ്. ആ പ്രതിസന്ധിയാണവരെ മിലിറ്റന്റാക്കുന്നത്.

അനന്തമൂർത്തി പറയുമ്പോഴും എഴുതുമ്പോഴും പുതിയ അറിവു നിർമ്മിക്കപ്പെടുന്നതായാണ് എന്റെ അനുഭവം. ഗൗരവത്തിലുള്ള സംഭാഷണമായാലും തമാശയായാലും അദ്ദേഹം സദാ സർഗ്ഗസൃഷ്ടിയിലാണ്. ഇങ്ങനെ ക്രിയേറ്റീവായ വേറൊരു മനുഷ്യനെ എനിക്കു പരിചയമില്ല. ആ മഹാനുഭാവന്റെ ശാന്തമായ തിരോധാനമാണ് എന്റെ ജീവിതത്തിലാദ്യമായി സാക്ഷ്യം വഹിക്കാനിടവന്ന അന്ത്യം.

സാംസ്കാരിക ദാർശനികതയുടെ കുലപതി

കെ എം സീതി

യു ആർ അനന്തമൂർത്തി ചരിത്രമായി. സാംസ്കാരിക ലോകത്തിന് പുതിയ രാഷ്ട്രീയ പാഠങ്ങൾ തന്നിട്ട് കാലയവനികയ്ക്കുള്ളിൽ മറഞ്ഞ അദ്ദേഹം വർത്തമാന ഭാവി തലമുറകൾക്ക് താക്കീതുകളുടെ ശക്തമായ ഊർജ്ജസ്രോതസ്സായി മാറിക്കഴിഞ്ഞിരിക്കുന്നു. സാഹിത്യലോകത്തിന് തീരാനഷ്ടമെന്നെല്ലാം പറയാമെങ്കിലും നഷ്ടം അതിന്റെ എല്ലാ അർത്ഥത്തിലും സംഭവിച്ചിരിക്കുന്നത് ആ മനുഷ്യനുമായി ഏതെങ്കിലും തരത്തിൽ ബന്ധപ്പെട്ടിട്ടുള്ള വ്യക്തികൾക്കും സ്ഥാപനങ്ങൾക്കും പ്രസ്ഥാനങ്ങൾക്കുമാണ്.

അനന്തമൂർത്തി നിരന്തരമായി ഓർമ്മപ്പെടുത്തിക്കൊണ്ടിരുന്ന മലയാളിയുടെ വളർന്നുകൊണ്ടിരിക്കുന്ന മധ്യമത്വം (mediocrity) എല്ലാ സർഗ്ഗാത്മക-സവിശേഷ പ്രവർത്തനങ്ങളെയും കാർന്നുതിന്നു തുടങ്ങിയിരുന്നതുകൊണ്ട് വിപ്ലവങ്ങൾക്ക് വെറും തരിശുഭൂമി മാത്രമാണ് നമ്മൾ ബാക്കിവെച്ചത്. അല്പജ്ഞന്മാരായ 'ബൗദ്ധിക' പ്രമാണികൾക്ക് ഇതെന്തെന്ന് തിരിച്ചറിയാൻപോലും കഴിഞ്ഞിരുന്നില്ല. അന്നുമിന്നും!

ഒരു വൈസ് ചാൻസലർ എന്തായിരിക്കണമെന്നതിനേക്കാൾ എന്താകാൻ പാടില്ല എന്നതിലായിരുന്നു അദ്ദേഹത്തിന്റെ ശ്രദ്ധ. ആത്യന്തികമായി ഒരു മനുഷ്യസ്നേഹിയായിരുന്ന അനന്തമൂർത്തി നിയമാവലികളും ഭരണസംവിധാനങ്ങളും അതിന്റെ ഗുണഭോക്താക്കൾക്ക് പ്രയോജനം ചെയ്യുന്നില്ലെങ്കിൽ അതെല്ലാം ദഹിപ്പിച്ചു കളയണമെന്നുവരെ പറയേണ്ടുന്ന സന്ദർഭങ്ങളുണ്ടായി. അതിനർത്ഥം വളയമില്ലാതെ ചാടാൻ സഹപ്രവർത്തകരോടും അദ്ദേഹം ആഹ്വാനം നല്കിയെന്നല്ല. കടുത്ത ഭാഷയിൽ വിമർശിക്കുന്നവർക്കുപോലും അദ്ദേഹത്തിന്റെ മാസ്മരിക പ്രഭാവത്തിൽ 'അനന്തമൂർത്തി'യെന്ന വ്യക്തിയെ കൈവിടാൻ മടിയായിരുന്നു. തനിക്ക് യാതൊരു വ്യക്തിപരമോ പ്രാദേശികമോ ആയ താല്പര്യങ്ങ

ളില്ലെന്നും ഉള്ളതെല്ലാം ഉള്ളുതുറന്നു പറയുന്നത് മാത്രമാണെന്നും അദ്ദേഹം നമ്മെ ഓർമ്മിപ്പിച്ചുകൊണ്ടിരുന്നു.

മഹാത്മാഗാന്ധി സർവ്വകലാശാലയ്ക്ക് കല്ലുമല-നാല്പാത്തിമല യിൽ ആസ്ഥാനം ഒരുക്കുന്നതുമുതൽ യു ജി സി അംഗീകാരം, അദ്ധ്യാ പക നിയമനങ്ങൾ, പുതിയ അന്തർ വൈജ്ഞാനിക പഠന-ഗവേഷണ വകുപ്പുകൾ ആരംഭിക്കുന്നതുവരെയുള്ള എല്ലാ പ്രവർത്തനങ്ങളിലും അദ്ദേഹം തികഞ്ഞ ആത്മാർത്ഥ പുലർത്തി.

അക്ഷരാർത്ഥത്തിൽ ഒരു ജനകീയ വൈസ് ചാൻസലറാകാനാണ് അനന്തമൂർത്തി ശ്രമിച്ചത്. സർവ്വകലാശാല ദന്തഗോപുരമല്ലെന്നും അത് ജനങ്ങളിലേക്ക് ഇറങ്ങിച്ചെല്ലണമെന്നും അദ്ദേഹം ആഗ്രഹിച്ചിരുന്നു. 'പ്രാസാരംഗ'ത്തിന് തുടക്കം കുറിക്കുന്നത് അങ്ങനെയാണ്. അക്ഷരന ഗരി അച്ചുകൂടങ്ങളും പുസ്തക പ്രസിദ്ധീകരണങ്ങളും പത്രസ്ഥാപന ങ്ങളും കൊണ്ട് സമ്പന്നമായിരുന്നെങ്കിലും നാട്ടുകാർക്ക് ബൗദ്ധികതയുടെ പ്രാധാന്യം ഇനിയും വേണ്ടത്ര മനസ്സിലായിട്ടില്ലെന്ന് അനന്തമൂർത്തി തിരി ച്ചറിഞ്ഞിരുന്നു. അക്ഷരങ്ങൾക്ക് ജീവൻ വയ്ക്കുന്നത് വെറും വായന കൊണ്ട് മാത്രമല്ലെന്നും അത് വ്യവഹാരങ്ങളിലൂടെയും പുതിയ ആവി ഷ്കാരങ്ങളിലൂടെയും മനസ്സിലാക്കപ്പെടുമ്പോഴാണെന്നും അദ്ദേഹം ഓരോ പ്രഭാഷണത്തിലും ഊന്നിപ്പറഞ്ഞു. അധിനിവേശാനന്തര കാലഘട്ട ത്തിലെ ഏറ്റവും വലിയ സമസ്യ മാനസികമായ തുടർ അടിമത്തമാണെന്ന് തന്റെ സൂക്ഷ്മനിരീക്ഷണങ്ങളിലൂടെ അനന്തമൂർത്തി ഓർമ്മിപ്പിച്ചുകൊ ണ്ടേയിരുന്നു.

അനന്തമൂർത്തി സർവ്വകലാശാലയിൽ കാലുകുത്തുമ്പോൾ നാലു പഠനവകുപ്പുകൾ മാത്രമാണ് ഉണ്ടായിരുന്നത്. അന്താരാഷ്ട്രപഠനം, ഗാന്ധിയൻ പഠനം, പോളിമർ സയൻസ്, മെറ്റീരിയൽ സയൻസ്. ഇരി പ്പിടം പോലുമില്ലാതിരുന്ന സർവ്വകലാശാലയ്ക്ക് ഈ നാലുവകുപ്പുകൾ തുടങ്ങാനുള്ള ഇടം നല്കിയത് കോട്ടയത്തെ നാലു പ്രമുഖ കോളേജു കളായിരുന്നു. ഭരണസിരാകേന്ദ്രം പടിഞ്ഞാറേക്കര കെട്ടിട സമുച്ചയത്തിൽ പ്രവർത്തിച്ചുതുടങ്ങിയിരുന്നു. ക്രമേണ പഠനവകുപ്പുകൾ നാഗമ്പടം മൈതാനിക്കടുത്തുള്ള പുളിക്കൻസ് കെട്ടിടസമുച്ചയത്തിലേക്ക് മാറ്റി. സർവ്വകലാശാലയിൽ എത്തിയ താല്ക്കാലിക അദ്ധ്യാപകരും ബിരുദാ നന്തര ബിരുദ വിദ്യാർത്ഥികളും ആദ്യമായി ഒത്തുകൂടിയ ഒരിടം. അന ന്തമൂർത്തി കടന്നുവരുന്നത് ഇവിടേക്കാണ്. അന്താരാഷ്ട്ര പഠനകേന്ദ്ര ത്തിലെ ഞങ്ങളുടെ സഹപ്രവർത്തകനായിരുന്ന ഡോ. എ കെ രാമകൃ ഷ്ണൻ (ഇന്ന് ജെ എൻ യു വിൽ പ്രൊഫസർ) മാത്രമാണ് അനന്ത മൂർത്തിയെ അന്ന് നേരിട്ടറിയാമായിരുന്ന സർവ്വകലാശാലയിലെ ഏക വ്യക്തി.

മൈസൂർ സർവ്വകലാശാലയിൽ രാമകൃഷ്ണൻ തന്റെ ബൗദ്ധിക ജീവിതം ആരംഭിക്കുന്നത് തന്നെ അനന്തമൂർത്തിയെപ്പോലുള്ള പ്രഗ ല്ഭരുടെ ഇടയിൽ നിന്നായിരുന്നു. സർവ്വകലാശാലയിൽ ആദ്യമായി നിയ

മിക്കപ്പെട്ട അദ്ധ്യാപകരായ ഞങ്ങൾക്ക് കിട്ടിക്കൊണ്ടിരുന്ന ശമ്പളം (750 രൂപ) അനന്തമൂർത്തിയെ ഞെട്ടിച്ചുകളഞ്ഞു. ലോകത്തിലെ ഏറ്റവും അവിദഗ്ദ്ധ തൊഴിലാളിക്കും ഇതിൽ കൂടുതൽ വേതനം കിട്ടുമെന്ന് പറഞ്ഞ അദ്ദേഹം ഉടൻതന്നെ തുക വർദ്ധിപ്പിച്ചു. സർവ്വകലാശാലാ സ്റ്റാറ്റ്യൂട്ട് നിലവിൽ വരാത്തതുകൊണ്ട് സ്ഥിരം നിയമനങ്ങൾ നടത്താൻ വയ്യാത്ത കാലമായിരുന്നു അത്.

അന്തർ വൈജ്ഞാനിക മേഖലകളിൽ പുതിയ പഠനവകുപ്പുകൾ തുടങ്ങണമെന്നും സർവ്വകലാശാല അക്കാര്യത്തിൽ വ്യത്യസ്തമായിരിക്കണമെന്നും അനന്തമൂർത്തി നിശ്ചയിച്ചിരുന്നു. ചാർജ്ജെടുത്ത് ഏതാനും മാസങ്ങൾക്കുള്ളിൽത്തന്നെ സ്ഥിരം നിയമനങ്ങൾ നടത്താൻ നടപടികൾ തുടങ്ങി. തന്റെ സ്വപ്നപദ്ധതിയായ 'അക്ഷരക്കളരി' (പിന്നീട് സ്കൂൾ ഓഫ് ലെറ്റേഴ്സ്)യെക്കുറിച്ച് ഗൗരവമായ ആലോചനകൾ തുടങ്ങിയതും ഇക്കാലത്തുതന്നെ. പ്രഗല്ഭരായ എഴുത്തുകാരെ ഈ കളരിയിലേക്ക് ക്ഷണിച്ചുകൊണ്ടുവന്ന് എഴുത്തും വായനയും പഠനവും സമന്വയിപ്പിച്ചുകൊണ്ടുള്ള വ്യത്യസ്തമായ ഒരു വ്യവഹാര മണ്ഡലത്തിന് തുടക്കമിടാനാണ് അനന്തമൂർത്തി ശ്രമിച്ചത്. അയ്യപ്പപ്പണിക്കർ, എം ഗോവിന്ദൻ, സച്ചിദാനന്ദൻ തുടങ്ങിയവരുടെ ഉപദേശം സ്വീകരിച്ച അദ്ദേഹം പ്രശസ്തനായ ജി ശങ്കരപ്പിള്ളയെ തേടിപ്പിടിച്ച് സർവ്വകലാശാലയിലേക്ക് കൊണ്ടുവന്നു. സ്കൂൾ ഓഫ് ലെറ്റേഴ്സ് അതിരമ്പുഴയിലുള്ള ഹസൻ മൻസിലിൽ ജന്മമെടുക്കുന്നത് അങ്ങനെയാണ്. മറ്റ് പഠന വിഭാഗങ്ങളെ ചെറുവാണ്ടൂരുള്ള ഒരു ക്യാമ്പസിലേക്ക് പറിച്ചുനട്ടു. ചെറുവാണ്ടൂരിലാണ് സർവ്വകലാശാലയുടെ യഥാർത്ഥ ക്യാമ്പസ് ജീവിതം ആരംഭിക്കുന്നത്. തൊട്ടടുത്ത് മറ്റൊരു കെട്ടിടം വാടകയ്ക്കെടുത്ത് കുട്ടികൾക്ക് താമസിക്കാനുള്ള ആദ്യഹോസ്റ്റൽ ആരംഭിച്ചു. അതിരമ്പുഴയിലെ കല്ലുമല-നാല്പാത്തിമല 'പ്രിയദർശിനി ഹിൽസാ'യി നാമകരണം ചെയ്തതും അനന്തമൂർത്തിയാണ്.

സർവ്വകലാശാലയുടെ പുതിയ പഠനവകുപ്പുകൾ നാമ്പെടുക്കുന്നതും ഇക്കാലത്താണ്. കേരളത്തിനകത്തുനിന്നും പുറത്തുനിന്നും കിട്ടാവുന്ന ഓരോ മേഖലയിലെയും പ്രഗല്ഭരെ അദ്ദേഹം സർവ്വകലാശാലയിലേക്ക് കൊണ്ടുവന്നു. സ്കൂൾ ഓഫ് ലെറ്റേഴ്സ് അതിന്റെ നിർമ്മിതഘട്ടത്തിൽ തന്നെ പ്രഥമ ഡയറക്ടറായ ജി ശങ്കരപ്പിള്ളയുടെ അപ്രതീക്ഷിതമായ മരണം കണ്ടു. അനന്തമൂർത്തിയെ തകർത്തുകളഞ്ഞ ഒരു മരണമായിരുന്നു അത്. ആ സ്ഥാനത്തേക്ക് അദ്ദേഹത്തോളം ഉയർന്ന ഒരു വ്യക്തിയ അനന്തമൂർത്തി അന്വേഷിച്ചുതുടങ്ങി. ഒടുവിൽ നരേന്ദ്രപ്രസാദെന്ന പ്രതിഭ കാര്യങ്ങൾ ഏറ്റെടുത്തു. പ്രസാദിന്റെ വരവ് ലെറ്റേഴ്സിൽ പുതിയ ഉണർവ്വ് നല്കി. അത് പ്രഗല്ഭരുടെ ഒരു നിരതന്നെ സൃഷ്ടിച്ചു. ഡി വിനയചന്ദ്രൻ, ഡോ. പി പി രവീന്ദ്രൻ, ഡോ. വി സി ഹാരിസ്, ഡോ. കുര്യാസ്, പി ബാലചന്ദ്രൻ, ഡോ. മൂസ്സത്, ഡോ. കെ എം കൃഷ്ണൻ, ഡോ. ഗീത തുടങ്ങിയവർ അക്ഷരക്കളരിയെ സമ്പന്നമാക്കി.

അന്തർവൈജ്ഞാനിക മേഖലയിൽ സാമൂഹിക ശാസ്ത്രവിഭാഗം തുടങ്ങാൻ അന്ന് ജവാഹർലാൽ സർവ്വകലാശാലയിൽ അദ്ധ്യാപകനായ ഡോ. രാജൻ ഗുരുക്കളെ ക്ഷണിച്ചു. ഗുരുക്കൾ സോഷ്യൽ സയൻസസ് ഡയറക്ടറായി ചാർജ്ജെടുത്തപ്പോഴേക്കും അനന്തമൂർത്തിയുടെ സേവനകാലം തീരാറായിരുന്നു. എന്നാലും പ്രഗല്ഭരായ ഡോ. മുരളീധരൻ, ഡോ. നിസാർ അഹമ്മദ്, ഡോ. രാജു, ഡോ. എം ഗംഗാധരൻ തുടങ്ങിയവരെ അണിനിരത്തിയിട്ടാണ് അദ്ദേഹം വിടപറഞ്ഞത്. അന്താരാഷ്ട്ര പഠനവിഭാഗത്തിൽ ഡോ. കെ എൻ ഹരിലാൽ, ഡോ. ജി പി രാമചന്ദ്രൻ, ബിഹേവിയറൽ സയൻസസിൽ ഡോ. കുമാർ, കമ്പ്യൂട്ടർ പഠനത്തിൽ ഡോ. കെ എൻ രാമചന്ദ്രൻ നായർ, ഇന്ത്യൻ നിയമപഠനവകുപ്പിൽ ഡോ. വി ടി സെബാസ്റ്റിൻ, സർവ്വകലാശാലയുടെ പ്രഥമ ലൈബ്രറിയുടെ അധിപനായി ഡോ. ഐസക്ക്, പബ്ലിക്കേഷൻ വിഭാഗത്തിൽ ഒ വി ഉഷ തുടങ്ങിയവരുടെ നിര വേറെ. ശാസ്ത്ര വിഷയങ്ങളിലെ ഫാക്കൽറ്റികളും പ്രഗല്ഭരായവരുടെ സാന്നിദ്ധ്യംകൊണ്ട് സമ്പന്നമായി. 'ഡിപ്പാർട്ടുമെന്റ്' എന്ന കാലഹരണപ്പെട്ട വിശേഷണം മാറ്റി പഠനവിഭാഗങ്ങളെ 'സ്കൂളു'കളായി രൂപാന്തരം വരുത്തിയത് അനന്തമൂർത്തിയാണ്. ഓരോ സ്കൂളും അന്തർവൈജ്ഞാനികമേഖലയിൽ പ്രവർത്തിക്കുന്നവരെക്കൊണ്ട് വ്യത്യസ്ത പഠനകേന്ദ്രങ്ങളും പഠനശാഖകളും വികസിപ്പിക്കണമെന്ന് അദ്ദേഹം ആഗ്രഹിച്ചിരുന്നു. 1990 ൽ കേരള സർക്കാർ സംസ്ഥാനത്ത് യു ജി സി പദ്ധതി അംഗീകരിച്ചപ്പോൾ ശമ്പള നിർണ്ണയത്തിന്റെ നൂലാമാലകൾ കെട്ടഴിയുന്നതിന് മുമ്പുതന്നെ അതാദ്യം ഒരു സർവ്വകലാശാലയിൽ നടപ്പാക്കിയത് അനന്തമൂർത്തിയാണ്. യു ജി സി നിരക്കിൽ ആദ്യം അടിസ്ഥാന ശമ്പളം കൈപ്പറ്റിയത് മഹാത്മാഗാന്ധി സർവ്വകലാശാലയിലെ അദ്ധ്യാപകരായിരുന്നു. ഇത് സംബന്ധിച്ച് ഭരണപരമായ ചില തടസ്സങ്ങൾ ഉയർന്നുവന്ന ഘട്ടത്തിൽ സർവ്വകലാശാല അദ്ധ്യാപക സംഘടന ഒരു സമ്മർദ്ദതന്ത്രമെന്ന നിലയിൽ അനന്തമൂർത്തിയെ ബഹിഷ്കരിക്കാൻ തീരുമാനിച്ചു. ഒരു പ്രതീകാത്മക പ്രതിഷേധം മാത്രമായിരുന്നു ഉദ്ദേശ്യം.

പ്രഭാഷകനായ അനന്തമൂർത്തി ലാളിത്യത്തിന്റെയും വിനയത്തിന്റെയും മൂർത്തിമദ്ഭാവമായിരുന്നു. സരളമായ ഭാഷയിൽ വളച്ചുകെട്ടില്ലാതെ സംസാരിക്കുന്നത് അദ്ദേഹത്തിന് മാത്രം കഴിയുന്ന ഒരു കാര്യമായിരുന്നു. ലോകം അപ്പാടെ മാറിമറിയുന്ന ഒരു ചരിത്ര സന്ദർഭത്തിലാണ് സർവ്വകലാശാലയിൽനിന്ന് അദ്ദേഹം പടിയിറങ്ങുന്നത്. ടിയാനൻമെൻ സ്ക്വയർ സംഭവങ്ങളിൽ തുടങ്ങി, ബർലിൻ മതിൽ തകർച്ച, സോവിയറ്റ് യൂണിയന്റെ പതനം, കിഴക്കൻ യൂറോപ്പിന്റെ സോഷ്യലിസത്തോടുള്ള വിടപറച്ചിൽ, ഇന്ത്യൻ സമ്പദ്‌വ്യവസ്ഥയുടെ ആണിക്കല്ലിളക്കിയ ധനപ്രതിസന്ധി, രാജീവ് ഗാന്ധി വധം തുടങ്ങി ദേശീയ–അന്തർദേശീയ രാഷ്ട്രീയ രംഗത്ത് ചലനങ്ങളും തുടർചലനങ്ങളും സൃഷ്ടിച്ച കാലഘട്ടം. അയോധ്യയിലെ രാമക്ഷേത്ര നിർമ്മാണ വിഷയം കത്തിത്തുട

ങ്ങിയ കാലഘട്ടം. ജീവനുള്ള മനുഷ്യർക്ക്, എന്തായാലും അമ്പലങ്ങൾ പണിയാനുള്ള കല്ലുകളേക്കാൾ പ്രാധാന്യമുണ്ടെന്ന് അനന്തമൂർത്തി തുറന്നടിച്ച് പ്രസംഗിച്ചു നടന്ന സമയം കൂടിയായിരുന്നു അത്.

ഒരു സർവ്വകലാശാല വൈസ് ചാൻസലർ കേവലം ഭരണ നിർവ്വഹണ മേലാളൻ മാത്രമല്ല, സമൂഹത്തിലെ ആഴത്തിൽ സ്പർശിക്കുന്ന ഏത് വിഷയത്തിന്മേലും അഭിപ്രായം പറയേണ്ടുന്ന ഉത്തരവാദപ്പെട്ട വ്യക്തിയാണെന്ന് ഓർമ്മിപ്പിച്ചുകൊണ്ടിരുന്നു.

സാഹിത്യ അക്കാദമി, നാഷണൽ ബുക്ക് ട്രസ്റ്റ് തുടങ്ങിയ സ്ഥാപനങ്ങളിലെ പദവികളോ ജ്ഞാനപീഠം, പത്മഭൂഷൺ തുടങ്ങിയ ബഹുമതികളോ അനന്തമൂർത്തിയെന്ന വ്യക്തിയുടെ നിലപാടുകളെയോ ജനകീയ ഇടപെടലുകളെയോ സ്വാധീനിച്ചില്ല. പ്രവർത്തിച്ച ഇടങ്ങളിലെല്ലാം തന്റെ ആത്മാർത്ഥതകൊണ്ടും പ്രതിബദ്ധതകൊണ്ടും സവിശേഷ ഇടപെടലുകൾകൊണ്ടും നൂതന സരണികൾ വെട്ടിത്തുറന്ന ദാർശനികനായിരുന്നു അദ്ദേഹം.

വിദ്യാർത്ഥികളും അധ്യാപകരും എഴുത്തുകാരും സംഗീതജ്ഞരും ചിത്രകാരന്മാരും അനന്തമൂർത്തിയുടെ ജീവിതപാതയിലെ ഉറ്റ തോഴരായിരുന്നു. സാഹിത്യത്തിനും കലയ്ക്കും രാഷ്ട്രീയമുണ്ടെന്നും രാഷ്ട്രീയത്തിന് മാനവികതയും സംസ്കാരവുമുണ്ടെന്നും ലോകത്തിന് ബോദ്ധ്യപ്പെടുത്തിക്കൊടുക്കാൻ അദ്ദേഹം ശ്രമിച്ചിരുന്നു. സാഹിത്യത്തിലും രാഷ്ട്രീയത്തിലും പരസ്പരപൂരകമായി പ്രവർത്തിക്കേണ്ടുന്ന ഈ ഗുണങ്ങൾ നഷ്ടപ്പെട്ടാൽ സമൂഹം ശിഥിലമാകുമെന്നും അത് ലോകത്തിന്റെ നാശത്തിനുതന്നെ വഴിതെളിക്കുമെന്നും തന്റെ പ്രഭാഷണങ്ങളിലൂടെ അനന്തമൂർത്തി മുന്നറിയിപ്പ് നല്കി. മുതലാളിത്തത്തിന്റെ അനിയന്ത്രിതമായ പ്രയാണം മനുഷ്യരെ വെറും അറവുമാടുകൾ ആക്കുക മാത്രമല്ല പ്രകൃതിയുടെ ആത്യന്തികമായ വിനാശത്തിന് കാരണമാകുമെന്നു കൂടി ഓർമ്മിപ്പിച്ചുകൊണ്ടാണ് 2008-ൽ ദില്ലിയിലെ ജാമിയാ മില്ലിയാ സർവ്വകലാശാലയിൽനടന്ന ഒരു ബിരുദദാന ചടങ്ങിൽ തന്റെ മുഖ്യ പ്രഭാഷണം അവസാനിപ്പിക്കുന്നത്.

അനന്തമൂർത്തി 'ചരിത്ര'മാകുന്നത് അദ്ദേഹം തന്റെ ജീവിതപഥത്തിൽ ചെയ്തുതീർത്ത കാര്യങ്ങൾകൊണ്ട് മാത്രമല്ല, ഭാവിയിൽ നാമോരോരുത്തരും ചെയ്യേണ്ടുന്ന കാര്യങ്ങൾക്കുള്ള മൗലികസത്ത ബാക്കിവെച്ചതുകൊണ്ടുകൂടിയാണ്. മാനവിക ദർശനത്തിൽ ഊന്നിയുള്ള സാമൂഹിക ഇടപെടൽ തന്റെ പേനകൊണ്ടും നാവുകൊണ്ടും ഹൃദയംകൊണ്ടും ജീവന്റെ അവസാന തുടിപ്പുവരെ നടത്തിയ ഒരു കുലപതിയായിരുന്നു അദ്ദേഹം.

ഇടപെടലുകളുടെ കവി

ടി ജെ എസ് ജോർജ്ജ്

ബ്രാഹ്മണാധിപത്യത്തിനെതിരെ പേനകൊണ്ട് പൊരുതിയ ബ്രാഹ്മണനായിരുന്നു യു ആർ അനന്തമൂർത്തി. വൈഷ്ണവ പാരമ്പര്യവും ശൈവപാരമ്പര്യവും മറികടന്നുവന്ന മധ്വ ബ്രാഹ്മണപാരമ്പര്യത്തിലാണ് ബാലനായ അനന്തമൂർത്തി വളർന്നത്. അവിടെ, ആ പ്രായത്തിൽ തുടങ്ങി ആശയങ്ങളിൽ ആവേശം കണ്ടെത്തുന്ന പ്രവണത. ശങ്കരന്റെ അദ്വൈതം ലോകം മായയാണെന്നു വാദിച്ചപ്പോൾ, മധ്വ പറഞ്ഞു സത്യം ജഗത് : ലോകം സത്യമാണ്, യാഥാർത്ഥ്യമാണ്. അദ്വൈതത്തിന് നേർവിപരീതമായ ദ്വൈതസിദ്ധാന്തം. യുവാവായ അനന്തമൂർത്തി ചോദ്യങ്ങൾ ചോദിക്കാൻ തുടങ്ങി. മധ്വ പറഞ്ഞതു ശരിയല്ലേ? അതു തന്നെയല്ലേ കാൾ മാർക്സും പറഞ്ഞത്? അതുതന്നെയല്ലേ തന്റെ ആരാധനാമൂർത്തിയായ ഗോപാലഗൗഡയും പറയുന്നത്?

കർണ്ണാടകയിലെ ഒരു തലമുറയെ ആഴത്തിൽ സ്വാധീനിച്ച ചിന്തകനായിരുന്നു ഗോപാലഗൗഡ എന്ന സോഷ്യലിസ്റ്റ്. രാഷ്ട്രീയ നേതാക്കന്മാരും, അദ്ധ്യാപകരും, എഴുത്തുകാരും ഒരുപോലെ അദ്ദേഹത്തിന്റെ വ്യക്തിത്വത്തിൽ ആകൃഷ്ടരായി. ദേവരാജ് അർസ്, എസ് എം കൃഷ്ണ, ജെ എച്ച് പട്ടേൽ, രാമകൃഷ്ണ ഹെഗ്ഡെ തുടങ്ങി ഗോപാലകൃഷ്ണ അഡിഗ, പി ലങ്കേഷ്, യു ആർ അനന്തമൂർത്തിവരെയുള്ള പ്രതിഭാധനർ അദ്ദേഹത്തെയാണ് വഴികാട്ടിയായി സ്വീകരിച്ച് ആദരിച്ചിരുന്നത്. അനന്തമൂർത്തിയുടെ *അവസ്ഥ* എന്ന നോവലിന്റെ ബീജം ഗോപാലഗൗഡയുടെ ജീവിതമാണ്. സോഷ്യലിസം എന്ന ധർമ്മാനുശാസനവും സമത്വം എന്ന മൗലികഘടനയും അനന്തമൂർത്തിയുടെ മാർഗ്ഗദീപങ്ങളായി. ബ്രാഹ്മണ്യം അതിനു വഴങ്ങിക്കൊടുത്തു. ഒപ്പം രാഷ്ട്രീയ ഇടപെടലുകൾ ജീവിതത്തിന്റെ അനിവാര്യതകളായി മാറി. എഴുത്തിലും പ്രവൃത്തിയിലും സന്ധിയില്ലാത്ത ആദർശവാദിയായി അനന്തമൂർത്തി.

പാശ്ചാത്യസാഹിത്യവുമായി ഏറ്റവും അടുത്ത് ഇടപഴകിയിട്ടുള്ള ഇന്ത്യൻ സാഹിത്യകാരൻ അനന്തമൂർത്തി ആയിരിക്കണം. ഇതിന് പ്രധാനമായും രണ്ടു കാരണങ്ങളുണ്ടായിരുന്നു. പി എച്ച് ഡി ഗവേഷണത്തിനായി ഇംഗ്ലണ്ടിലേക്ക് 1963 ൽ പോയതോടെ അവിടത്തെ പേരുകേട്ട നിരൂപകരും പ്രൊഫസർമാരും അദ്ദേഹത്തിന്റെ സന്തതസഹചാരികളായി. അവരുമായുള്ള സമ്പർക്കം മറ്റു പ്രഗത്ഭരായ യൂറോപ്യൻ സാഹിത്യാചാര്യന്മാരുടെ ചിന്താധാരകളിലേക്ക് മനസ്സിനെ വ്യാപരിപ്പിച്ചു. അങ്ങനെ അറുപതുകളിലെ ആഗോള സാഹിത്യ സംവാദങ്ങൾ നേരിട്ട് അനുഭവിക്കാനും ചിലപ്പോൾ അവയിൽ പങ്കാളിയാകാനും അനന്തമൂർത്തിക്കു കഴിഞ്ഞു.

രണ്ടാമത്തെ കാരണം അനന്തമൂർത്തി എന്ന കവി ആത്മാർപ്പണം ചെയ്ത ഒരു വിവർത്തകനായിരുന്നു എന്നതാണ്. യൂറോപ്യൻ സാഹിത്യത്തിന്റെ അനന്തതയിൽ വിഹരിക്കുമ്പോഴും തന്റെ മാതൃഭാഷയോടായിരുന്നു അദ്ദേഹത്തിന്റെ കൂറും ഭക്തിയും. എവിടെയെങ്കിലും തേജസ്സുറ്റ ഒരു കൃതി കണ്ടാൽ അത് ഉടൻ തന്റെ കന്നഡയിലേക്ക് എത്തിക്കാൻ അദ്ദേഹത്തിനു ധൃതി ആയിരുന്നു. വികാരവായ്പിന്റെ തേജസ്സ് സാന്ദ്രീകരിച്ചുകണ്ടത് കവിതയിലായിരുന്നതുകൊണ്ട് കവിതയാണ് അദ്ദേഹത്തിന്റെ വിവർത്തന താല്പര്യത്തിന് മൂർച്ചകൂട്ടിയത്. നിയന്ത്രിതമായ ചുരുക്കം വാക്കുകൾകൊണ്ട് ഹൃദയത്തിന്റെ ഉള്ളിലേക്ക് കടക്കാൻ കവിതയ്ക്കുള്ള കഴിവ് അദ്ദേഹത്തിന് അതിരുകളില്ലാത്ത പ്രചോദനമായിരുന്നു. യൂറോപ്പിലെ ഹൃദയമെന്നോ കർണ്ണാടകത്തിലെ ഹൃദയമെന്നോ വേർതിരിക്കാനാവാതെയാണ് കവിത ഈ കഴിവ് പ്രകടിപ്പിച്ചിരുന്നത്. അതുകൊണ്ടുതന്നെ വിഖ്യാത ജർമ്മൻ കവി ബെർത്തോൾത്ത് ബ്രെഹ്ത്തിന്റെ വരികൾ കർണ്ണാടകത്തിലെയും ഇന്ത്യയിലേയും സങ്കീർണ്ണാവസ്ഥകളിലേക്കാണ് കടന്നുചെല്ലുന്നതെന്ന് അനന്തമൂർത്തി അറിഞ്ഞു. ബ്രെഹ്ത്തിന്റെ കവിതകൾ കന്നഡയിലേക്കു മൊഴിമാറ്റാൻ അദ്ദേഹത്തിന് ഭയങ്കര ഉത്സാഹമായിരുന്നു. കൂടാതെ റെയ്നർ മരിയ റിൻകെ, എഡ്വിൻ മൂർ, യീറ്റ്സ് മുതലായ കവികളെ കന്നഡയിൽ കർണ്ണാടക വൈകാരികത്വത്തോടെ അദ്ദേഹം അവതരിപ്പിച്ചു.

വായിച്ചു വായിച്ച്, എഴുതിയെഴുതി മാനവികതയുടെ മൂല്യങ്ങൾ സ്വാംശീകരിച്ച അനന്തമൂർത്തി രാഷ്ട്രീയത്തിന്റെ അപക്വതയിൽ, അധഃപതനത്തിൽ വ്യാകുലപ്പെട്ടിരുന്നു. രാഷ്ട്രീയക്കാരുടെ വൃത്തികേടുകൾ കണ്ടില്ലെന്നു നടിച്ച് എഴുത്തിൽ മുഴുകി സ്വന്തം കാര്യം നോക്കി സ്വസ്ഥമായി ജീവിക്കാമായിരുന്നു. പക്ഷേ, ഗോപാല ഗൗഡയുടെ ശിഷ്യന് അതു സാധിക്കുമായിരുന്നില്ല. വൃത്തികേടുകൾക്കെതിരെ ധൈര്യത്തോടെ, വേദനയോടെ അദ്ദേഹം ശബ്ദമുയർത്തി. തെറ്റെന്നു കണ്ടതിനെ തെറ്റെന്ന് വിളിച്ചുപറഞ്ഞു. എഴുത്തുകാരന്റെ വിഷയം ജനജീവിതമാണെന്നും ജനജീവിതത്തെ ബാധിക്കുന്ന സംഭവവികാസങ്ങളോട് പ്രതികരിക്കാതെ എഴുത്തുകാരൻ തടിതപ്പുന്നത് ശരിയല്ലെന്നുമുള്ള സന്ദേശമായിരുന്നു അനന്തമൂർത്തിയുടെ ജീവിതം.

സോഷ്യലിസത്തിന്റെ പരാജയങ്ങളുമായി പൊരുത്തപ്പെട്ടു പോകാൻ നിരാശനായ അനന്തമൂർത്തി തയ്യാറായി. പക്ഷേ, മതതീവ്രവാദികൾ രാഷ്ട്രീയത്തെ കീഴ്പ്പെടുത്തുന്നതു കണ്ടപ്പോൾ അദ്ദേഹം പൊട്ടിത്തെറിച്ചു. നരേന്ദ്രമോദി ഭരിക്കുന്ന നാട്ടിൽ ജീവിക്കാൻ ഉദ്ദേശിക്കുന്നില്ലെന്ന് അദ്ദേഹം പറഞ്ഞപ്പോൾ ഹിന്ദുത്വ ഭീകരർ ഭീഷണികൾ മുഴക്കി. മോദിയുടെ വിജയം അനന്തമൂർത്തിയുടെ ചെകിട്ടത്തടിയായി എന്ന് അവർ പാടി. ഒടുവിൽ അവർ തോറ്റു. അനന്തമൂർത്തി പറഞ്ഞതുപോലെതന്നെ ചെയ്തു. നരേന്ദ്രമോദിയുടെ ഇന്ത്യയിൽ ജീവിക്കാൻ കൂട്ടാക്കാതെ അദ്ദേഹം കടന്നുപോയി.

പാരമ്പര്യത്തിനുള്ളിൽനിന്ന് അതിനെ വിമർശിച്ച ഒരാൾ

കെ സച്ചിദാനന്ദൻ

സാഹിത്യകലയുടെ മഹാചാര്യന്മാരായി ഓർമ്മിക്കപ്പെടുന്ന ചില എഴുത്തുകാരുണ്ട്. എന്നാൽ മറ്റുചിലരുണ്ട്. എഴുത്തുകാരെന്നനിലയിൽ ആരാധിക്കപ്പെടുമ്പോലെതന്നെ, സാഹിത്യരംഗത്തും പൊതുരംഗത്തും അവർ എക്കാലവും അംഗീകരിക്കപ്പെടും. തലമുറകൾ അവരെ കൊണ്ടാടും; സംവാദങ്ങളിൽ അവർ പ്രശംസിക്കപ്പെടും. ഭാഷയെയും സംസ്കാരത്തെയും വിദ്യാഭ്യാസത്തെയും രാഷ്ട്രീയത്തെയും സംബന്ധിക്കുന്ന എല്ലാറ്റിലും അവർ ആദരിക്കപ്പെടും. ഇക്കഴിഞ്ഞ ആഗസ്ത് 22 ന് എൺപത്തിരണ്ടാംവയസ്സിൽ നിര്യാതനായ യു ആർ അനന്തമൂർത്തി രണ്ടാമത്തെ വിഭാഗത്തിൽപ്പെട്ട ഒരു പ്രതിഭാശാലിയായിരുന്നു. ഷിമോഗയിലെ മെലിഗയെന്ന പരമ്പരാഗത കർണ്ണാടക ഗ്രാമത്തിൽനിന്നാരംഭിച്ച് ഒരു കോമൺവെൽത്ത് സ്കോളർ എന്ന നിലയിൽ ബർമിങ്ഹാം സർവ്വകലാശാലയിലും ജ്ഞാനപീഠം അവാർഡിലും മാൻബുക്കർ സമ്മാനത്തിനുള്ള ഫൈനലിസ്റ്റ് പദവിയിലും പത്മഭൂഷൺ അവാർഡിലും മഹാത്മാഗാന്ധി സർവ്വകലാശാല വൈസ് ചാൻസലർ പദവിയിലും സാഹിത്യ അക്കാദമി പ്രസിഡന്റ് സ്ഥാനത്തും നാഷണൽ ബുക്ക് ട്രസ്റ്റ് ചെയർമാൻ സ്ഥാനത്തും പൂന ഫിലിം ആന്റ് ടെലിവിഷൻ ഇൻസ്റ്റിറ്റ്യൂട്ട് ചെയർമാൻ സ്ഥാനത്തും മറ്റനേകം സ്ഥാനങ്ങളിലും എത്തിച്ചേരുന്ന മഹായാത്രയിലൊരിക്കലും അദ്ദേഹം തന്റെ വേരുകൾ മറന്നുപോയിരുന്നില്ല. പദവികളിൽനിന്ന് എപ്പോഴും തന്റെ ഗ്രാമത്തിലേക്ക് തിരിച്ച് ചെല്ലാനും നാട്ടുകാരനായി മാറാനും നാടൻകൂട്ടുകാരുമായി ചങ്ങാത്തം പുതുക്കാനും കഴിയുന്നുവെന്നതാണ് അനന്തമൂർത്തിയെ അതുല്യനാക്കുന്നത്.

എനിക്ക് വ്യക്തിപരമായി, കുടുംബത്തിലെ മുതിർന്നൊരാളായിരുന്നു അദ്ദേഹം. ഒരു മാമൂലും മാനിക്കാത്തൊരാൾ. അദ്ദേഹവുമായി എനിക്ക് വാദപ്രതിവാദം നടത്താം; സാഹിത്യ അക്കാദമിയിൽ വിശ്വാസത്തിലെ

ടുക്കാൻ കഴിയുമായിരുന്ന മുതിർന്നൊരു സഹപ്രവർത്തൻ; അവസാനം വരെ കേട്ടിരിക്കാൻ ഞാനാഗ്രഹിക്കുന്ന പ്രഭാഷകൻ; ഇഷ്ടമില്ലെങ്കിലും, സൂക്ഷ്മവും സൂചകവുമായ പ്രഭാഷണങ്ങളായിരുന്നു അദ്ദേഹത്തിന്റേത്. എന്നെ എല്ലായ്പ്പോഴും അതിശയിപ്പിച്ച കഥാകാരൻ; ഇംഗ്ലീഷിൽ ലഭ്യമായ എന്റെ രചനകൾ ആസ്വദിച്ച് വായിച്ചൊരാൾ — ബെനഡിക്ട് ആന്റേഴ്സന്റെ ഒരു വാക്ക് കടമെടുത്താൽ പാരമ്പര്യത്തിൽ 'വേരൂന്നിയ വിശ്വപൗരൻ' ആയിരുന്നു അനന്തമൂർത്തി. പാരമ്പര്യത്തിനുള്ളിൽനിന്നുകൊണ്ട് അതിനെ വിമർശിച്ച ഒരാൾ; ഇന്ത്യയുടെ സമ്മിശ്രമായ സാംസ്കാരിക പൈതൃകവുമായുള്ള തന്റെ ബന്ധം സൂചിപ്പിക്കാൻ അദ്ദേഹം എല്ലായ്പ്പോഴും പറഞ്ഞത് താൻ ഒരു critical insider (അകത്തിരുന്ന് വിമർശിച്ചവൻ) ആണെന്നായിരുന്നു. അദ്ദേഹത്തോടു ഞാൻ നന്ദിയുള്ളവനായിരിക്കേണ്ടുന്ന പല കാര്യങ്ങളുണ്ട്. ഇന്ത്യൻ ലിറ്ററേച്ചറിന്റെ എഡിറ്റർ സ്ഥാനത്തുനിന്ന് സാഹിത്യ അക്കാദമിയുടെ ചീഫ് എക്സിക്യൂട്ടീവായി എന്നെ അദ്ദേഹം ഉയർത്തി. പല കാര്യങ്ങളിലും ഞാൻ അദ്ദേഹത്തോട് മാപ്പിരക്കേണ്ടതുണ്ട്; ഒരു യൂണിവേഴ്സിറ്റി പ്രൊഫസറായിരിക്കാനും മറ്റൊരു യൂണിവേഴ്സിറ്റി വൈസ് ചാൻസലാറിയിരിക്കാനും അദ്ദേഹം വെച്ചുനീട്ടിയ ക്ഷണങ്ങൾ ഞാൻ തിരസ്കരിക്കുകയായിരുന്നു. സാഹിത്യ അക്കാദമി പ്രസിഡന്റായി തെരഞ്ഞെടുക്കപ്പെട്ടപ്പോൾ പകുതി തമാശയായി, ഇനി മേലിൽ അദ്ദേഹത്തെ ഞാൻ 'അനന്താ' എന്നല്ല, 'സാർ' എന്ന് വിളിക്കേണ്ടിവരുമെന്ന് അദ്ദേഹം പറഞ്ഞത് ഞാൻ ഓർമ്മിക്കുന്നു. ആയിരക്കണക്കായ ആരാധകർക്കും വിദ്യാർത്ഥികൾക്കും അദ്ദേഹം ഇതിനകം 'മെസ്ട്രു' (മാസ്റ്റർ) ആയിക്കഴിഞ്ഞിരുന്നു. പുനരുജ്ജീവന വാദികളുടെ കടന്നാക്രമണത്തിനെതിരെ ഇന്ത്യൻ സാഹിത്യത്തിലും സംസ്കാരത്തിലുമുള്ള ബഹുസ്വരത സംരക്ഷിക്കുന്നതിനായി ഒരു ആൾ ഇന്ത്യാ റൈറ്റേഴ്സ് ഫോറം രൂപീകരിക്കുന്നതിനെപ്പറ്റിയായിരുന്നു അവസാനമായി അദ്ദേഹവുമായി ഞാൻ നടത്തിയ സംഭാഷണം.

എല്ലാ കാര്യങ്ങളിലും വികാരവത്തായി ഇടപെട്ട ഒരാളായിരുന്നു അദ്ദേഹം. നല്ലൊരു സംവാദമായാലും ഒരു ലിറ്റിൽ മാഗസിനായാലും പരിസ്ഥിതി പ്രസ്ഥാനമായാലും കെ വി സുബ്ബണ്ണാസ് നിനസം പോലൊരു സംഘടനയായാലും മരണാസന്നത പ്രക്ഷേപിക്കുന്നൊരു ബർഗ്മാൻ സിനിമ കാണുന്നതായാലും കന്നഡത്തിലെ വചനകവിതയെപ്പറ്റിയുള്ള ചർച്ചയായാലും ഒരു സായഹ്നപാനരംഗമായാലും, ഇഷ്ടപ്പെടുന്ന സ്ത്രീകളുടെ സഹവാസമായാലും അവയിലെല്ലാം അദ്ദേഹം പൂർണ്ണമായി ലയിച്ചു ചേർന്നിരുന്നു. തന്റെ കഥാപാത്രങ്ങളെപ്പോലെ പുണ്യത്തിന്റെയും പാപത്തിന്റെയും നേർത്ത അതിർവരമ്പിലൂടെ നടന്നുപോവാനായിരുന്നു അദ്ദേഹത്തിനിഷ്ടം.

നല്ലൊരു കഥാഖ്യാതാവിയിരുന്നു അനന്തമൂർത്തി. ആറ് നോവലുകളും എട്ട് കഥാസമാഹാരങ്ങളും അദ്ദേഹത്തിന്റെ ആഖ്യാനപാടവ

ത്തിനും ആശയശേഷിക്കുമുള്ള ഉന്നത നിദർശനങ്ങളാണ്. അദ്ദേഹത്തിന്റെ കവിതകളും മൂർത്തമായ കാര്യങ്ങളാണ് പ്രതിപാദിച്ചിരുന്നത്. സംഭവങ്ങൾ, സ്ഥലങ്ങൾ, മനുഷ്യർ എല്ലാം. അവ ഒരിക്കലും അമൂർത്തതകളിൽ അഭിരമിച്ചിരുന്നില്ല. അദ്ദേഹത്തിന്റെ മഹത്തായ നോവൽ *സംസ്കാര* അതുല്യമായ ഒരു പരിഷ്കരണപ്രമാണമായി നിലനില്ക്കും. തന്റെ രചനാപശ്ചാത്തലത്തെ അദ്ദേഹത്തിന് അടുത്തറിയുമായിരുന്നു. അതിലെ മിത്തുകൾ, കെട്ടുകഥകൾ, ആചാരങ്ങൾ, മാമൂലുകൾ എല്ലാമദ്ദേഹത്തിനറിയാമായിരുന്നു. അതുവഴി സമൂഹത്തെയാകമാനം അളക്കാൻ അദ്ദേഹത്തിന് കഴിഞ്ഞിരുന്നു. അദ്ദേഹം എല്ലായ്പ്പോഴും താദാത്മ്യം പ്രാപിച്ചത് അടക്കമില്ലാത്ത, തകർന്നുപോയ, ജാതിഭ്രഷ്ടരോടായിരുന്നു. നാരാണപ്പന്റെ, മാദകത്വമുള്ള കാമുകിയായ ചന്ദ്രി വശീകരിച്ച ആദരണീയ പുരോഹിതൻ പ്രാണേശാചാര്യർ വലിയൊരു സാന്മാർഗ്ഗിക ധർമ്മസങ്കടത്തെയാണ് പ്രതിനിധാനം ചെയ്യുന്നത്. ശരീരത്തിന്റെ വിശപ്പും ആത്മാവിന്റെ ചോദനങ്ങളും തമ്മിൽ, നിന്ദ്യവും പുണ്യവും തമ്മിൽ, വൈദികനിയമങ്ങളും അസംസ്കൃത ജീവിതനിയമങ്ങളും തമ്മിൽ നടക്കുന്ന നിതാന്തമായ സമരത്തിന്റെ പ്രാതിനിധ്യമാണത്. നാരാണപ്പയുടെ ശവസംസ്കാരവുമായി ബന്ധപ്പെട്ട പ്രശ്നം പരിഹരിക്കാൻ പ്രാണേശാചാര്യന് കഴിയുന്നില്ല. മാംസം ഭുജിക്കുകയും ചന്ദ്രിയോടൊപ്പം ജീവിക്കുകയും ചെയ്ത ആനന്ദാന്വേഷിയായ ആ ബ്രാഹ്മണനെ സമുദായ ഭ്രഷ്ടനാക്കിയിരുന്നില്ല. അതുകൊണ്ട് ബ്രാഹ്മണർക്കു മാത്രമേ അയാളുടെ ശവസംസ്കാര ചടങ്ങുകൾ നിർവ്വഹിക്കുവാൻ കഴിയുമായിരുന്നുള്ളൂ. എന്നാൽ ബ്രാഹ്മണർ അയാളുടെ ശരീരം സ്പർശിക്കുന്നത് ഭയപ്പെട്ടു. അത് അവരെ മലിനമാക്കിയാലോ! മൃതദേഹം പെട്ടെന്നുതന്നെ സംസ്കരിക്കണമെന്ന ശാസ്ത്രം ഇവിടെ സഹായത്തിനെത്തിയില്ല. സമൂഹത്തിന്റെയാകമാനം ധാർമ്മിക – ധൈഷണിക – ആത്മീയ ആഘാതത്തിന്റെ പ്രതീകമാണ് നാരാണപ്പന്റെ മൃതദേഹമെന്ന് തോന്നുന്നു. *ഭാരതീപുര*ത്തെ ജഗന്നാഥനും സമാനമായ സംഘർഷങ്ങളുണ്ട്. അധഃകൃതജാതികളിലെ ജനങ്ങളുടെ മാനസികാവസ്ഥ പരിവർത്തനം ചെയ്യണം അയാൾക്ക്. പക്ഷേ, അവർ അയാളെ ഗൗനിക്കുന്നില്ല. അയാൾ ക്ഷണിച്ചിട്ടുപോലും പാവനമായ സാളഗ്രാമം സ്പർശിക്കാൻ അവർ തയ്യാറാവുന്നില്ല. വ്യവസ്ഥയുടെ നൈതികതയെപ്പറ്റി നിശിതവും കുഴപ്പം നിറഞ്ഞതുമായ ചോദ്യങ്ങളാണ് *അവസ്ഥെ*യിലെ കൃഷ്ണപ്പഗൗഡരും ഉയർത്തുന്നത്. ഈ പ്രതിസന്ധി മറികടക്കാൻ ആശയവാദികൾക്കും കഴിയുന്നില്ല. പാരമ്പര്യവും ആധുനികതയും തമ്മിലുള്ള ബന്ധം അനന്തമൂർത്തിയുടെ കേന്ദ്ര ഇതിവൃത്തങ്ങളിലൊന്നാണ്. അദ്ദേഹം അന്ധനായ പാരമ്പര്യവാദിയോ ചിന്താശൂന്യനായ ആധുനികതാവാദിയോ ആയിരുന്നില്ല. ഗോപാലകൃഷ്ണ അഡിഗയും മറ്റുള്ളവരുമായി ചേർന്ന് അദ്ദേഹം കന്നഡഭാഷയിൽ വളർത്തിയെടുത്ത നവ്യസാഹിത്യപ്രസ്ഥാനത്തെ വേർതിരിച്ചു നിർത്തുന്നത് ഇതാണ്. പാരമ്പര്യത്തെ വിമർശിക്കാനുള്ള ടൂളുകൾ അവർ പാര

മ്പര്യത്തിൽത്തന്നെ കണ്ടെടുത്തു. അതിനെ വേണമെങ്കിൽ പ്രതിപാരമ്പര്യമെന്ന് വിളിച്ചോളൂ. ഗാന്ധിജിയെപ്പോലെ പല ചിന്തകരും അതാണ് ചെയ്തത്. അനന്തമൂർത്തിയുടെ *സൂര്യനമകുതിരെ* (സൂര്യന്റെ കുതിര; പച്ചക്കുതിരക്കുള്ള ഒരു വാക്ക്), *മൗനി* തുടങ്ങിയ കഥകളും *ബാര* (വരൾച്ച) എന്ന ഹ്രസ്വ നോവലും വ്യത്യസ്ത തലങ്ങളിലാണ് പ്രവർത്തിക്കുന്നത്. അദ്ദേഹത്തിന്റെ *ദിവ്യ* എന്ന നോവൽ കന്നഡയിൽ പ്രസിദ്ധീകരിക്കുന്നതിന് മുമ്പുതന്നെ അതിലെ ചില അദ്ധ്യായങ്ങൾ ഞാൻ എഡിറ്റുചെയ്തിരുന്നു. *പച്ചക്കുതിര*യിൽ പ്രസിദ്ധീകരിക്കാൻ അദ്ദേഹം അനുവദിച്ചത് ഞാൻ ഓർമ്മിക്കുന്നു.

ഏത് സ്ഥാപനത്തിന്റെ തലപ്പത്തിരുന്നാലും അവിടെയൊക്കെ പരിഷ്കരിക്കണമെന്ന നിർബ്ബന്ധബുദ്ധി അദ്ദേഹത്തിനുണ്ടായിരുന്നു. സർവ്വകലാശാലകളുടെ പഴയ ഏകവിഷയമെന്ന യുക്തിയെ അദ്ദേഹം തകർത്തെറിഞ്ഞു. പകരം പരസ്പരം പ്രവർത്തന പ്രതിപ്രവർത്തനങ്ങളിലേർപ്പെടുന്ന വകുപ്പുകളാക്കി അവയെ അദ്ദേഹം പരിവർത്തനം ചെയ്തു. എം ജി സർവ്വകലാശാലയിൽ അവയെ അദ്ദേഹം സ്കൂളുകൾ എന്ന് വിളിച്ചു. പോസ്റ്റ് ഗ്രാജുവേറ്റ്, പ്രീ റിസർച്ച് കോഴ്സുകളിൽ ഇംഗ്ലീഷിനും മലയാളത്തിനും തുല്യ പ്രാധാന്യം നല്കി. ഏതെങ്കിലുമൊരു seminal text വിശദമായ ആമുഖപഠനത്തോടെ വിവർത്തനം ചെയ്യുന്ന വിദ്യാർത്ഥിക്ക് പി എച്ച് ഡി ലഭിക്കുമായിരുന്നു. അദ്ദേഹത്തെ സംബന്ധിച്ചിടത്തോളം സർവ്വകലാശാല വേറിട്ടുനില്ക്കുന്ന ദന്തഗോപുരമായിരുന്നില്ല. അതിനു ചുറ്റുപാടുമുള്ളതും, സർവ്വകലാശാല രൂപപ്പെടുത്തണമെന്നാഗ്രഹിക്കുന്നതുമായ സമൂഹവുമായി ജൈവസംബന്ധമുള്ളൊരു സ്ഥാപനമായിരുന്നു അദ്ദേഹത്തിന് സർവ്വകലാശാല. തനിക്കുമുമ്പോ പിമ്പോ വന്ന മറ്റെല്ലാ പ്രസിഡന്റുമാരിൽനിന്നും വ്യത്യസ്തനായിരുന്നു സാഹിത്യ അക്കാദമിയുടെ പ്രസിഡന്റായ അനന്തമൂർത്തി. കാരണം അക്കാദമിക്കു പിന്നിലെ ജനാധിപത്യസ്പന്ദത്തെപ്പറ്റി അദ്ദേഹത്തിന് സുവ്യക്തമായ ധാരണയുണ്ടായിരുന്നു. മാതൃഭാഷകളെ അദ്ദേഹം ആദരിച്ചു. പാർശ്വവത്കൃത ഭാഷകളെ മുഖ്യധാരയിലേക്കു വളർത്താൻ അദ്ദേഹം കഠിനമായി പ്രയത്നിച്ചു. ഗ്രാമ്യഭാഷകളിലേയും ഗോത്രഭാഷകളിലേയും വാചാപാരമ്പര്യത്തിൽനിന്നുള്ള ഏറ്റവും നല്ല കൃതികൾ അംഗീകരിക്കാനും ശേഖരിക്കാനും പ്രസിദ്ധീകരിക്കാനുമുള്ള മാർഗ്ഗങ്ങൾ അദ്ദേഹം ആവിഷ്കരിച്ചു. അത്തരം സ്വപ്നപദ്ധതികൾക്ക് നേതൃത്വം നല്കാനുള്ള വ്യക്തികളെ കണ്ടെത്താനും ആ സൂക്ഷ്മദൃഷ്ടികൾക്കു കഴിഞ്ഞു. ഇന്ത്യയിലെ ഏറ്റവും നല്ല ചില മനസ്സുകളുടെ ഉടമകൾ സാഹിത്യ അക്കാദമിയുമായി ബന്ധപ്പെടുന്നത് അദ്ദേഹത്തിന്റെ കാലത്താണ്. രാമു ഗാന്ധി, രാജ് മോഹൻ ഗാന്ധി, അഷീഷ് നന്ദി, നിർമ്മൽ വർമ്മ, ഒ വി വിജയൻ, ബൽചന്ദ്രനെമാഡെ, ആശോക് വാജ്പേയി, ഡോ. നാഗരാജ് എന്നിവരും മറ്റനേകംപേരും. യുവാക്കളും പാർശ്വവത്കൃതരുമായവർക്കുവേണ്ടി പുതിയ വേദികൾ അവതരിപ്പിച്ചുകൊണ്ട് സാഹിത്യ

അക്കാദമിക്ക് വിപ്ലവകരമായ പരിവർത്തനം വരുത്താൻ, അദ്ദേഹത്തിന്റെ പിന്തുണയില്ലായിരുന്നെങ്കിൽ എനിക്ക് സാധിക്കുമായിരുന്നില്ല. ഏതെങ്കിലും ഒരു പ്രത്യേക ഭാഷയ്ക്ക് മാത്രമാണ് ദേശീയ പദവിയെന്നദ്ദേഹം അംഗീകരിക്കുമായിരുന്നില്ല, ഇന്ത്യക്കാർ സംസാരിക്കുന്ന എല്ലാ ഭാഷകളും ദേശീയഭാഷകളാണെന്നദ്ദേഹം പറഞ്ഞു. ഭാഷകൾക്കിടയിൽ കീഴ്-മേൽശ്രേണി നിർമ്മിച്ച എട്ടാം ഷെഡ്യൂൾ റദ്ദു ചെയ്യണമെന്ന് അദ്ദേഹം ആവശ്യപ്പെട്ടു. വിദ്യാഭ്യാസ മാധ്യമം മാതൃഭാഷയായിരിക്കണമെന്ന് അദ്ദേഹം വിശ്വസിച്ചു; എന്നാൽ ഒന്നാംതരം മുതൽ ഇംഗ്ലീഷും പഠിപ്പിക്കണം. ഇംഗ്ലീഷിനോടുള്ള ഭയം ദൂരീകരിക്കാൻ ഇതാണ് വഴി. അതുപോലെ വിജ്ഞാനമേഖലകളിലേക്ക് കടന്നുചെല്ലാനും അതു സഹായിക്കും. ഇംഗ്ലീഷിന്റെ ഏകഭാഷാമാഹാത്മ്യത്തെ അദ്ദേഹം എതിർത്തു. അത് അന്യവല്ക്കരണത്തിന് കാരണമാവുന്നുണ്ടെന്ന് അദ്ദേഹം പറഞ്ഞു. ഇംഗ്ലീഷിലുള്ള ഇന്ത്യൻ സാഹിത്യരചനകളിൽ എന്തുകൊണ്ടാണ് പുരോഗമനപ്രസ്ഥാനം പോലെയോ ദളിത പ്രസ്ഥാനം പോലെയോ കീഴാള സംരംഭങ്ങളുണ്ടാവാത്തതെന്ന് അദ്ദേഹം ചോദിച്ചു. വലിയൊരളവിൽ ഇന്ത്യൻ ഇംഗ്ലീഷ് കഥാസാഹിത്യം വളരെ ഊർജ്ജസ്വലമാണെന്നും ഇന്ത്യയെ 'പാക്കേജി'ലൊതുക്കാൻ പ്രേരിപ്പിക്കുന്ന വിദേശ വായനക്കാർക്കുള്ളതാണവയെന്നും അദ്ദേഹം പറയാറുണ്ടായിരുന്നു.

തന്റെ ഉത്തമ ബോദ്ധ്യങ്ങൾ ആവശ്യപ്പെടുന്നപക്ഷം പൊതുസംവാദങ്ങളിൽനിന്നും ചർച്ചകളിൽനിന്നും അനന്തമൂർത്തി ഒരിക്കലും മാറിനിന്നില്ല. അദ്ദേഹത്തിന്റെ സമരങ്ങൾ സുപ്രസിദ്ധമാണ്. ചീനയിലെ ടിയാനെൻമെൻ കൂട്ടക്കൊലയ്ക്കെതിരെ, ചന്ദ്രഗുഡിയിലെ നഗ്നതാരാധന അനുവദിക്കുന്നതിനുവേണ്ടി, സ്കൂളിൽ മാതൃഭാഷാപഠനം നിർബ്ബന്ധമാക്കുന്നതിന് വേണ്ടി, രാഷ്ട്രീയ ഹിന്ദുത്വത്തെ ന്യായീകരിക്കാനായി ഇന്ത്യാചരിത്രം വക്രീകരിച്ച് എഴുതിയ എസ് എൽ ബൈരപ്പയുടെ *അവർക്കു* എന്ന നോവലിനെതിരെ, തുംഗാനദിയെ നശിപ്പിച്ച് ബാംഗളൂർ-മൈസൂർ -ഇൻഫ്രാസ്ട്രക്ചർ-കോറിഡോർ പദ്ധതിക്ക് വേണ്ടി ഭൂമി അക്വയർ ചെയ്യുന്നതിനെതിരെ, ചാമലപുരത്ത് നിർദ്ദേശിക്കപ്പെട്ട തെർമൽപവർ പ്ലാന്റുവഴി ഉണ്ടാവുന്ന പരിസ്ഥിതി വിനാശത്തിനെതിരെ, അടുത്തകാലത്തായി വലതുപക്ഷത്തിന്റെ വളർച്ചയ്ക്കെതിരെ. (ബാംഗളൂർ-മൈസൂർ ഇൻഫ്രാസ്ട്രക്ചർ പദ്ധതി റദ്ദാക്കണമെന്നാവശ്യപ്പെട്ട് അദ്ദേഹം കർണ്ണാടക ഇലക്ട്രിസിറ്റി റെഗുലേറ്ററി കമ്മീഷൻ മുമ്പാകെ നേരിട്ട് ഹാജരായി വാദിച്ചു.) മോദി അധികാരത്തിൽ വരികയാണെങ്കിൽ താൻ ഇന്ത്യ വിടുമെന്ന പ്രസ്താവം പല ശിഥിലഗ്രൂപ്പുകളെയും പ്രകോപിപ്പിച്ചു. ചിലർ മോദിവിജയത്തിനുശേഷം അദ്ദേഹത്തിനു കറാച്ചിയിലേക്ക് ടിക്കറ്റെടുത്തു നല്കാൻ ശ്രമിച്ചു. അദ്ദേഹത്തിന്റെ മരണം ചിലർ ആഘോഷിച്ച്, അതുവഴി നിയമനടപടി നേരിടുകയാണ്. 2006 ൽ ബി ജെ പി - ജനതാദൾ (എസ്) സഖ്യം അഴിമതിക്കാരനായ ഒരു വണിക്പ്രമുഖനെ രാജ്യസഭാസ്ഥാനാർത്ഥിയാക്കിയതിനെതിരെ രാജ്യസഭയിലേക്ക് മത്സരിച്ചതടക്ക

മുള്ള ഈ സമരങ്ങൾ അദ്ദേഹത്തെ വ്യതിരിക്തനാക്കി. മരണത്തിന് ഏതാനും ആഴ്ചകൾക്കുമുമ്പ് അദ്ദേഹത്തിന്റെ മകളുടെ വീട്ടിൽവെച്ച് കണ്ടപ്പോൾ അദ്ദേഹം പറഞ്ഞത് ഹിന്ദുത്വ പ്രത്യയശാസ്ത്രത്തിനെതിരെ ഗാന്ധിജിയുടെ ഹിന്ദുസ്വരാജ് ഉയർത്തിപ്പിടിച്ചുകൊണ്ട് ഒരു തീസിസ് എഴുതണമെന്നായിരുന്നു. അതാണദ്ദേഹം ഞാനുമായി ചർച്ചചെയ്ത അദ്ദേഹത്തിന്റെ അവസാനകൃതി. അംബേദ്കർ ചിന്തയിലെ ദളിതപക്ഷത്ത് നില്ക്കുമ്പോഴും, തന്നിൽ ഗാന്ധിയുടേയും, ലോഹ്യയുടേയും സ്വാധീനം നിതാന്തമാണെന്നദ്ദേഹം കരുതി. എസ്തറുമായുള്ള വിവാഹം പോലും യാഥാസ്ഥിതിക കർണ്ണാടക ബ്രാഹ്മണർക്കിടയിൽ വലിയൊരു കൊടുങ്കാറ്റ് സൃഷ്ടിച്ചിരുന്നു. വ്യത്യസ്ത ജാതിക്കാർ തമ്മിലുള്ള വിവാഹം പോലും അംഗീകരിക്കാത്ത അവരുണ്ടോ വ്യത്യസ്ത മതക്കാർ തമ്മിലുള്ള വിവാഹം അംഗീകരിക്കുന്നു? അദ്ദേഹമുയർത്തിയ ചോദ്യങ്ങൾ — തന്നെപ്പറ്റിയും മറ്റുള്ളവരെപ്പറ്റിയും, പാരമ്പര്യത്തെപ്പറ്റിയും ആധുനികതയെപ്പറ്റിയും വൈദികതയെപ്പറ്റിയും രാഷ്ട്രീയത്തെപ്പറ്റിയുമുള്ള ചോദ്യങ്ങൾ — മൗലികമായ പരിഷ്കാരം സംബന്ധിച്ചുള്ളവയായിരുന്നു. നമ്മുടെ രാജ്യത്തിന്റെ സംസ്കാരത്തെപ്പറ്റിയുള്ള അർത്ഥവത്തായ ഏത് സംവാദത്തിലും പ്രസക്തമായ ചോദ്യങ്ങളാണവ. നമ്മുടെ രാജ്യത്തിന്റെ ബഹുസ്വരതയുടെ വക്താവായിരുന്നു അദ്ദേഹം. ദേശീയൈക്യത്തെ സംബന്ധിച്ച കൃത്രിമമായ ധാരണകളെ അദ്ദേഹം എതിർത്തു. അത് വിവിധ രൂപങ്ങളിൽ ജനങ്ങൾ വേർതിരിക്കുമെന്ന് അദ്ദേഹം പറഞ്ഞു. ഇത് രാജ്യത്തിന്റെ ബാൾക്കനൈസേഷന് കാരണമാകും. വളരെ മോശമായ ഒരവസ്ഥയായിരിക്കും അത്. മൂന്ന് തലത്തിലുമുള്ള ആശയവിനിമയത്തിൽ വൈദഗ്ദ്ധ്യമുള്ള അപൂർവ്വം ധിഷണാശാലികളിൽ ഒരാളായിരുന്നു അനന്തമൂർത്തി — പ്രാദേശികവും ദേശീയവും അന്തർദേശീയവുമായ തലങ്ങളിൽ. എനിക്ക് അദ്ദേഹത്തിന്റെ ഉപദേശവും വാത്സല്യവും നഷ്ടമാവുന്നു. അദ്ദേഹമില്ലാതെ എന്റെ ലോകം ചുരുങ്ങിപ്പോവുന്നു, അതിന്റെ വർണ്ണാഭ കുറഞ്ഞുപോവുന്നു.

പരിഭാഷ: സറീന

ഓർമ്മകളെ മായ്ക്കില്ല കാലം

എ കെ രാമകൃഷ്ണൻ

ഒന്നിടവിട്ട ദിവസങ്ങളിലെ ഡയാലിസിനിടയ്ക്ക് ഒരു ദിവസം എല്ലാ അസ്വാസ്ഥ്യങ്ങളും അവഗണിച്ച് ഇക്കഴിഞ്ഞ ഏപ്രിൽ മാസം, പൊതു തെരഞ്ഞെടുപ്പ് ചൂടുപിടിച്ചുവരുന്ന സമയത്ത് ഡൽഹിയിലെത്തണമെന്ന് അനന്തമൂർത്തിക്ക് നിർബ്ബന്ധമുണ്ടായിരുന്നു. ഡൽഹി പ്രസ്സ് ക്ലബ്ബിൽ വിളിച്ചുകൂട്ടിയ വാർത്താസമ്മേളനത്തിൽ അദ്ദേഹത്തിന് പറയാനുണ്ടായിരുന്നത് ഇന്ത്യൻ രാഷ്ട്രീയത്തിൽ സംഭവിച്ചുകൊണ്ടിരിക്കുന്ന പ്രതിലോമകരമായ മാറ്റങ്ങളെക്കുറിച്ചായിരുന്നു.

ശക്തമായ ഒരു ഇന്ത്യക്കുവേണ്ടി ശക്തനായ ഒരു നേതാവിനെ തെരഞ്ഞെടുക്കാൻ ആളുകൾ ഏകദേശം തീരുമാനിച്ചുവെന്ന് ബോദ്ധ്യപ്പെട്ട സമയമായിരുന്നു അത്. എങ്കിലും തനിക്ക് പറയാനുള്ളത് അദ്ദേഹം പറഞ്ഞു. മാധ്യമങ്ങളിൽ അനന്തമൂർത്തി പറഞ്ഞ കാര്യമായ സംഗതികളൊന്നും ശ്രദ്ധിക്കത്തക്കവിധത്തിൽവന്നില്ല. ഹിന്ദുത്വ രാഷ്ട്രീയം മാത്രമല്ല, ശക്തമായ ഇന്ത്യ എന്ന ആശയവും തനിക്ക് അസ്വീകാര്യമാണെന്നാണ് അദ്ദേഹം പറഞ്ഞത്. കേന്ദ്രീകൃത ശക്തിയിലൂടെ നിയന്ത്രിക്കപ്പെടുന്ന ഇന്ത്യയല്ല കുറെക്കൂടി അയഞ്ഞ ബഹുസ്വരതയുള്ള ഇന്ത്യയാണ് ജീവിക്കാൻ കൊള്ളുന്ന പ്രദേശം. ആധിപത്യപ്രവണതകളും ബ്യൂറോക്രസിയും സൈനികതയുംകൊണ്ട് ശക്തമായ ഇന്ത്യ വൈവിദ്ധ്യങ്ങളുടെയും സർഗ്ഗാത്മകതകളുടെയും ശവപ്പറമ്പായി മാറും. ഈ മുന്നറിയിപ്പ് നല്കാനാണ് അസുഖം വകവെക്കാതെ അദ്ദേഹം ഡൽഹിയിലെത്തിയത്. എസ്തറിന്റെ കൂടെ ആ കൈപിടിച്ച് പ്രസ്ക്ലബ്ബിന്റെ കോണികളിറങ്ങുമ്പോൾ അധികാരത്തോട് സത്യം വിളിച്ചുപറയുന്ന ആ ഉള്ളുറപ്പിനൊപ്പം ആ ശരീരത്തിന്റെ ത്രാണി എത്രനാൾ നിലനില്ക്കുമെന്ന ഭീതിദമായ ആശങ്ക എന്നെ അലട്ടിയിരുന്നു. എന്നാൽ, ആ മുഖത്തെ പ്രസരിപ്പ് പ്രതീക്ഷ നല്കുന്നതായിരുന്നു.

അനന്തമൂർത്തിയിലെ സാംസ്കാരിക–സാമൂഹിക വിമർശകൻ പല രൂപങ്ങൾ കൈക്കൊണ്ടിട്ടുണ്ട്. സർഗ്ഗാത്മക സൃഷ്ടികളിലും ബൗദ്ധിക നിലപാടുകളിലും വിദ്യാഭ്യാസ പ്രവർത്തനങ്ങളിലും സാംസ്കാരിക ഇട പെടലുകളിലും ഒക്കെ ആ വിമർശകസ്വഭാവം വിവിധതരത്തിൽ പ്രകട മായിട്ടുണ്ട്. താൻ ജീവിക്കുന്ന സാംസ്കാരിക പരിസരത്തെ വിമർശാ ത്മകമായി നോക്കിക്കാണാനുള്ള ഉപാധികൾ അകത്തുനിന്നും പുറത്തു നിന്നും അദ്ദേഹം കണ്ടെത്തിയിരുന്നു. സാംസ്കാരിക അതിർത്തികൾ ഭേദിച്ച് പഴമയുടെയും പുതുമയുടെയും കനത്ത ആശയലോകത്തിലൂടെ സഞ്ചരിക്കുമ്പോൾ പല രീതിയിലുള്ള കരുതലുകളാവശ്യമാണെന്ന് അന ന്തമൂർത്തിക്ക് ബോദ്ധ്യമുണ്ടായിരുന്നു. സാമ്പ്രദായികമായി ലഭ്യമായ സംസ്കൃതിയുടെ മൂഢ സുരക്ഷിതത്വവും പല പുത്തനന്വേഷണങ്ങളു ടെയും വേരില്ലായ്മയും ഒരേസമയം അദ്ദേഹത്തെ അലട്ടിയിരുന്നു. പല മിഥ്യാബോധങ്ങളുടെയും തിരസ്കാരമാണ് *സംസ്കാര* തൊട്ടിങ്ങോട്ട് നാം കാണുന്നത്. എന്നാൽ, ചില തുടർച്ചകളോടുള്ള അദ്ദേഹത്തിന്റെ ആഭി മുഖ്യവും കാണേണ്ടതുണ്ട്.

ആദ്യമായി കുമാർഗന്ധർവ്വയുടെ പാട്ടുകേട്ട അനുഭവത്തെക്കുറിച്ച് അനന്തമൂർത്തി എഴുതിയ കവിതയിൽ പതിനഞ്ചാം നൂറ്റാണ്ടിലെ നാടോ ടിയായ ഉത്തരേന്ത്യൻ മഹാകവി കബീർ എങ്ങനെ ഇങ്ങ് തെക്ക് ബെൽഗാ മിൽനിന്നുള്ള കുമാർ ഗന്ധർവ്വയുടെ കഴുത്തിൽ കയറി സഞ്ചരിച്ചുവെ ന്നും, കുമാർ ഗന്ധർവ്വയുടെ സ്വരംതന്നെ എത്രയോ മുമ്പുള്ള ശബ്ദവീ ചികളുടെ തുടർച്ചയാണെന്നും സൂചിപ്പിക്കുന്നു. കബീറിന്റെ അനിയത മായ നാടോടിവഴി അനന്തമൂർത്തിക്ക് പ്രിയപ്പെട്ടതായിരുന്നു.

ഒരു അക്കാദമിക്കെന്ന നിലയിലും വൈസ് ചാൻസലർ എന്ന നില യിലും ജ്ഞാനമേഖലകളുടെ അതിർത്തികൾ അറിവിനെ തളച്ചിടുന്ന താവരുതെന്ന് നിഷ്കർഷിച്ചിരുന്നു അദ്ദേഹം. യൂണിവേഴ്സിറ്റിയുടെ സംഘടനാ ചട്ടക്കൂടിനകത്ത് ഒരു ജീവൽപരിസരം സൃഷ്ടിക്കാൻ അന ന്തമൂർത്തി പരിശ്രമിച്ചിരുന്നു. അദ്ദേഹം മൈസൂരിൽ പഠിപ്പിക്കുന്ന കാലത്തും പിന്നീട് കോട്ടയത്ത് വൈസ് ചാൻസലറായി പ്രവർത്തിക്കുന്ന അവസരത്തിലും അത് എനിക്ക് നേരിട്ടനുഭവപ്പെട്ടിട്ടുണ്ട്. അതുകൊണ്ടു തന്നെ വിദ്യാർത്ഥികളുടെയും വലിയൊരു വിഭാഗം അദ്ധ്യാപകരുടെയും സ്നേഹം പിടിച്ചുപറ്റാൻ അദ്ദേഹത്തിനു കഴിഞ്ഞു. കോട്ടയത്തെ യൂണി വേഴ്സിറ്റിയിൽ ഫയൽക്കൂനകൾക്കിടയിൽപ്പെട്ട് അസ്വസ്ഥനായിരിക്കുന്ന അദ്ദേഹത്തെ വിദ്യാർത്ഥികളുടെയും ഞങ്ങൾ അദ്ധ്യാപകരുടെയും ചെറിയ കൂട്ടം കുമരകത്തേക്ക് ഒരു പിക്നിക്കിനു പോകാമെന്ന് പറഞ്ഞ് വിളിച്ചിറക്കുമ്പോൾ ആ മുഖത്തു തെളിഞ്ഞ സന്തോഷം ഇപ്പോഴും എന്റെ ഓർമ്മയിലുണ്ട്.

ജനങ്ങൾക്കിടയിലെ സാഹിത്യകാരൻ

രാമചന്ദ്രഗുഹ

നോവലിസ്റ്റും പ്രബന്ധകാരനും ആശയപ്രചാരകനുമായ യു ആർ അനന്തമൂർത്തിക്ക് കഴിഞ്ഞയാഴ്ച 80 വയസ്സായി. ബംഗളൂരുവിലുള്ള അദ്ദേഹത്തിന്റെ ഭവനത്തിന് 'സുരാഗി' എന്ന പേരാണ് നല്കിയിരിക്കുന്നത്. വാടിക്കരിഞ്ഞശേഷവും സുഗന്ധം നിലനിർത്തിയിരുന്ന ഒരു പൂവിന്റെ പേരാണത്. സ്വയം പുകഴ്ത്തലാണ് ഈ പേര് എന്ന് കണ്ടെത്തുന്ന ചിലരുണ്ട്. പക്ഷേ, അതൊന്നും ഗൗരവത്തിലെടുക്കുന്നയാളല്ല അനന്തമൂർത്തി. അദ്ദേഹത്തിന്റെ *സംസ്കാര, ഭാരതീപുരം* എന്നീ നോവലുകൾ ആധുനിക ഇന്ത്യൻ സാഹിത്യ മണ്ഡലത്തെ പുനർ നിർവ്വചിച്ചു. കന്നഡ പത്രങ്ങളിൽ അദ്ദേഹം എഴുതുന്ന ലേഖനങ്ങൾക്ക് ഒട്ടേറെ വായനക്കാരുണ്ട്. സാഗറിലെയും മൈസൂറിലെയും അതിപ്രശസ്തനായ ഇംഗ്ലീഷ് അദ്ധ്യാപകൻ എന്ന നിലയിൽ അദ്ദേഹം എഴുത്തുകാരുടെയും പണ്ഡിതരുടെയും നിരവധി തലമുറകൾക്ക് മാർഗ്ഗ ദർശനം നല്കി.

മേൽസൂചിപ്പിച്ച 'സുരാഗി' എന്ന അദ്ദേഹത്തിന്റെ ഭവനത്തിൽ നടന്ന അനന്തമൂർത്തിയുടെ എൺപതാമത് ജന്മദിനപാർട്ടിയിൽ പങ്കെടുക്കാനുള്ള സൗഭാഗ്യം എനിക്ക് ലഭിച്ചു; ആഘോഷിക്കാനും സ്നേഹാദരവ് പ്രകടിപ്പിക്കാനുമായി അവിടെ ഒത്തുകൂടിയ കന്നഡയിലെ നിരൂപകർക്കും അദ്ധ്യാപകർക്കും കവികൾക്കും നോവലിസ്റ്റുകൾക്കും തിരക്കഥാകൃത്തുക്കൾക്കും ചലച്ചിത്രകാരന്മാർക്കും ഫോട്ടോഗ്രാഫർമാർക്കും ഗായകർക്കും ഇടയിൽ ഒരുപക്ഷേ, ഞാൻ മാത്രമായിരിക്കും ഇംഗ്ലീഷ് ഭാഷയിലെ എഴുത്തുകാരൻ. ആകർഷകമായ വ്യക്തിത്വവും ഉതാരമനസ്ഥിതിയും ഉള്ള ആളാണ് അനന്തമൂർത്തി; അദ്ദേഹത്തിന് ശത്രുക്കളേക്കാളുപരി സുഹൃത്തുക്കളുടെ വലിയൊരു നിരതന്നെയുണ്ട്. അദ്ദേഹത്തിന്റെ ധൈഷണികമായ ശേഷിയും സാഹിത്യനിപുണതയും സ്നേഹവും സഹിഷ്ണുതയുമുള്ള പെരുമാറ്റവും തനിക്ക് വിയോജിപ്പുള്ള സാഹിത്യപരമോ

രാഷ്ട്രീയമോ ആയ കാഴ്ചപ്പാടുകളോട് ഏറ്റുമുട്ടുമ്പോഴുള്ള ഭാവമാറ്റവും അദ്ദേഹത്തിന്റെ സവിശേഷതയാണ്.

1989 ൽ ഡൽഹിയിൽ ജവഹർലാൽ നെഹ്റുവിന്റെ ജന്മശതവാർഷികാഘോഷത്തോടനുബന്ധിച്ച് നടന്ന ഒരു സമ്മേളനത്തിൽ വെച്ചാണ് ഞാൻ ആദ്യമായി അനന്തമൂർത്തിയുമായി പരിചയപ്പെട്ടത്. ഇരുവരുടെയും സുഹൃത്തും വിമർശകനുമായ ടി ജി വൈദ്യനാഥൻ അദ്ദേഹത്തിനടുത്തേക്ക് പോകാനും സ്വയം പരിചയപ്പെടുത്താനും എന്നോടാവശ്യപ്പെട്ടു. ആ കാലത്ത് ഞാൻ ഒരു കൃതിയും പ്രസിദ്ധീകരിച്ചിരുന്നില്ല. എന്നാൽ അനന്തമൂർത്തിയാകട്ടെ സാഹിത്യലോകത്തെ അതികായനായി കഴിഞ്ഞിരുന്നു. ഞങ്ങളുടെ സ്ഥിതിയിലെ ഈ പൊരുത്തക്കേട് കാരണം അനന്തമൂർത്തിയെ പരിചയപ്പെടാൻ വൈമനസ്യമുണ്ടായിരുന്നു. പക്ഷേ, ആ കാലത്ത് ഞാൻ ടി ജി വിയുടെ വാക്കുകൾ അനുസരിച്ചിരുന്നു. അദ്ദേഹത്തക്കുറിച്ച് ഞാൻ സൂചിപ്പിച്ചപ്പോൾ അനന്തമൂർത്തി പറഞ്ഞു: “വൈദ്യ” ടി ജി വിയുടെ സുഹൃത്ത് തന്റെയും സുഹൃത്തുതന്നെ.

ആദ്യാകലത്തെ ആ പരിചയപ്പെടലിൽ തന്നെ ആ മനുഷ്യന്റെ സ്വാഭാവികതയും ആത്മാർത്ഥതയും എനിക്ക് ബോദ്ധ്യമായി. അതോടൊപ്പം തന്നെ പേരുകൾ കൈകാര്യം ചെയ്യുന്നതിലുള്ള എഴുത്തുകാരന്റേതായ ഒരു ശൈലിയും എനിക്കു മനസ്സിലായി. അനുയായികൾക്കും ശത്രുക്കൾക്കും ഇടയിൽ ടി ജി വി എന്നറിയപ്പെടുന്നയാൾ അദ്ദേഹത്തിന് വെറും ‘വൈദ്യ’ ആയി. മറ്റെല്ലാപേരും എന്നെ റാം എന്നാണ് വിളിച്ചിരുന്നത്. എന്നാൽ അനന്തമൂർത്തിയെ സംബന്ധിച്ചിടത്തോളം ഞാൻ ‘ഗുഹ’ ആയിരുന്നു. കൂട്ടംതെറ്റി നടക്കാനുള്ള താല്പര്യമായിരിക്കണം പേരുകളെ അവയുടെ പ്രാദേശിക പശ്ചാത്തലത്തിൽ അവതരിപ്പിക്കാനുള്ള കൃത്യമായ അഭിലാഷത്തിനും ഉപരിയായി അനന്തമൂർത്തി ബാംഗ്ലൂരിനെ ബംഗലൂരു ആയി പുനർ നാമകരണം ചെയ്യാനുള്ള (വിജയകരമായ) പ്രസ്ഥാനം നയിക്കുന്നതിന് ഇടയാക്കിയത്.

വർഷങ്ങൾക്കു ശേഷം എവിടെവച്ച് എങ്ങനെയാണ് അദ്ദേഹത്തെ ഞാൻ പരിചയപ്പെട്ടതെന്ന് അനന്തമൂർത്തിയെ ഓർമ്മിപ്പിച്ചപ്പോൾ തന്റെ യൗവനകാലത്ത് നെഹ്രുവിനെ കഠിനമായി വെറുത്തിരുന്നുവെന്ന് അദ്ദേഹം പറഞ്ഞു. തീപ്പൊരി സോഷ്യലിസ്റ്റായിരുന്ന റാം മനോഹർ ലോഹ്യയുടെ ശിഷ്യനായിരുന്നു അന്നദ്ദേഹം. സവർണ്ണജാതിയിൽപ്പെട്ടവനും ആംഗലവൽകൃതനും നവകൊളോണിയലിസ്റ്റും ഇന്ത്യൻ ജനതയെയോ ഇന്ത്യൻ സംസ്കാരത്തെയോ പ്രതിനിധാനം ചെയ്യാൻ യോഗ്യതയില്ലാത്തവനും ആയിട്ടാണ് ലോഹ്യ ഇന്ത്യയുടെ ആദ്യ പ്രധാനമന്ത്രിയെ കണ്ടത്. 1967 ൽ ലോഹ്യ അന്തരിച്ചു. ഇരുപത് വർഷത്തിനു ശേഷം അയോദ്ധ്യ പ്രസ്ഥാനത്തിനും അതേത്തുടർന്നുണ്ടായ കലാപത്തിനും ശേഷം അതിപ്രധാനമായ ഒരു കാര്യത്തിൽ മതസൗഹാർദം സംരക്ഷിക്കുന്നതിൽ സ്വാതന്ത്ര്യപ്രസ്ഥാനത്തിലെ മറ്റു നേതാക്കളെക്കാൾ മഹത്മാഗാന്ധിയുടെ കൂടുതൽ വിശ്വസ്തനായ ശിഷ്യനായിരുന്നു നെഹ്രു

വെന്ന് ലോഹ്യയുടെ ശിഷ്യന് ബോദ്ധ്യപ്പെട്ടു. ആയതിനാൽ ഞാൻ അനന്തമൂർത്തിയെ പരിചയപ്പെട്ടത് ഈ സംക്രമണ ഘട്ടത്തിലായിരുന്നു. 1969 ലോ 1979 ലോ ആയിരുന്നെങ്കിൽ അദ്ദേഹം നെഹ്റുവിനെ അനുസ്മരിക്കുന്ന ഒരു സമ്മേളനത്തിൽ പങ്കെടുക്കുമായിരുന്നില്ല, എന്നാൽ 1989 ആയപ്പോൾ അതിൽ പങ്കെടുക്കുന്നതിൽ ചില യുക്തിയുണ്ടെന്ന് അദ്ദേഹം കണ്ടു.

പുതിയ തെളിവുകളുടെ പശ്ചാത്തലത്തിൽ തന്റെ വിശ്വാസങ്ങളെയും മുൻവിധികളെയും പുനപരിശോധിക്കാനുള്ള ഈ സന്നദ്ധതയാണ് ആ മനുഷ്യന്റെ സവിശേഷത. ആ ആദ്യത്തെ സ്നേഹപൂർണ്ണമായ കൈപിടിച്ചുകുലുക്കലിൽ (ഹാൻസ്ഷേക്) തന്നെ (തനി ഇന്ത്യൻ ശൈലിയിൽ ഞങ്ങൾ അടുത്തടുത്ത് നിന്നുകൊണ്ട് എന്റെ കൈപ്പത്തി അദ്ദേഹത്തിന്റെ കൈപ്പത്തിക്കുള്ളിൽ അമർത്തിക്കൊണ്ടുള്ള ഹാൻഡ് ഷേക്, ഇത് ഔപചാരികവും കർക്കശവുമായ ഭാവത്തിൽ അകന്നു നിന്നുകൊണ്ടുള്ള പാശ്ചാത്യശൈലിയിൽ നിന്നും വേറിട്ടതായിരുന്നു. അനന്തമൂർത്തി കൽക്കത്തയിലും ഡൽഹിയിലും എനിക്കറിയാവുന്ന ധൈഷണിക ഗുരുക്കളിൽ നിന്നും വേറിട്ടയാളാണെന്നു എനിക്കു ബോദ്ധ്യപ്പെട്ടു. ഒട്ടേറെ അവാർഡുകളും അംഗീകാരങ്ങളും ലഭിച്ച ആളായിട്ടും (ജ്ഞാനപീഠം, പത്മഭൂഷൺ, സാഹിത്യ അക്കാദമി ആദ്ധ്യക്ഷപദം) അദ്ദേഹം ഒരിക്കലും മറ്റുള്ളവരുടെ വായടപ്പിച്ചുകൊണ്ട് സംസാരിക്കുമായിരുന്നില്ല; അദ്ദേഹം സംസാരിക്കുന്ന അത്രയും തന്നെ മറ്റുള്ളവർ പറയുന്നത് കേൾക്കുകയും ചെയ്യുമായിരുന്നു; എതിർവാദങ്ങളെയും ഭിന്നാഭിപ്രായങ്ങളെയും എപ്പോഴും അദ്ദേഹം സ്വാഗതം ചെയ്തിരുന്നു, വിശിഷ്യ തന്നെക്കാൾ ചെറുപ്പക്കാരായവരിൽ നിന്നുള്ളവയെ.

1994 ൽ ഞാൻ ബാംഗ്ലൂരിലേക്ക് താമസം മാറ്റി. അവിടെ ഞാൻ അത്യുജ്വല വിമർശകനായ ഡി ആർ നാഗരാജിനെ പരിചയപ്പെടുകയും അദ്ദേഹവുമായി സൗഹൃദത്തിലാവുകയും ചെയ്തു. തന്റെ മാർഗ്ഗദർശകനെ സംബന്ധിച്ച് നാഗരാജ് എന്നോട് ഒരു കഥ പറഞ്ഞു. അനന്തമൂർത്തിയിൽ നിന്നുള്ള പത്തുവർഷക്കാലത്തെ തീവ്രമായ പഠനത്തിനുശേഷം നാഗരാജിനോട് അനന്തമൂർത്തി പറഞ്ഞു. “എനിക്കറിയാവുന്നതെല്ലാം ഞാൻ താങ്കളെ പഠിപ്പിച്ചു. ഇനി ആഷിശ് നന്ദിയിൽ നിന്നു പഠിക്കാനായി താങ്കളെ ഡൽഹിയിലേക്ക് അയക്കാൻ പോവുകയാണ്.” അങ്ങനെ തന്റെ ശിഷ്യന് വികസ്വര സമൂഹങ്ങളുടെ പഠനത്തിനായുള്ള കേന്ദ്രത്തിൽ (Centre for the Study of Developing Societies) ഒരു ഫെലോഷിപ്പ് ലഭ്യമാക്കാൻ വേണ്ട ഏർപ്പാടുകൾ അനന്തമൂർത്തിതന്നെ ചെയ്തു. അവിടെ നാഗരാജ് സൃഷ്ടിപരവും സഫലവുമായ ചില വർഷങ്ങൾ ചിലവിട്ടു.

ഞാൻ തന്നെ ഡൽഹിയിൽ നിന്നാണ് ബംഗളൂരുവിൽ വന്നത്; ആഷിശ് നന്ദിയെ അറിയുകയും ചെയ്യാം. അദ്ദേഹത്തിന്റെ രചനകളെ ആദരിക്കുമ്പോൾ തന്നെ, തന്റെ വിദ്യാർത്ഥികളിൽ ഒരാളോട് ഇങ്ങനെ പറയാനുള്ളശേഷി ആഷിശ് നന്ദിക്ക് ഇല്ലായിരുന്നു എന്ന് എനിക്കുറപ്പാ

യിരുന്നു. "എനിക്കറിയാവുന്നതെല്ലാം ഞാൻ താങ്കളെ പഠിപ്പിച്ചുകഴിഞ്ഞു. ഇനി അനന്തമൂർത്തിയിൽ നിന്നും പഠിക്കാൻ ഞാൻ ബംഗളൂരുവിലേക്ക് താങ്കളെ അയക്കാൻ പോവുകയാണ്." സത്യം പറഞ്ഞാൽ നന്ദി വേറിട്ടൊരാളായിരുന്നില്ല. നമ്മുടെ മറ്റുള്ള അക്കാദമിക ദാദാമാരെപ്പോലെ തന്നെ നന്ദിയും തങ്ങളുടെ ശിഷ്യന്മാരോട് ഉടമസ്ഥാവകാശം വച്ചുപുലർത്തുകയും തങ്ങളുടെ ആശയങ്ങളെപ്പോലെതന്നെ അവരും സ്വയം സമ്പൂർണ്ണരാണെന്ന് ബോദ്ധ്യം പുലർത്തുകയും ചെയ്തിരുന്നു.

1998 ൽ തന്റെ നാല്പതുകൾ പിന്നിട്ടും മുൻപ് നാഗരാജ് അന്തരിച്ചു. അനന്തമൂർത്തി ശോകാകുലനായി ഇങ്ങനെ പറഞ്ഞു. "അദ്ദേഹം ഒരേപോലെ എന്റെ ശിഷ്യനും ഗുരുവുമായിരുന്നു." ദളിത് സാഹിത്യത്തിലും ആക്ടിവിസത്തിലും ഉള്ള താല്പര്യത്തിന് അനന്തമൂർത്തി കടപ്പെട്ടിരിക്കുന്നത് നാഗരാജിനെയും ദേവന്നൂർ മഹാദേവനെയും സിദ്ധ ലിംഗയ്യയെയും പോലുള്ള യുവ എഴുത്തുകാരോടാണ്.

ജെ എൻ യു വിൽ വെച്ചുള്ള ആദ്യ പരിചയപ്പെടലിനുശേഷം ഇരുപതോളം അവസരങ്ങളിൽ 'സുരാഗി'യുടെ ഉടമസ്ഥനെ ഞാൻ കണ്ടുമുട്ടിയിരുന്നു. അധികവും ബംഗളൂരുവിൽ വെച്ചുതന്നെ. പക്ഷേ, മണിപ്പൂരിലും മോസ്കോയിലും വടക്കുപടിഞ്ഞാറൻ കർണ്ണാടകത്തിലെ ഹെഗ്ഗൊഡു എന്ന ചെറുഗ്രാമത്തിലും വെച്ചും കണ്ടിരുന്നു. ഹെഗ്ഗൊഡുവിൽ അനന്തമൂർത്തിയുടെ സുഹൃത്ത് പരേതനായ കെ വി സുബ്ബണ്ണ ഒരു വാർഷിക സാംസ്കാരിക കളരി ആരംഭിച്ചിരുന്നു; ഇപ്പോൾ അത് നടത്തുന്നത് സുബ്ബണ്ണയുടെ പുത്രൻ അക്ഷരയാണ്. അതിലെ നിറസാന്നിദ്ധ്യമായിരുന്ന അനന്തമൂർത്തി അതിന്റെ ദൈവതുല്യനായ അദ്ധ്യക്ഷനുമായിരുന്നു. അദ്ദേഹവുമായുള്ള ഓരോ സംഭാഷണത്തിൽ നിന്നും ഇന്ത്യയിലെ രാഷ്ട്രീയത്തെക്കുറിച്ചും സാമൂഹ്യജീവിതത്തെക്കുറിച്ചും ഒന്നോ രണ്ടോ ഉൾക്കാഴ്ച എനിക്ക് ലഭിച്ചിരുന്നു. ഉദാഹരണത്തിന്, അനന്തമൂർത്തിയിൽ നിന്നാണ്, ഇന്ത്യൻ എഴുത്തുകാർ പാശ്ചാത്യ എഴുത്തുകാരെക്കാൾ ഭാഗ്യവാന്മാരാണ് എന്നു ഞാൻ പഠിച്ചത്. കാരണം ഇന്ത്യൻ എഴുത്തുകാർ ഒരേസമയം 12–ാം നൂറ്റാണ്ടിലും 21–ാം നൂറ്റാണ്ടിലും ജീവിക്കുന്നവരാണ് എന്നാണ് അനന്തമൂർത്തിയുടെ അഭിപ്രായം. മനോഹരമായ കാവി നിറത്തെ നാം ഒരിക്കലും വലതുപക്ഷ മതഭ്രാന്തന്മാർക്കായി വിട്ടുകൊടുക്കരുത് എന്ന് എന്നോട് പറഞ്ഞതും അനന്തമൂർത്തി തന്നെ ആയിരുന്നു.

ഏകദേശം പത്തുവർഷത്തിനു മുൻപ് മണിപ്പാലിൽ വിസിറ്റിങ് പ്രൊഫസർ പദവി ഏറ്റെടുക്കുന്നതിനായി അനന്തമൂർത്തി ബംഗളൂരു വിട്ടു. എന്നാൽ അദ്ദേഹം ഇടയ്ക്കിടെ മടങ്ങിവരുമായിരുന്നു. പ്രസിദ്ധനായ ആ എഴുത്തുകാരൻ തീരപ്രദേശത്തു നിന്ന് തലസ്ഥാനത്തേക്കുള്ള മടക്കയാത്രയിൽ ആയിരിക്കുന്നത് എപ്പോഴെന്ന് എനിക്ക് എപ്പോഴും അറിയാമെന്ന് എന്റെ ഭാര്യയോട് ഞാൻ കളിയായി പറയാറുണ്ട്. ദൈനംദിനം പത്രങ്ങൾ അദ്ദേഹത്തിന്റെ യാത്രാ പരിപാടി റിപ്പോർട്ടു ചെയ്യാറുണ്ട്.

മണിപ്പാലിൽ ഒരു പുസ്തകപ്രകാശനം, ബന്തവാലിൽ ഒരു പ്രഭാഷണം, സക്ലേശ്പുരിൽ പരിസ്ഥിതി പ്രവർത്തകരുടെ യോഗത്തെ അഭിസംബോധന ചെയ്യൽ, ഹസ്സനിൽ ഒരു സാഹിത്യോത്സവത്തിന്റെ ഉദ്ഘാടനം. മിക്കവാറും അതായിരിക്കും അവസാനത്തെ ചുവടുവയ്പ്. മുകളിൽ പട്ടികപ്പെടുത്തപ്പെട്ടിട്ടുള്ള എല്ലാ സന്ദർഭങ്ങളിലും അനന്തമൂർത്തി അത്യന്തം ഉതകരമാംവിധം അനുയോജ്യമായ പ്രഭാഷണങ്ങൾ നടത്താറുണ്ട്. പഴയ ആ സോഷ്യലിസ്റ്റ് കൂനിഗാൽ കുതിര വളർത്തു കേന്ദ്രത്തിൽ സ്വാഗതം ചെയ്യപ്പെടുന്നതായി ആർക്കും കാണാനാവില്ല എന്നത് യാഥാർത്ഥ്യമാണ്.

ബംഗളൂരുവിലെ പരിപാടികളിൽ സുഹൃത്തുക്കളുമൊത്ത് പങ്കെടുക്കുമ്പോഴെല്ലാം അദ്ദേഹത്തിന്റെ പിന്നാലെ തന്നെ (പോകുന്നിടത്തെല്ലാം) ക്യാമറ പിന്തുടരുന്നു എന്ന് എനിക്കറിയാം, ഒരുകൂട്ടം ആളുകൾ അനന്തമൂർത്തിയുടെ തൊട്ടടുത്തു നില്ക്കാൻ ഉന്തും തള്ളുമുണ്ടാക്കുന്നത് കാണാം; ഫ്രെയിമിന്റെ ഒത്ത നടുവിൽ തന്നെ ആയിരിക്കും അദ്ദേഹത്തിന്റെ സ്ഥാനം. ഞാൻ അദ്ദേഹത്തെ പരിഹസിക്കാറുണ്ട്. (അസാന്നിദ്ധ്യത്തിൽ) എന്നാൽ എന്റെ പരിഹാസവും അദ്ദേഹത്തിന് പുകഴ്ത്തലായി മാറുകയാണ് പതിവ്. പലപ്പോഴും അസൂയയായും തീരാറുണ്ട്. 'പൊതുജന ധൈഷണികൻ' എന്ന പേരിന് അർഹനായിട്ട് അനന്തമൂർത്തിയെക്കാൾ യോഗ്യതയുള്ള മറ്റൊരാളും ഇന്ത്യയിൽ ജീവിച്ചിരിപ്പുമില്ല. ഇന്ത്യയിലെ ഇംഗ്ലീഷ് എഴുത്തുകാരിൽ അനന്തമൂർത്തിയുടെ സാമൂഹ്യ ഔന്നത്യമുള്ള മറ്റൊരാൾ തന്റെ വായനക്കാരുമായും പൊതുജനങ്ങളുമായും ഇത്ര ആഴത്തിൽ ദീർഘകാലം ബന്ധപ്പെടുന്നതും അപൂർവ്വമാണ്. എന്റെ കൂട്ടരിലൊരാൾ മരിക്കുമ്പോൾ ആ ആളിന്റെ ചരമം ഇന്ത്യൻ ബാറിലെ ഇന്റർനാഷണൽ സെന്ററിന്റെ ശ്രദ്ധയിൽപ്പെടാനിടയുണ്ട്. അനന്തമൂർത്തി തന്റെ സ്രഷ്ടാവിനെ കണ്ടുമുട്ടുമ്പോൾ തന്റെ രചനകളും പൈതൃകവും സംവാദത്തിനു വിധേയമാകുമെന്നതിൽ സംശയമില്ല. കർണ്ണാടകത്തിലെ ഗ്രാമങ്ങളിലും ഇത് സംവാദവിഷയമാക്കയിരിക്കും.

2012 ഡിസംബർ 29 ന് ടെലിഗ്രാഫിൽ പ്രസിദ്ധീകരിച്ചത്.

ഒരു സർവ്വകലാശാലയുടെ അക്കാദമിക് ജീവിതം

കെ രാജഗോപാൽ

വ്യത്യസ്തതയുള്ള സർവ്വകലാശാല സങ്കല്പം ആയിരുന്നു അനന്തമൂർത്തിയുടേത്. സർഗ്ഗാത്മകതയിൽ ഊന്നിയുള്ള വിദ്യാഭ്യാസത്തിലായിരുന്നു അദ്ദേഹത്തിന്റെ ശ്രദ്ധ. വിഷയങ്ങളുടെ അതിർവരമ്പുകൾ അറിവിന്റെ തലത്തിൽ ഇല്ല എന്ന് അദ്ദേഹം വിശ്വസിച്ചു. അറിവിന്റെ അനുസ്യൂയത അതിപ്രധാനമായ ഒന്നാണ്. നൈസർഗ്ഗികതയും അതുപോലെത്തന്നെ. അത് സാക്ഷാല്ക്കരിക്കുന്നതിനു സാദ്ധ്യമാവുന്ന ഒന്നാവണം സർവ്വകലാശാല എന്ന് അനന്തമൂർത്തി കരുതി. അസാദ്ധ്യമായ ഒരു ഭാവനയായിരുന്നു അനന്തമൂർത്തിയുടെ സർവ്വകലാശാല.

സർഗ്ഗാത്മക ഭാവനയെ ഒരു കുടക്കീഴിൽ ആക്കുന്നതായിരുന്നു അനന്തമൂർത്തി വിഭാവനം ചെയ്ത 'അക്ഷര പള്ളിക്കൂടം' (സ്കൂൾ ഓഫ് ലെറ്റേഴ്സ്). ഇവിടെ സർഗ്ഗാത്മകത അതിന്റെ അതിരുകളെ മറികടന്നു പൂത്തുലയുന്നത് അദ്ദേഹം വിഭാവനം ചെയ്തു. സത്യത്തിൽ അത് ഒരു സംസ്കാര പഠനവകുപ്പിന് ഉപരിയായ ഒരു സങ്കല്പമായിരുന്നു. ഇന്ത്യയിലെ ഭാഷയെയും സംസ്കാരത്തെയും അതിർത്തി തിരിക്കാതെ വളരെ വിശാലമായ ഒരു പള്ളിക്കൂടത്തിൽ ആക്കൽ. കലകൾ, നാടൻ കലകൾ, നാടകം, സിനിമ, ചിത്രകല തുടങ്ങി എല്ലാ സംസ്കാരരൂപങ്ങളും ഇതിൽപ്പെടും. ഓരോ ഭാഷയ്ക്കും സംസ്കാരത്തിനും ഇവിടെ കൊള്ളൽ കൊടുക്കലുകൾ സാദ്ധ്യമാക്കുന്നതിന് കലാകാരന്മാർക്കും അവരുടെ സാംസ്കാരിക തനിമയിൽ (ഓരോ സംസ്ഥാനത്തിന്റെയും തനതായ രീതിയിൽ) താമസിക്കാൻ ഒരിടം (സ്കോളർ ഇൻ റസിഡൻസ് എന്ന് വിളിപ്പേർ), കേരള വാസ്തുവിദ്യാ രീതിയിൽ (എട്ടുകെട്ട്) മുഖ്യ കെട്ടിടം. ദക്ഷിണേന്ത്യൻ സാഹിത്യത്തെയും സംസ്കാരത്തെയും സാദ്ധ്യമെങ്കിൽ ഏഷ്യൻ ഭാഷാസംസ്കാരത്തെയും അക്ഷര പള്ളിക്കൂടത്തിലേക്ക് ചേർക്കാൻ അനന്തമൂർത്തി ആഗ്രഹിച്ചു; കഴിഞ്ഞില്ല. എങ്കിലും, ഒരു

സർഗ്ഗാത്മക കവിയുടെ അക്കാദമിക സങ്കല്പമായിരുന്നു അത്.

സാമൂഹ്യ ശാസ്ത്ര വിദ്യാലയം (സ്കൂൾ ഓഫ് സോഷ്യൽ സയൻസസ്) മറ്റൊരു ഭാവന ആയിരുന്നു. ചരിത്രം, സാമ്പത്തികശാസ്ത്രം, സാമൂഹ്യ ശാസ്ത്രം, തത്ത്വശാസ്ത്രം, സംസ്കാര പഠനങ്ങൾ, നരവംശ ശാസ്ത്രം, കേരള പഠനങ്ങൾ, രാഷ്ട്രതന്ത്രം തുടങ്ങി പൊതുവെ സാമൂഹികശാസ്ത്രത്തിൽ 'അക്കാദമികമായി'പെടുന്നവയും, അതിന്റെ പ്രാന്തങ്ങളിലുള്ളവയും സങ്കരസ്വഭാവമുള്ളവയും സാമൂഹികശാസ്ത്ര വിദ്യാലയത്തിന്റെ പരിധിയിൽ വരുന്നു.

ശാസ്ത്ര പള്ളിക്കൂടം (സ്കൂൾ ഓഫ് സയൻസസ്) എല്ലാ ശാസ്ത്ര ശാഖകളും മേളിക്കുന്ന സ്ഥലമാണ്. രസതന്ത്രം, ഭൗതികശാസ്ത്രം, ജീവശാസ്ത്രം, ഗണിതം ഇങ്ങനെ പരമ്പരാഗതരീതിയിൽ മുഖ്യ വിഭാഗത്തിൽപ്പെട്ടവയും ഉപവിഭാഗത്തിൽപ്പെട്ടവയും ഇതിൽ വരും.

ഇതെല്ലാം ചേരുന്ന, കൊള്ളൽ കൊടുക്കലുകളുടെ ഉയർന്ന തലത്തിലുള്ള സംവിധാനമായി സർവ്വകലാശാല. അവിടെ ഭരണനിർവ്വഹണത്തിനുള്ള ഒരു സംവിധാനം മാത്രമാണ് ലംബരൂപത്തിലുള്ള അധികാരശ്രേണി. തിരശ്ചീന അധികാരരൂപമാണ് അക്കാദമിക താല്പര്യങ്ങളെ കൈകാര്യം ചെയ്യേണ്ടത്. ഏത് അക്കാദമിക പഠനങ്ങൾക്കും വേണ്ട വഴക്കമുള്ള എല്ലാ വിഷയങ്ങൾക്കും തുല്യ പരിഗണനയുള്ള സംവിധാനം.

സാഹിത്യമായാലും സാമൂഹിക ശാസ്ത്രമായാലും ശാസ്ത്രമായാലും അവ എല്ലാംതന്നെ കഥനങ്ങൾ (നരേറ്റീവ്സ്) ആണെന്ന് അനന്തമൂർത്തി അറിഞ്ഞു. ഇന്റർ ഡിസിപ്ലിനറി പഠനങ്ങൾ, ട്രാൻസ് ഡിസിപ്ലിനറി പഠനങ്ങൾ എന്നിവ സാദ്ധ്യമാക്കുന്നതായിരുന്നു അക്കാദമികതലത്തിലെ ഈ ഘടന. പല വകുപ്പുകളും നേരത്തെ രൂപവല്ക്കരിക്കപ്പെട്ടു കഴിഞ്ഞു എന്നതിനാൽ ചെറിയ കാലയളവിൽ പുതിയ രൂപം പ്രയാസമേറിയതായിരുന്നു. ഉദാഹരണത്തിന് ഗാന്ധിയൻ പഠനവും അന്താരാഷ്ട്ര പഠനവും സാമൂഹികശാസ്ത്ര പള്ളിക്കൂടത്തിൽ ചേർക്കണമെന്ന താല്പര്യം നടന്നില്ല. വിശാലമായ ശാസ്ത്രവകുപ്പും പ്രായോഗികമായില്ല. വിദ്യാഭ്യാസരംഗത്ത് വന്നുകൊണ്ടിരിക്കുന്ന മാറ്റങ്ങളെ ഉൾക്കൊള്ളാൻ നിലവിലെ സംവിധാനങ്ങൾക്കുണ്ടായ എതിർപ്പുതന്നെയായിരുന്നു മുഖ്യ കാരണങ്ങൾ. അതെല്ലാം സ്ഥാനമാനങ്ങൾ നിലനിർത്താൻ സ്ഥാപിത താല്പര്യങ്ങൾ നടത്തിയ ശ്രമങ്ങളുടെ ഫലമായിരുന്നു. ഒരുപക്ഷേ, ഒരു തവണ കൂടി അനന്തമൂർത്തി വൈസ് ചാൻസലറായി തുടർന്നിരുന്നുവെങ്കിൽ, മഹാത്മാഗാന്ധി സർവ്വകലാശാല ലോകോത്തരമായ ഒരു പഠനകേന്ദ്രമായി തീർന്നേനെ.

സാമൂഹികശാസ്ത്ര പള്ളിക്കൂടത്തിന്റെ തലവനായി രാജൻ ഗുരുക്കളെ ജവാഹർലാൽ സർവ്വകലാശാലയിൽനിന്ന് ക്ഷണിച്ചുവരുത്തി. പത്തുകൊല്ലമെങ്കിലും അർപ്പണ ബോധത്തോടെ പ്രവർത്തിക്കാൻ കഴിയുന്ന ഒരാളാവണം അതിന്റെ തലപ്പത്ത് എന്നതായിരുന്നു ആ തിരഞ്ഞെടുപ്പിന് കാരണം. നിസാർ അഹമ്മദ്, എസ് രാജു, മുരളീധരൻ, സനൽ

മോഹൻ, എം ഗംഗാധരൻ, രാം മോഹൻ തുടങ്ങിയവരായിരുന്നു പള്ളിക്കൂടത്തിലെ മറ്റ് അംഗങ്ങൾ.

യോഗ്യരായവരെ മറ്റ് താല്പര്യങ്ങൾ ഒന്നും പരിഗണിക്കാതെ നിയമിക്കാൻ അദ്ദേഹം ആർജ്ജവം കാണിച്ചു. അതിന്റെ ഫലം അക്കാദമിക തലത്തിൽ പ്രതിഫലിച്ചു. പല വകുപ്പുകളും അന്തർദ്ദേശീയ തലത്തിൽ അറിയപ്പെട്ടത് അതുകൊണ്ടാണ്. അനന്തമൂർത്തി വൈസ് ചാൻസലറായിരിക്കെ നടത്തിയ പല സെമിനാറുകളും വർക്ഷോപ്പുകളും പ്രത്യേകതകൾ നിറഞ്ഞവയായിരുന്നു.

അദ്ദേഹം മഹാത്മാഗാന്ധി സർവ്വകലാശാലയിലെ ഊഴം അവസാനിപ്പിച്ച് കുറച്ചുകാലം മൈസൂരിലും നാഷണൽ ബുക്ക് ട്രസ്റ്റ് അദ്ധ്യക്ഷനായും കേന്ദ്ര സാഹിത്യ അക്കാദമി പ്രസിഡന്റായും മറ്റും ന്യൂഡൽഹിയിലും, ഞാൻ *മാതൃഭൂമി* വിട്ട് പല സ്ഥാപനങ്ങളിൽ പലയിടത്തുമായി.

വളരെ ചെറിയ കണ്ടുമുട്ടൽ മാത്രം. അദ്ദേഹത്തിന്റെ അടുപ്പത്തിന്റെ തീക്ഷ്ണത ഓരോ കണ്ടുമുട്ടലിലും അനുഭവിച്ചറിഞ്ഞു. നിരവധി തവണ ഗംഗാധരൻ മാഷോടൊപ്പം (പ്രൊഫസർ എം ഗംഗാധരൻ) അനന്തമൂർത്തിയെ സന്ദർശിച്ചിട്ടുണ്ട്, സംസാരിച്ചിട്ടുണ്ട്. കേരളത്തിൽ മലയാളിയുടെ മനോഭാവം 'നിരത്തൽ' (levelling) ആണ്. ഒരു പുതുനാമ്പിനെയും സഹിക്കില്ല, നുള്ളിക്കളയും. അലസനും ദ്രോഹ മനഃസ്ഥിതിക്കാരനും ആണ് കേരളത്തിൽ മലയാളി. ഒരു അഭിമുഖത്തിൽ അനന്തമൂർത്തി നിരീക്ഷിച്ചു. കേരളത്തിനു പുറത്തു അവൻ അങ്ങനെയല്ല. അശ്രാന്തപരിശ്രമിയും പരോപകാര തല്പരനും ആണ്. കേരളംവിട്ട മലയാളിയുടെ കാഴ്ചയും കാഴ്ചപ്പാടുകളും വ്യത്യസ്തമാണ്. ഒരുപക്ഷേ, കേരളത്തിന്റെ ഭൂപ്രകൃതി ആവാം ഇതിനു കാരണം എന്നു തമാശരൂപത്തിൽ അദ്ദേഹം പറയുമായിരുന്നു.

ഒരു ഇടക്കാലത്ത് കേരളത്തിലെ അടിസ്ഥാന വിദ്യാഭ്യാസത്തെക്കുറിച്ച് റിപ്പോർട്ട് തയ്യാറാക്കാനുള്ള ചുമതലയുമായി അദ്ദേഹം എത്തി. ആ റിപ്പോർട്ട് ഏറെ വിവാദങ്ങൾക്ക് വഴിവെച്ചു. നിയോഗിച്ച ഇടതു സർക്കാർപോലും അനന്തമൂർത്തി കമ്മീഷൻ റിപ്പോർട്ട് മാറ്റിവെച്ചു. "വിദ്യാഭ്യാസം ഉണ്ട് എന്ന് അവകാശപ്പെടുന്ന മലയാളിയുടെ വിദ്യാഭ്യാസത്തെക്കുറിച്ചുള്ള കാഴ്ചപ്പാട് വളരെ ഇടുങ്ങിയതാണ്. അത് ജാതി-മത-വർഗ്ഗീയ താല്പര്യങ്ങളുമായി ബന്ധപ്പെട്ടു കിടക്കുന്നു." അനന്തമൂർത്തി നിരീക്ഷിച്ചു. വിദ്യാഭ്യാസം മാതൃഭാഷയിൽത്തന്നെ വേണം എന്ന് നിർബ്ബന്ധംപിടിക്കുന്ന അങ്ങ് കമ്മീഷൻ റിപ്പോർട്ടിൽ മാതൃഭാഷയ്ക്ക് ഒപ്പം ഇംഗ്ലീഷും പഠിപ്പിക്കണം എന്ന് എഴുതാൻ കാരണം എന്ത് എന്ന് തിരക്കി: "ഇംഗ്ലീഷ് പഠനം ഒരു മലയാളി മനോഭാവം ആണ്. അത് എളുപ്പം മാറ്റിയെടുക്കാനാവില്ല. പൊതുവിദ്യാഭ്യാസവും പൊതുപള്ളിക്കൂടങ്ങളും നിലനിർത്തുകയാണോ മാതൃഭാഷയിൽ വിദ്യാഭ്യാസം വേണം എന്ന് ശാഠ്യം പിടിക്കുകയാണോ വേണ്ടത് എന്നതായിരുന്നു എന്റെ മുന്നിലുള്ള ചോദ്യം.

"എന്റെ പിടിവാശി ഉപേക്ഷിച്ച് പൊതുവിദ്യാഭ്യാസവും പൊതുപ

ള്ളിക്കൂടങ്ങളും നിലനിർത്തുക എന്നതിലൂന്നി മാതൃഭാഷയിൽ പഠനം നടത്തുന്ന പൊതുപള്ളിക്കൂടങ്ങൾ മാത്രമേ പ്രാഥമികതലത്തിലെങ്കിലും പാടുള്ളൂ എന്നതാണ് ഇപ്പോഴും എന്റെ അഭിപ്രായം." നടപ്പാക്കിയിരുന്നെങ്കിൽ ഒരുപക്ഷേ, കേരളത്തിന്റെ വിദ്യാഭ്യാസ ഇക്കോളജി തന്നെ മാറുമായിരുന്നു. പക്ഷേ, വർഗ്ഗീയ താല്പര്യങ്ങളെ ഹനിക്കാത്ത അതും ഇതും മാത്രം നടപ്പാക്കി അനന്തമൂർത്തി കമ്മീഷൻ റിപ്പോർട്ട് സർക്കാറുകൾ കുട്ടയിൽ ഇട്ടു.

അയ്യപ്പപ്പണിക്കർ സാറിനെക്കുറിച്ചുള്ള ഡോക്യുമെന്ററി പൂർത്തിയായി കഴിഞ്ഞപ്പോഴാണ് അനന്തമൂർത്തിയെക്കുറിച്ച് ഡോക്യുമെന്ററി ഞാൻ ആലോചിക്കുന്നത്. പല തവണ ഇന്റർവ്യൂവിന് ഇരുന്നുതന്നിട്ടും ഇത് എന്തിനാണെന്ന് ചോദിച്ചില്ല. കോവളത്തും കോട്ടയത്തും വൈക്കത്തും കോട്ടയ്ക്കലും മറ്റുമായി അഭിമുഖങ്ങൾ. അതിനായി മറ്റു തിരക്കുകൾക്കിടയിൽ സമയം കണ്ടെത്തി. സാഹിത്യത്തെക്കുറിച്ചും സംസ്കാരത്തെക്കുറിച്ചും വിദ്യാഭ്യാസത്തെക്കുറിച്ചും രാഷ്ട്രീയത്തെക്കുറിച്ചും സമൂഹത്തെക്കുറിച്ചും സർഗ്ഗാത്മക കാഴ്ചപ്പാടുകളും കണ്ടെത്തലും. മഹാത്മാഗാന്ധി സർവ്വകലാശാലയിലെ ഗസ്റ്റ് ഹൗസിൽവെച്ച് അഭിമുഖം നടത്തുമ്പോൾ ആണ് "Why are you doing this?" എന്ന ചോദ്യം ഉയരുന്നത്. ഒരു ഡോക്യുമെന്ററി ഉണ്ടാക്കാനാണ് പ്ലാൻ എന്ന മറുപടിക്ക് ചിരിയായിരുന്നു പ്രതികരണം; പുറത്ത് ഒരു തടവലും.

അനന്തമൂർത്തിയെക്കുറിച്ച് എഴുതിത്തീർക്കാൻ ആവില്ല. അദ്ദേഹത്തെ പരിചയപ്പെട്ട ഒരാൾക്കും ആ സാന്നിദ്ധ്യം മറക്കാനാവാത്ത ഒന്നാണ്. ചിലപ്പോൾ ധിഷണകൊണ്ട്, സർഗ്ഗാത്മകതകൊണ്ട്, ഊഷ്മളമായ സ്നേഹംകൊണ്ട്, നിറഞ്ഞ വാത്സല്യംകൊണ്ട്, സഹായത്തിനുള്ള സന്നദ്ധതകൊണ്ട്, സമഭാവനയോടെയുള്ള പെരുമാറ്റംകൊണ്ട്, ആർജ്ജവത്തോടെയുള്ള അഭിപ്രായങ്ങളെക്കൊണ്ട് അങ്ങനെ അദ്ദേഹം നിങ്ങളുടെ ജീവിതത്തിൽ ഇടംപിടിക്കും. ഒരിക്കലും പറിച്ചുമാറ്റാൻ ആവാത്ത വിധം.

നഷ്ടബോധം

ഒ വി ഉഷ

എന്നെ ശക്തമായി സ്വാധീനിച്ച വ്യക്തികളിൽ ഒരാളാണു 22 ന് അന്തരിച്ച ഡോ. യു ആർ അനന്തമൂർത്തി. അദ്ദേഹം മഹാത്മാഗാന്ധി സർവ്വകലാശാല വൈസ് ചാൻസലർ ആയിരുന്ന കാലത്താണ് ഞാനവിടെ ജോലിക്കു ചേരുന്നത്. സർവ്വകലാശാലയിൽ ഡോ. മൂർത്തി സൃഷ്ടിച്ച നവീനങ്ങളായ വകുപ്പുകളിൽ ഒന്നായിരുന്നു ഡിപ്പാർട്ട്മെന്റ് ഓഫ് പ്രിന്റിങ് ആൻഡ് പബ്ലിഷിങ്. ദൽഹിയിലെ പബ്ലിഷിങ് ഇൻഡസ്ട്രിയിൽ പത്തുകൊല്ലത്തെ പ്രവർത്തന പരിചയമുള്ള എനിക്കാണ് അതിന്റെ ആദ്യ ഡയറക്ടർ ആകാനുള്ള അവസരം ലഭിച്ചത്.

ദൽഹിയിൽ മാത്രമേ പബ്ലിഷിങ്ങിനായി ഒരു കോഴ്സ് ഉണ്ടായിരുന്നുള്ളൂ. മൂർത്തി സാർ എന്നോട് അതുപോലെ ഒരു കോഴ്സ് തുടങ്ങാൻ വേണ്ട നടപടികൾ ആരംഭിക്കാൻ പറഞ്ഞു. ആ കോഴസ് ഉദ്ഘാടനം ചെയ്തത് അദ്ദേഹമായിരുന്നു. മൂർത്തിസാർ പോയശേഷം പല കാരണങ്ങളാൽ ആ കോഴ്സ് നിന്നുപോയി. അവയിൽ ഒന്ന്, കോഴ്സ് നവീകരിച്ച് ഒരു സ്വാശ്രയ വകുപ്പിലേക്ക് മാറ്റാൻ സർവ്വകലാശാല തീരുമാനിച്ചു എന്നതാണ്. അത് അവിടെ രണ്ടു കൊല്ലമേ നടന്നുള്ളൂ.

അദ്ദേഹത്തിനു പ്രിയപ്പെട്ട മറ്റൊരു പദ്ധതിയായിരുന്നു 'പ്രസാരാംഗം'. കന്നഡ ഭാഷയിൽ ഇരുപതാം നൂറ്റാണ്ടിലെ ഏറ്റവും പ്രസിദ്ധനായ കവിയായി അറിയപ്പെടുന്ന കുവെംപു (കെ വി പുട്ടപ്പ) മൈസൂർ യൂണിവേഴ്സിറ്റിയിൽ ആവിഷ്കരിച്ച പദ്ധതിയായിരുന്നു അത്. പ്രസരണം നടത്തുന്ന വിഭാഗം എന്നാണാ വാക്കിന്റെ അർത്ഥം.

ഏതു സർവ്വകലാശാലയ്ക്കും മൂന്നു പ്രവർത്തനങ്ങളാണുള്ളത്. പഠനം, ഗവേഷണം, പഠന ഗവേഷണങ്ങളുടെ ഫലം എത്തിക്കാവുന്നേടത്തോളം സമൂഹത്തിലേക്കെത്തിക്കൽ, പുസ്തകങ്ങൾ പ്രസിദ്ധീകരിക്കുക, പ്രഭാഷണങ്ങളും ചർച്ചകളും സെമിനാറുകളും സിനിമാ ഡോക്യുമെന്ററിക

ളുടെ പ്രദർശനങ്ങളും സംഘടിപ്പിക്കുക എന്നിങ്ങനെ സാധാരണക്കാരനുമായി പങ്കുവെക്കാൻ ആവുന്നത്ര സംഗതികൾ പങ്കുവെക്കുക. കർണ്ണാടകയിൽ ക്ലാസിക് സിനിമകൾ കാണുകയും ശാസ്ത്രസംബന്ധിയായ പ്രഭാഷണങ്ങൾ കേൾക്കുകയും ചെയ്ത ഗ്രാമീണർ അവയെ അത്ഭുതകരമാം വണ്ണം ഉൾക്കൊണ്ടു എന്ന് സാർ പറഞ്ഞതോർക്കുന്നു.

യൂണിവേഴ്സിറ്റിയുടെ പ്രവർത്തനങ്ങളെ കുവെംപു ഇങ്ങനെ വേർതിരിച്ചു: ബോധനാംഗ, സംശോധനാംഗ, പ്രസാരാംഗ! മൈസൂർ യൂണിവേഴ്സിറ്റിയിൽ പ്രസാരാംഗ വിജയകരമായ ഒരു പരീക്ഷണമായിരുന്നു. മുപ്പതുകളുടെ പകുതികഴിഞ്ഞ് പ്രവർത്തനം തുടങ്ങിയ പ്രസാരാംഗ അമ്പതുകളിൽ വളരെ സജീവമായി. ആയിരത്തിലേറെ പുസ്തകങ്ങൾ പ്രസിദ്ധീകരിച്ചിട്ടുണ്ട് ഈ വിഭാഗം.

ഇവിടെ പ്രസാരാംഗയെ മലയാളീകരിച്ച് പ്രസാരാംഗം എന്നു വിളിച്ചു. പ്രസിദ്ധീകരണ വകുപ്പ് രൂപീകരിക്കുകയും സ്റ്റാറ്റ്യൂട്ടിന്റെ ഭാഗമാവുകയും ചെയ്തിരുന്നതുകൊണ്ട് പ്രസാരാംഗത്തിന്റെ ഭാഗമാക്കാൻ പ്രയാസമായിരുന്നു. അതുകൊണ്ട് പ്രസാരാംഗം ഒരു കമ്മിറ്റി ആയിട്ടാണു നിലവിൽ വന്നത്. അതിന്റെ ഡയറക്ടർ ജി ശങ്കരപ്പിള്ള സാറായിരുന്നു. ഞാൻ കോ ഓർഡിനേറ്ററും വി കെ ഉണ്ണികൃഷ്ണൻ സെക്രട്ടറിയുമായി. അധികം കഴിയുന്നതിനു മുമ്പ് ശങ്കരപ്പിള്ളസാർ മരിച്ചു. പ്രസാരാംഗത്തിനേറ്റ ആദ്യ ആഘാതം അതായിരുന്നു.

ഞാനും സെക്രട്ടറിയായിരുന്ന ഉണ്ണികൃഷ്ണനും മറ്റു പ്രവർത്തകരും കൂടി കുറെ പരിപാടികൾ നടത്തുകയുണ്ടായി. പ്രസിദ്ധീകരണ വിഭാഗത്തിന്റെ ഭാഗമായി പ്രസാരാംഗം കുറേക്കാലം നിലനിന്നു. ഒടുവിൽ എങ്ങനെയൊക്കെയോ അതും നിന്നുപോയി. എന്റെ സാമർത്ഥ്യക്കുറവ് ഒരു കാരണമാണെന്ന് എനിക്കു തോന്നിയിട്ടുണ്ട്. പക്ഷേ, അടിക്കടി പ്രശ്നങ്ങൾ ഉണ്ടായി എന്നതും ഒരു കാരണമാണ്. ജീവിതത്തിൽ എന്തു ചെയ്യാൻ പുറപ്പെട്ടാലും തിരിച്ചടികൾ സർവ്വസാധാരണമാണ്. അവയെ അതിജീവിക്കുക എന്നതാണു ജീവിതം. ഈ പാഠം പൊതുവെ ഞാൻ മറക്കുക പതിവാണ്.

അനന്തമൂർത്തിസാറിന്റെ നല്ല രണ്ടു പദ്ധതികളെ സാക്ഷാൽക്കരിക്കാൻ ശ്രമിച്ചെങ്കിലും വേണ്ടപോലെ വിജയിപ്പിക്കാനും കാത്തുസൂക്ഷിക്കാനും എനിക്കായില്ല എന്ന് പിന്നീടൊരിക്കൽ സാർ യൂണിവേഴ്സിറ്റിയിൽ പരിപാടിക്ക് വന്ന ഒരവസരത്തിൽ ഏറ്റുപറഞ്ഞു. ആകെ റൂട്ടീൻ വർക്ക് മാത്രമേ ചെയ്യുന്നുള്ളൂ. വളരെ കനിവോടെ അദ്ദേഹം പ്രതിവചിച്ചത് ഇങ്ങനെയാണ്: ആട്ടെ, നീ എഴുതുന്നുണ്ടോ? (ഇംഗ്ലീഷിലാണു പറയുന്നത്). ഉണ്ട്, ഞാൻ പറഞ്ഞു. സരളമായ പുഞ്ചിരിയോടെ 'അതു മതി' എന്നും സാർ പറഞ്ഞു. എഴുത്തുകാരായ അദ്ധ്യാപകർ സർവ്വകലാശാലയ്ക്ക് മുതൽക്കൂട്ടാണെന്നും എഴുതുന്നത് വളരെ പ്രസക്തമായ സാമൂഹ്യപ്രവർത്തനമാണെന്നും സാർ കരുതി. അദ്ദേഹത്തിന്റെ വിയോഗം എന്നെ നഷ്ടബോധത്തിലാഴ്ത്തുന്നു.

ഒ. വി വിജയന്റെ അനുജത്തി എന്ന ലേബൽ മാത്രമാണ് എന്നെ സർവ്വകലാശാലയിൽ എത്തിച്ചത് എന്ന് പലരും വിചാരിച്ചിരുന്നു. ഒ വി എന്ന ഇനിഷ്യൽസിന്റെ ബലമേ ഉള്ളൂവെന്നും. ഒരു കണക്കിനു സന്തോഷം തരുന്ന ഒരു കാര്യമാണത്. അനന്തമൂർത്തി സാർ പക്ഷേ, എന്റെ പശ്ചാത്തലം നന്നായി മനസ്സിലാക്കിയിരുന്നു. വിദ്യാഭ്യാസ സ്ഥാപനങ്ങളിൽ എഴുത്തുകാർ (അവർക്ക് അതത് തസ്തികകൾക്കു വേണ്ട യോഗ്യത ഉണ്ടെങ്കിൽ) ജോലിയെടുക്കുന്നത് നല്ലതു തന്നെയാണ്. എഴുത്ത് എഴുതുന്നത് മിസ്റ്റിക് കവിതയാണെങ്കിൽ പോലും ഒരു സാമൂഹ്യ പ്രവർത്തനം തന്നെയാണ് എന്നു ഞാൻ തിരിച്ചറിയുന്നു.

ഹൃദയാലുവും ഊർജ്ജസ്വലനും ഉദാരമതിയും ഒക്കെയായിരുന്ന അനന്തമൂർത്തി സാറിന്റെ ജീവനു വേണ്ടത് സർവ്വേശ്വരൻ കനിഞ്ഞു നല്കാതിരിക്കില്ല എന്നു ഞാൻ വിശ്വസിക്കുന്നു. തെരഞ്ഞെടുത്ത രംഗങ്ങളിൽ ഒരു കർമ്മയോഗിയായിരുന്നല്ലോ അദ്ദേഹം.

നിങ്ങളാര്?

ലണ്ടനിൽ
"നിങ്ങളാര്" എന്ന് ചോദിച്ചാൽ
"ഞാൻ ഇന്ത്യാക്കാരൻ" എന്ന്
ഞാൻ പറയുകയില്ല.

ദില്ലിയിൽ ഞാനൊരു കന്നഡിഗ
ബംഗളൂരുവിൽ ഞാനൊരു മലനാട്ടുകാരൻ
ഷീഗോമയിൽ ഞാൻ തീർത്ഥഹള്ളിക്കാരൻ
തീർത്ഥഹള്ളിയിൽ മെലിഗയിൽ ജനിച്ചവൻ

മെലിഗയിൽ ചോദിക്കേണ്ട ആവശ്യം വരുന്നില്ല
ഞാൻ ഈ ജാതിക്കാരൻ
ഈ മനുഷ്യന്റെ പുത്രൻ

ഞാൻ ഇതൊക്കെയാണ്
ഒരു പ്രയത്നവുമില്ലാതെ ഞാൻ പറയും
ക്ഷമിക്കുക, അങ്ങിനെ ഞാൻ കരുതുന്നു

എന്റെ മുത്തശ്ശി അവരുടെ മുത്തശ്ശിയെപോലെ മരണം വരിച്ചു;
ദൈവത്തിന്റെ മുറിയിലെ ജഗ്ഗിലുള്ള
ഗംഗാജലം കുടിച്ച്
ഗംഗ ഇപ്പോഴുമുണ്ട്
പച്ച കലർന്നുകൊണ്ടിരിക്കുന്ന
ആ ചെമ്പു പാത്രത്തിൽ

ഞാൻ ചെയ്യുന്ന പോലെ മുത്തശ്ശി ഒരു മേൽവിലാസവും
നല്കേണ്ടിയിരുന്നില്ല
യാജ്ഞവല്ക്യനും നല്കേണ്ടിയിരുന്നില്ല
എല്ലാ പ്രാചീനമഹർഷിമാർക്കും
നമോവാകം

ഇന്ത്യൻ സാഹിത്യം പൂമുഖവും പിന്നാമ്പുറവും

യു ആർ അനന്തമൂർത്തി

ഇന്ത്യൻ സാഹിത്യഭൂമികയെ, എനിക്കറിയാവുന്ന, എന്റെ സ്വന്തം തറവാട്ടുവീടിനോടു ഞാൻ ഉപമിക്കുകയാണ്. നാടൻ ഓടുമേഞ്ഞ മേൽക്കൂരയ്ക്കു താഴെ, പൂമുഖത്ത്, കെട്ടിയുയർത്തിയ തറയിൽ അച്ഛനും സുഹൃത്തുക്കളും ഇടയ്ക്കു സമ്മേളിക്കാറുണ്ട്. ജാതി ഇവിടെയൊരു മതിലായിരുന്നില്ല. അബ്രാഹ്മണരായ സുഹൃത്തുക്കൾ വിവാഹത്തിനും മറ്റ് ആഘോഷങ്ങൾക്കും മുഹൂർത്തം കുറിക്കാനും ചിലപ്പോൾ വസ്തുതർക്കങ്ങൾ തീർക്കാനും അച്ഛനെ കാണാൻ വരും. അച്ഛനു ചുറ്റുമായി അവർ പല നിറത്തിലുള്ള പുൽപ്പായകളിലിരിക്കും. ഒരു ജാതിയിൽപ്പെട്ടവരെങ്കിലും ഏറ്റവും ദരിദ്രരായവർ ചാണകം തേച്ചു വൃത്തിയാക്കിയ തറയിലാണിരിക്കുക. പായയില്ല. എല്ലാവർക്കും വെറ്റില മുറുക്കാൻ കിട്ടും; ചിലപ്പോൾ ചവയ്ക്കാൻ പുകയിലയും. ഉഗ്രമായ തൂണുകൾ എഴുന്നുനിന്ന ഈ പൂമുഖത്തറയ്ക്കു ഗംഭീരമായ ഒരു പ്രാമാണികതയുണ്ടായിരുന്നു. പുണ്യദിനങ്ങളിൽ ഇവിടെ പുരാണപാരായണവും പതിവായിരുന്നു.

പൂമുഖത്തെ ഈ മനുഷ്യരിൽനിന്നാണ് കുട്ടിയായ ഞാൻ പുറംലോകവർത്തമാനങ്ങൾ പരിചയിച്ചിരുന്നത്. സ്വപ്രയത്നത്തിലൂടെ ജ്ഞാനിയായ അച്ഛന് ഇംഗ്ലീഷ്, സംസ്കൃതം, കന്നഡ ഭാഷകളെല്ലാം നന്നായറിയാം. ഗ്രാമത്തിൽ ഏറെ ബഹുമാനിക്കപ്പെടുന്ന വ്യക്തിയായ അദ്ദേഹം മഹാത്മാഗാന്ധിയുടെ നേതൃത്വത്തിലുള്ള സ്വാതന്ത്ര്യസമരപ്രസ്ഥാനത്തിന്റെ ചലനങ്ങൾ ആവേശപൂർവ്വം സംസാരിക്കും. സർക്കാർ ഉദ്യോഗസ്ഥരെപ്പറ്റിയുള്ള കേട്ടുകേൾവിക്കഥകൾ പൂമുഖത്ത് അനന്തമായി ആവർത്തിക്കപ്പെടും. പ്രത്യേക ദിവസങ്ങളിൽ, ക്ഷണിക്കപ്പെടുന്ന ചില അതിഥികളുണ്ടാകും. അപ്പോൾ മൈസൂറിലെ ദസറയുടെ വിശേഷങ്ങൾ വരും. *മഹാഭാരത*ത്തിൽനിന്നുള്ള രസകരമായ ഭാഗങ്ങൾ നിർവിഘ്നം ഒഴുകും.

പൂമുഖത്ത് ആണുങ്ങൾ മാത്രമേ ഇരിക്കൂ. സ്ത്രീകൾ വന്നാൽ അവർ 'നടുമന'യിലേക്കു നയിക്കപ്പെടും. വീടിന്റെ മദ്ധ്യത്തുള്ള കുളിർമ്മയേറിയ ഇരുണ്ട ഹാൾ. ബ്രാഹ്മണസ്ത്രീകൾ വന്നാൽ അവരെ കുറെക്കൂടി അകത്തുള്ള ഊട്ടുപുരയിലേക്ക് ആനയിക്കും. നടുമനയിൽ മുളച്ചീളുകൾകൊണ്ടുള്ള നിറം തേച്ച പായകളുണ്ടാകും. ഏറെ സ്വകാര്യമായ ഊണുമുറിയിൽ ഇരിക്കാൻ മരപ്പലകകളാണുള്ളത്. ഇതിനടുത്താണ് അടുക്കള. രാപകൽ അവിടെയൊരു എണ്ണവിളക്ക് എരിയുന്നുണ്ടാകും. പുണ്യപരിവേഷമുള്ള ഈ സ്ഥലത്ത് അമ്മയ്ക്കു മാത്രമേ പ്രവേശനമുള്ളൂ. അച്ഛൻതന്നെ, പഴയ വസ്ത്രങ്ങൾ മാറ്റി കുളിച്ചു ശുദ്ധിയായി മാത്രമേ ഇവിടെ വരൂ. ഊണുമുറിക്കടുത്തു വലിയ കുളിപ്പുരയും ജോലിയിടവും. ഇവിടെ വേലക്കാർക്കു വരാം. അതിനുമപ്പുറമാണ് പിന്നാമ്പുറം. എനിക്ക് എന്നും അത്ഭുതങ്ങൾ സമ്മാനിച്ചിട്ടുള്ള സ്ഥലം. ഈ പിന്നാമ്പുറത്ത് കയറിയിറങ്ങിയില്ലായിരുന്നെങ്കിൽ ഞാനൊരു എഴുത്തുകാരനാകുമായിരുന്നില്ല.

പിന്നാമ്പുറത്തെ സന്ദർശകർ ഗ്രാമത്തിലെ സ്ത്രീകളാണ്. വെള്ളം കോരാനോ അമ്മയോട് വർത്തമാനത്തിനോ അവർ വരും. അവർക്ക് അമ്മയുടെ വക ഭക്ഷണമുണ്ടാകും. വേണ്ടെന്ന് അവർ പറയുമ്പോൾ "ഇത് നിനക്കല്ല, നിന്റെ കുഞ്ഞിനാണെ"ന്ന് അമ്മ നിർബ്ബന്ധിക്കും. കാരുണ്യത്തിന്റെയും സൗഹൃദത്തിന്റെയും നന്ദിപ്രകടനങ്ങളുടെയും കുളിരാണ് ഈ പിന്നാമ്പുറത്തിന്. പൂമുഖത്തെ പരിഷ്കൃതമായ ആശയവിനിമയങ്ങൾക്കപ്പുറം മാന്ത്രികസ്പർശമുള്ള മനുഷ്യബന്ധം പിന്നാമ്പുറത്തിന്റെ കൗതുകമായിരുന്നു.

ഇവിടെ സ്ത്രീകൾക്കിടയിൽ ജാതിമതിലുകൾ അപ്രത്യക്ഷമാകുകയും വളരെ സൂക്ഷ്മമായ ജീവിതരഹസ്യങ്ങൾ ചർച്ച ചെയ്യപ്പെടുകയും ചെയ്തിരുന്നു. സ്ത്രീപുരുഷബന്ധങ്ങളുടെ സങ്കീർണ്ണതകളും നിത്യജീവിത ദുഃഖങ്ങളും ലൈംഗികജീവിതക്രമങ്ങളും വരെ പിന്നാമ്പുറത്തിന്റെ വിഷയങ്ങളാണ്. സ്ത്രീകൾ പുരുഷന്മാരോട് ചർച്ച ചെയ്യാത്ത ശാരീരിക സമസ്യകൾക്ക് പിന്നാമ്പുറത്ത് അയിത്തമില്ല.

പൂമുഖവും പിന്നാമ്പുറവും തമ്മിലുള്ള അന്തരം കുറച്ചൊന്നുമല്ല. പിൻപുറത്ത് ഇടതൂർന്നു വളർന്ന സൗഗന്ധികസസ്യങ്ങളിൽനിന്ന് അമ്മ അപൂർവ്വരുചികളുള്ള ഭക്ഷണമുണ്ടാക്കുമായിരുന്നു. എന്റെ ഭാഷയിലെ വ്യവസ്ഥാപിത നിഘണ്ടുക്കളിലൊന്നുമുണ്ടായിരുന്നില്ല ഈ സസ്യങ്ങളുടെ പേരുകൾ. ചെടികളുടെ വേരുകൊണ്ടു ഗ്രാമവാസികൾക്കു മരുന്നുണ്ടാക്കിക്കൊടുത്ത മുത്തച്ഛൻ, വലുതാകുമ്പോൾ എനിക്കെല്ലാം പറഞ്ഞുതരാമെന്നു വാഗ്ദാനം ചെയ്തിരുന്നു. പക്ഷേ, ഞാൻ മറ്റൊരു മനുഷ്യനായാണല്ലോ വളർന്നത്. അച്ഛന്റെ പൂമുഖത്തിന്റെ സ്വാധീനമായിരുന്നു എനിക്ക്. പൂമുഖത്തുനിന്നാരംഭിച്ച എന്റെ വിദ്യാഭ്യാസം തുടർന്നുപോയത് പുതുസംസ്കൃതിയുടെ പൂമുഖങ്ങളായ ഇംഗ്ലണ്ട്-അമേരിക്കകളിലൂടെയായിരുന്നു.

നമ്മുടെ ഭാഷാസാഹിത്യങ്ങൾക്കും ഇങ്ങനെ പൂമുഖവും പിന്നാമ്പുറവുമുണ്ട്. ഇംഗ്ലീഷിൽ, 'വെർനാക്യുലർ' എന്ന വംശീയനിറമുള്ള സംജ്ഞയിലൂടെ സാമ്രാജ്യത്വചിന്തകൾ ഭാഷയെ അധിക്ഷേപിക്കുന്നു. ഞാൻ ഈ അവസരത്തിൽ 'റീജനൽ ലാംഗ്വേജ്' എന്നേ ഉപയോഗിക്കുന്നുള്ളൂ.

ഏതു ലോകഭാഷയും പ്രാഥമികമായ അർത്ഥത്തിൽ പ്രാദേശികമാണ്. പിന്നെ സാമ്രാജ്യത്വ-രാഷ്ട്രീയ-വികാസങ്ങളിലൂടെ അവ ആഗോളവല്ക്കരിക്കപ്പെടുന്നു എന്നല്ലേയുള്ളൂ? ഒരു സ്വരസംസ്കൃതി പോലും, സ്വന്തമായി ഒരു സൈന്യവും 'ദേശീയ കവി'യുമുണ്ടെങ്കിൽ ഭാഷയായി രൂപാന്തരം പ്രാപിക്കും.

നമ്മുടെ ഭാഷകളുടെ പൂമുഖമേതാണ്? എന്റെ കന്നഡതന്നെയെടുക്കുക. ഞങ്ങളുടെ ആദ്യത്തെ മഹാകവി പമ്പയ്ക്കു മാതൃകയായത് സംസ്കൃതസാഹിത്യമായിരുന്നു. ജ്ഞാനിയും മഹാനുമായ കവിയായിരുന്നതിനാൽ അദ്ദേഹം സംസ്കൃതത്തെ അനുകരിച്ചില്ല. മറിച്ച് അതിൽനിന്നും പുതുമകൾ ഉൾക്കൊണ്ടു. പമ്പയുടെ കവിതയ്ക്ക് പൂമുഖമായത് സംസ്കൃതത്തിന്റെ ഘടനകളായിരുന്നു. എന്നാൽ സുഗന്ധിയും ഉർവ്വരവുമായ ഒരു പിന്നാമ്പുറത്തെപ്പറ്റി അദ്ദേഹം ബോധവാനായിരുന്നു. ഭാഷയ്ക്ക് പ്രാദേശികമായ എണ്ണമറ്റ വാമൊഴി സംസ്കൃതിച്ചിന്തുകളുണ്ട്. ഇതിനെയാണ് നാം 'ദേശി' എന്നു വിളിക്കുന്നത്. സംസ്കൃതത്തിലെ ക്ലാസിക്കുകൾ ഒരുക്കുന്നത് 'മാർഗ്ഗ'മാണ്; രാജകീയ രഥ്യകൾ.

'ദേശി'യെന്ന പ്രതിഭാസവും, രാജരഥ്യയായ 'മാർഗ്ഗ'വും സംയോജിപ്പിച്ചതിലാണ് പമ്പയുടെ പ്രസക്തി. സൗന്ദര്യശാസ്ത്രഘടനയിൽ മാത്രമല്ല ഈ സമവായം വന്നത്. മറിച്ച്, വിഷയത്തിന്റെ പ്രയോഗത്തിലുമാണ്. വിശ്വസത്യങ്ങൾ പറയുന്ന സംസ്കൃതസാഹിത്യത്തിൽ പ്രാദേശികമായ ഒരു പേരോ അവസ്ഥയോ ഉണ്ടായിരുന്നില്ല. എന്നാൽ പമ്പയുടെ കവിതയിൽ അവ നാടൻ ചിന്തയുടെ ചിന്തകളുമായി ഇഴചേർന്നു വളരുന്നു. സംസ്കൃതിയുടെ ഈ സർഗ്ഗസമന്വയം നമ്മുടെ സാഹിത്യത്തിൽ ആവർത്തിച്ചുകൊണ്ടേയിരിക്കുന്നു.

ഇന്നും സ്ത്രീകളുടെയും ശൂദ്രന്മാരുടെയും രഹസ്യസുഗന്ധികളായ സസ്യങ്ങളുടെയും അപൂർവ്വലോകം മുഖ്യധാരാസാഹിത്യത്തിന് പുതിയ വിഷയങ്ങളും പ്രയോഗരീതികളും നല്കിക്കൊണ്ടേയിരിക്കുന്നു. ഭാഷയെന്ന നിലയിൽ സംസ്കൃതത്തിനു സമൃദ്ധമായ പിന്നാമ്പുറമില്ല. ആദ്ധ്യാത്മിക സമൃദ്ധി നിലനിർത്താൻ സംസ്കൃതത്തിനു പിന്നാമ്പുറത്തെ ഭാഷകൾക്കു കീഴടങ്ങേണ്ടിവരും. ഇംഗ്ലണ്ടിലെ ഇംഗ്ലീഷിന് അതിന്റേതായ പിന്നാമ്പുറമുണ്ട്. അയർലൻഡിൽ, ആഫ്രിക്കയിൽ, വെസ്റ്റിൻഡീസിൽ, ഇന്ത്യയിൽ... ഒരുകാലത്ത് അമേരിക്കയിലും. നമ്മുടെ ഭാഷകൾക്ക് സംസ്കൃതസാഹിത്യത്തിന്റെ ക്ലാസിക് പൂമുഖമുണ്ട്. എന്നാൽ ഭാഷയുടെ സർഗ്ഗശക്തിയുടെ സത്യം ഈ പൂമുഖം മാത്രമല്ല. ആധുനികതയുടെ ഭാഷയായ ഇംഗ്ലീഷിന്റെ സ്വാധീനം വേറെയുണ്ട്. പക്ഷേ, ഇവയ്ക്കൊന്നും സ്വന്തമായ തേജസ്സില്ല. പിന്നാമ്പുറത്തെ ലോകവുമായി അനുരഞ്ജന

പ്പെടാതെ പോയാൽ അവ വന്ധ്യമാകുന്നു.

സ്വന്തം രാജകീയ രഥ്യകൾ തേടാനുള്ള വെമ്പലിൽ വ്യവസ്ഥാപിതസാഹിത്യസംസ്കൃതികളെ ഭാഷയിലെ സാഹിത്യം സ്വീകരിക്കാറുണ്ട്. അപ്പോൾ ഭാഷയുടെ പിന്നാമ്പുറത്തിന് എന്തു സംഭവിക്കുന്നുവെന്ന് ആലോചിക്കുക. ചുവടുറച്ച അധീശസംസ്കൃതികളുമായുള്ള അനുരഞ്ജനത്തിൽ ഭാഷയുടെ ഉപസംസ്കൃതികൾ ഗ്രഹണം ചെയ്യപ്പെടുന്നു. എന്നാൽ അവ പൂർണ്ണമായി നശിക്കുന്നില്ല. മറയുന്നുവെന്നേയുള്ളൂ. രാജകീയമാർഗ്ഗം കാതടപ്പിക്കുംവിധം ഉച്ചമാകുകയും കൃത്രിമ വാചാടോപമായിത്തീരുകയും ചെയ്യുമ്പോൾ ശുദ്ധസംഭാഷണത്തിന്റെ നന്മയും സത്യവും നഷ്ടപ്പെടുന്നു. ഇത്തരം സാംസ്കാരിക പ്രതിസന്ധിയുടെ മുഹൂർത്തങ്ങളിൽ ഭാഷയെ പുനഃരൂർജ്ജവല്ക്കരിക്കാൻ പിന്നാമ്പുറസംസ്കൃതി ശക്തമായ തിരിച്ചുവരവ് നടത്തും. വേർഡ്സ്‌വർത്ത്, ബ്ലേക്ക്, ഹോപ്കിൻസ് തുടങ്ങിയവർ ഇംഗ്ലീഷ് സാഹിത്യത്തിനും തുക്കാറാം, ബസവ, നാനാക്ക്, കബീർ തുടങ്ങിയവർ ഇന്ത്യൻ ഭാഷാസാഹിത്യത്തിനും ചെയ്ത നന്മ ഇതാണ്.

ഭാഷയുടെ ബഹുമുഖത്വവും സംസ്കൃതികളും മതങ്ങളും, എന്തിന്, ഭക്ഷണശീലങ്ങളും, വസ്ത്രരീതികളുമൊക്കെ ഉൾപ്പെടുന്ന ഒരു ജൈവസംസ്കാരത്തെ കണ്ടെത്താതെ നമുക്ക് ആധികാരികമായ പ്രാദേശികത്വവും അർത്ഥവത്തായ ആഗോളവീക്ഷണവും പുലർത്താനാവില്ല.

ഈ ദിശയിൽ നമ്മുടെ ഭാഷയുടെയും സംസ്കാരത്തിന്റെയും ശക്തി ആകാംക്ഷാഭരിതമായ ചോദ്യങ്ങളുണർത്തുന്നുണ്ട്. നമ്മുടെ രാജ്യത്തെ ബ്രാഹ്മണ്യം ആഗോളവല്ക്കരണത്തിന്റെ കോർപ്പറേറ്റ് ലോകത്തേക്കു ഭ്രമിച്ചു നീങ്ങുകയാണ്. ശ്രീകൃഷ്ണന്റെ കുലത്തിൽ ജനിച്ചവരെന്നു കരുതപ്പെടുന്നവർ നൃശംസതയുടെ ഭരണരീതികൾ പുലർത്തുന്നു. 'മണ്ണിന്റെ മക്കൾ' എന്നു സ്വയം വിളിക്കുന്നവർ സ്വന്തം മണ്ണിന്റെ ഉർവ്വരതകൾ തീറെഴുതുന്ന ഗൂഢമായ ധാരണാപത്രങ്ങൾ കൈമാറുന്നു.

മറ്റൊന്നുകൂടി: ഇന്നിന്റെ കോൺക്രീറ്റ് കാടുകളിൽ കുളിരുള്ള പൂമുഖങ്ങൾക്കും അറിയാസമൃദ്ധികളുടെ പിന്നാമ്പുറങ്ങൾക്കും ഇടമെവിടെ?

ഭാഷാപോഷിണി, 1997 ഏപ്രിൽ

ബ്രാഹ്മണനായ ഞാൻ

യു ആർ അനന്തമൂർത്തി

ബ്രാഹ്മണനായി പിറന്ന ഞാൻ ബ്രാഹ്മണരുടെ വികാരങ്ങൾക്ക് മുറിവേല്പിക്കുന്നത് അനിവാര്യമായ കാര്യംതന്നെയാണ്; സ്വയം ആസ്വദിക്കുന്നതിനായി ചെയ്യുന്ന കാര്യങ്ങളല്ല. *സംസ്കാര*, *ഘാടശ്രാദ്ധ*, *ഭാരതീപുരം* എന്നിങ്ങനെയുള്ള എന്റെ കഥകൾ പല ബ്രാഹ്മണർക്കും ബുദ്ധിമുട്ടുണ്ടാക്കിയിട്ടുണ്ട്. അത് അവർക്ക് ബുദ്ധിമുട്ടിനിടയാക്കുക മാത്രമല്ല, അവരെ അത് രോഷാകുലരാക്കുകയും ചെയ്തിട്ടുണ്ട്. ഒരിക്കൽ, ദിവൺഗരെയിൽ എനിക്ക് ഉച്ചഭക്ഷണം നല്കിയ ശാന്തശീലയും തികഞ്ഞ ആതിഥ്യമര്യാദയുള്ളവളുമായ ഒരു സ്ത്രീ, വിട പറയാൻ നേരത്ത് എന്നെ അകത്തേക്ക് വിളിച്ചു, "ഇനി ഒരിക്കലും ആരും നമ്മെ ഇഷ്ടപ്പെടില്ല. എന്തിനാണ് നിങ്ങൾ നമ്മളെ ഇങ്ങനെ ആക്ഷേപിക്കുന്നത്? മറ്റേതെങ്കിലും ജാതിക്കാരെയാണ് നിങ്ങൾ ആക്ഷേപിച്ചിരുന്നതെങ്കിൽ നിങ്ങൾക്ക് അതിനെ അതിജീവിക്കാനാകുമായിരുന്നോ? ആളുകൾ പുച്ഛിക്കുന്നതുപോലും ഞങ്ങൾ സഹിക്കുകയാണ്; ആർക്കും ഞങ്ങളെ ആക്ഷേപിക്കാമെന്നായിരിക്കുന്നു. ഇതൊക്കെ ശരിയാണോ?" ഞാനാകപ്പാടെ അമ്പരന്നുപോയി.

ഈ കാലത്ത് ബ്രാഹ്മണരെ വിമർശിക്കുന്നതിൽ ഞാൻ അറച്ചു നിന്നതിന് മറ്റൊരു കാരണം കൂടിയുണ്ട്. ബ്രാഹ്മണേതര ബുദ്ധിജീവികൾ ഇതിനെ ബ്രാഹ്മണരുടെ ഒരു സൂത്രമായാണ് കാണുന്നത്. ഇതിനെക്കുറിച്ച് അവർക്ക് വല്ലാത്ത സംശയമാണ്. ബ്രാഹ്മണേതരവൃത്തങ്ങളിൽ ജനപ്രിയത ലഭിക്കുന്നതിനുള്ള ബുദ്ധിമാന്മാരായ ബ്രാഹ്മണരുടെ ഒരു തന്ത്രമായാണ് അവർ ഇതിനെ കാണുന്നത്. അവർ എങ്ങനെ വേണമെങ്കിലും കണ്ടുകൊള്ളട്ടെ; എനിക്ക് പറയാനുള്ളത് എന്തായാലും ഞാനത് പറയും. എന്നിരുന്നാലും, സമൂഹത്തിലെ അഭിപ്രായങ്ങൾ ക്രമേണ നമ്മുടെ

ചിന്താഗതിയെയും സ്വാധീനിക്കും. മിക്ക ആളുകളെ സംബന്ധിച്ചും ജാതിയുമായി ബന്ധപ്പെട്ട പ്രശ്നങ്ങൾ സുതാര്യമായ വിധം കൈകാര്യം ചെയ്യുകയെന്നത് അതീവ ദുഷ്കരമായ കടമയാണ്. എല്ലാ ജാതികളിലെയും ബുദ്ധിജീവികളെ അലട്ടുന്ന ഒരു പ്രശ്നമാണിത്.

ശുദ്ധഗതിക്കാരനായ ഒരു ജാതിവിശ്വാസിയും കപടവേഷക്കാരായ ജാതിവാദികളും തമ്മിലുള്ള ഇതിലും പ്രധാനപ്പെട്ട ഒരു വ്യത്യാസം ധാർമ്മികതയുടേതാണ്. ശുദ്ധഗതിക്കാരനായ ജാതിവിശ്വാസി ഇന്നത്തെ ആധുനിക ലോകത്ത് ഒന്നിനും കൊള്ളാത്തവനാണ്. എന്നാൽ അയാളുടെ ധാർമ്മികമായ ധാരണ (വികലമാണ് അതെന്ന് തോന്നാമെങ്കിലും) അത് സുവ്യക്തമാണ്; അയാളുടെ ജാതിബോധത്തിൽനിന്നും ഉയർന്നുവരുന്നതെങ്കിലും ധീരവുമാണത്. "നമ്മുടെ ഗ്രാമത്തിലെ ഗുഡ അതു ചെയ്യുന്നത് ശരിയാണോ?" "ബ്രാഹ്മണനായി പിറന്ന ആരെങ്കിലും ഇതു ചെയ്യുമോ?" എന്നെല്ലാമുള്ള ചോദ്യങ്ങൾ അയാളുടെ ധാർമ്മികമായ ധാരണയെയാണ് വെളിപ്പെടുത്തുന്നത്." ആധുനിക ലോകത്ത് ജാതിയും തൊഴിലും തമ്മിലുള്ള ഈ ബന്ധം തുടച്ചുനീക്കപ്പെട്ടിരിക്കുകയാണ്. അതായത്, നഗര പ്രദേശങ്ങളിൽ ഇതാണവസ്ഥ. ഇത് അനിവാര്യം മാത്രമല്ല, നല്ലതുമാണ്. ഈ വേർപെടുത്തലുകൾ കൂടാതെ ഈ രാജ്യത്ത് ഒരു ചലനാത്മകതയ്ക്കും സാദ്ധ്യതയില്ല. പാശ്ചാത്യ മാതൃകയിലുള്ള ആധുനികവല്ക്കരണത്തെ ആധാരമാക്കിയുള്ള ചലനാത്മകത ആരോഗ്യകരമല്ല. എന്നിരുന്നാലും ഈ തരത്തിലുള്ള നഗരവല്ക്കരണം മാത്രമാണ് ഈ രാജ്യത്ത് ഉണ്ടാകുന്ന ഒരേയൊരു മാറ്റം. ദാർശനികമായി ഇതിനെ എതിർക്കുന്ന നമ്മെപ്പോലുള്ളവരും ആധുനികവല്ക്കരണത്തിന്റെ ഉല്പന്നങ്ങളാണ് എന്നതാണ് വിരോധാഭാസം. അതങ്ങനെയാകട്ടെ. എന്നാൽ ഭൗതികലോകത്തിന് സ്വീകാര്യമായി തോന്നുന്നവ മനസ്സിന് അനിവാര്യമായും സ്വീകാര്യമായിരിക്കണമെന്നില്ല. ഇന്ന്, അവിടെയാണ് കുഴപ്പങ്ങൾ തുടങ്ങുന്നത്. പ്രഥമവും പ്രധാനവുമായി ബ്രാഹ്മണരാണ് ജാതിയുമായി ബന്ധപ്പെട്ട തങ്ങളുടെ തൊഴിൽ ഉപേക്ഷിച്ചത്. വേദിക് ജീവിതശൈലി അനുഷ്ഠിക്കുന്ന ഈ ആൾ (വൈദികൻ) ഭൗതികവാദിയായി മാറിയിരിക്കുന്നു. തങ്ങളുടെ വൈദികൻ എന്ന തൊഴിലിൽ അകപ്പെട്ടുനില്ക്കുന്ന ബ്രാഹ്മണരാകട്ടെ പിന്നണിയിൽ കഴിയുകയുമാണ്. നിശ്ചയമായും അയാൾ തന്റെ കുട്ടികൾ വൈദികവൃത്തിയിൽ ഏർപ്പെടാൻ ഇഷ്ടപ്പെടുന്നുമില്ല. ക്രിസ്ത്യാനികൾ തങ്ങളുടെ മക്കൾ പൗരോഹിത്യം സ്വീകരിക്കുന്നത് അഭിമാനകരമായി കാണുമ്പോൾ ബ്രാഹ്മണരെ സംബന്ധിച്ചിടത്തോളം അത് അഭിമാനകരമോ ആകർഷകമോ ആയ ഒരു തൊഴിലല്ല. പുരോഹിതനെ സംബന്ധിച്ചിടത്തോളം സമൂഹത്തിന്റെയാകെ വിശ്വാസം ആർജ്ജിക്കേണ്ടത് പരമപ്രധാനമാണ്. അയാൾ ഉരുവിടുന്ന മന്ത്രങ്ങൾ കുംഭാരന്റെ കളിമൺ കലത്തെപ്പോലെ തൊട്ടും കണ്ടും അറിയാവുന്നവയല്ല. ആളുകൾ അയാളിൽ അർപ്പിക്കുന്ന വിശ്വാസത്തിലാണ്

പുരോഹിതന്റെ മൂല്യം സ്ഥിതിചെയ്യുന്നത്. ഈ വിശ്വാസം നഷ്ടമാകുന്നതോടെ പുരോഹിതൻ ഉപേക്ഷിക്കപ്പെട്ടവനും തൊഴിൽരഹിതനുമാകുന്നു.

ഉദാഹരണത്തിന് ബ്രാഹ്മണജാതിക്കാരെ കുവെംപു ഒരു 'ശാപ'മായും 'അപ്രസക്തരാ'യും വിശേഷിപ്പിക്കുമ്പോൾ അതുകേട്ട് രോഷം കൊള്ളുന്ന ബ്രാഹ്മണർ ശരിക്കും വൈദികരല്ല. എന്നാൽ കുവെംപു സൂചിപ്പിക്കുന്നത് ജാതി സമ്പ്രദായത്തെ ദാർശനികമായി ന്യായീകരിക്കുകയും ഇപ്പോൾ ശബ്ദം നഷ്ടപ്പെടുകയും ചെയ്തിരുന്ന ബ്രാഹ്മണരെ ആയിരിക്കാനാണ് സാദ്ധ്യത. ബ്രാഹ്മണാധിപത്യത്തെ ചോദ്യം ചെയ്യുമ്പോൾ മാത്രമേ ഈ രാജ്യത്ത് ഫലപ്രദവും സർഗ്ഗാത്മകവുമായ യുക്തിവാദം ജന്മമെടുക്കൂ. വിവേകാനന്ദനും മഹാത്മാഗാന്ധിയും അംബേദ്കറും ഈ പ്രവണതയുടെ ആദ്യപഥികരായിരുന്നു. ഈ രാജ്യത്തെ സംബന്ധിച്ചിടത്തോളം ഒരു പുതുജീവൻ പകർന്നുതന്നത് അവരാണ്. അതിനും മുൻപ് ഭക്തിപ്രസ്ഥാനത്തിന്റെ ആദ്യപഥികരായ ബസവണ്ണയും കബീറും തുക്കാറാമും ചൈതന്യമൊന്നും ജാതിവ്യവസ്ഥയെ ഉന്മൂലനംചെയ്യാൻ കഴിഞ്ഞില്ല. എന്നാൽ മുന്നോക്കവിഭാഗങ്ങളുടെ മൂല്യങ്ങളിൽ സംശയംജനിപ്പിക്കാൻ അവർക്ക് കഴിഞ്ഞതിലൂടെ പിന്നോക്ക വിഭാഗങ്ങളിൽ ആത്മാഭിമാന ബോധം വളർത്തിയെടുക്കാൻ കഴിഞ്ഞിരുന്നു.

ആയിരം വർഷത്തെ നമ്മുടെ നാടിന്റെ ചരിത്രം പാഴായി പോകാതെ സംരക്ഷിച്ചത് യാഥാസ്ഥിതികരെ പല്ലും നഖവും കൊണ്ടെതിർത്തിരുന്നവരായിരുന്നു എന്ന യാഥാർത്ഥ്യം കാണേണ്ടത് വളരെ പ്രാധാന്യമർഹിക്കുന്ന കാര്യമാണ്. ബ്രാഹ്മണശൂദ്ര സംഘർഷങ്ങൾ വളർന്നുവന്ന ശൈലി താർക്കികമായ ഒന്നായിരുന്നു. 'യെ നമ്മ സംസ്കൃതി' എന്നപേരിൽ മുൻപ് എഴുതിയ ഒരു ലേഖനത്തിൽ 'വൈദികരും' 'ശ്രമണരും' തമ്മിലുള്ള സംഘർഷം അനാദികാലം മുതൽ ബുദ്ധ–ജൈന–വീരശൈവ പ്രസ്ഥാനങ്ങൾക്ക് കാരണമായത് എങ്ങനെ എന്ന് ഞാൻ വിശദീകരിച്ചിട്ടുണ്ട്. വേദപാരമ്പര്യമുള്ള ബ്രാഹ്മണർ വിശ്വസിച്ചത് അവരിൽ പൊതുനന്മയ്ക്ക് അനുപേക്ഷണീയമായ മൂല്യങ്ങൾ ഉൾച്ചേർക്കപ്പെട്ടിരിക്കുകയാണെന്നും ആയതിനാൽ അവർ ഉൽക്കൃഷ്ടരാണെന്നും അവരാണ് തികഞ്ഞ മാതൃകാ മനുഷ്യരെന്നും ആയിരുന്നു. ബ്രാഹ്മണർക്കിടയിലുള്ള ഈ വിശ്വാസം കാലാകാലങ്ങളിൽ ചോദ്യം ചെയ്യപ്പെട്ടിട്ടുണ്ട്. ഭക്തിപ്രസ്ഥാനത്തിലെ ശൂദ്രർ മുതൽ ഇപ്പോൾ ക്രാന്തദർശികളും അഭ്യസ്തവിദ്യരും പണ്ഡിതരുമായ ആളുകൾ വരെ ഇതിൽ ഉൾപ്പെടുന്നു. ഗാന്ധിക്കുശേഷം ഈ രാജ്യം ഉയർത്തിപ്പിടിച്ച മൂല്യങ്ങൾക്ക് യാഥാസ്ഥിതിക ബ്രാഹ്മണർ പരിഹാസപാത്രമാകത്തക്ക വിധത്തിൽ മൗലികമായ മാറ്റം സംഭവിച്ചു. ഉച്ചാരണത്തിലെ വ്യക്തത, സംസ്കൃതത്തിലുള്ള അറിവ് തുടങ്ങിയ കാര്യങ്ങളുടെ പേരിൽ ബ്രാഹ്മണർ പുലർത്തിയിരുന്ന അഹന്ത സൃഷ്ടിപരമായ പരിശോധനയിൽ വെറും പൊള്ളയാണെന്ന് വ്യക്തമാക്കപ്പെട്ടു. സ്വന്തം ശ്രേഷ്ഠത സംബന്ധിച്ച അവരുടെ ആശയംപോലും

ക്രൂരമായി പ്രത്യക്ഷമാകാൻ തുടങ്ങി. ഉപനിഷത്തുകൾ, ഭഗവദ്ഗീത, വേദങ്ങൾ തുടങ്ങിയ ബ്രാഹ്മണർക്ക് ശ്രേഷ്ഠത്വം പ്രദാനം ചെയ്ത കൃതികൾ ഇന്നും സജീവമാണെങ്കിലും അതിനു കാരണം ഗാന്ധിജിയെയും വിവേകാനന്ദനെയും പോലെയുള്ള ബ്രാഹ്മണേതരരാണെന്ന് വ്യക്തമാണ്.

കുവെംപുവിനെ പോലെ വേദങ്ങളുടെയും ഉപനിഷത്തുകളുടെയും അന്തസ്സത്ത സൃഷ്ടിപരമായി ഉൾക്കൊണ്ട ഒരു ബ്രാഹ്മണനും കർണ്ണാടകത്തിൽ ഒരിടത്തും ഇല്ല എന്ന് തറപ്പിച്ച് പറയാനാകും. പ്രശസ്തി നേടുന്നതിനുള്ള കുവേംപുവിന്റെ അവകാശവാദം മാത്രമല്ല ഇത്. അതുകൊണ്ടുതന്നെ കുവേംപു ബ്രാഹ്മണരെ പരിഹസിക്കുമ്പോൾ അവർ ആത്മപരിശോധന നടത്തുകയാണ് വേണ്ടത്, ധാർമ്മികരോഷം കൊള്ളുകയല്ല വേണ്ടത്. സമൂഹം പഴയതുപോലെ അവരെ ആദരവോടെ പരിഗണിക്കില്ല എന്ന വസ്തുതയാണ് ബ്രാഹ്മണരെ അങ്കലാപ്പിലാക്കുന്നത്.

ഗാന്ധിജി മരിച്ചപ്പോൾ എനിക്ക് കഷ്ടിച്ച് 15 വയസ്സേ ആയിരുന്നുള്ളൂ. ഞാൻ പാർത്തിരുന്ന അഗ്രഹാരത്തിൽനിന്ന് പതിവായി ഞാൻ നാല് മൈൽ അകലെയുള്ള സ്കൂളിലേക്ക് നടന്നുപോകുമായിരുന്നു. എന്റെ മുത്തച്ഛൻ ഒരു പുരോഹിതനായിരുന്നു; എന്റെ അച്ഛൻ ഭാഗികമായി പുരോഹിതനും ഭാഗികമായി ഭൗതികവാദിയുമായിരുന്നു. ഒരു മഠത്തിന്റെ അന്തരീക്ഷത്തിലാണ് ഞാൻ വളർന്നുവന്നത്. ഗാന്ധിജി കലി അവതാരമായിരുന്നുവെന്നാണ് മിക്കവാറും ബ്രാഹ്മണർ വിശ്വസിച്ചത്. എന്നാൽ എന്റെ അച്ഛൻ ഗാന്ധിജി പ്രസിദ്ധീകരിച്ചിരുന്ന *ഹരിജൻ* എന്ന പത്രം പതിവായി വായിക്കുമായിരുന്നു. അദ്ദേഹം സ്വാതന്ത്ര്യ പ്രക്ഷോഭത്തിൽ ഒരിക്കലും പങ്കെടുത്തിരുന്നില്ലെങ്കിലും സ്വാതന്ത്ര്യ പ്രക്ഷോഭത്തിൽ സജീവമായി പങ്കെടുത്തിരുന്ന തീർത്ഥ ഹള്ളിയിലെ ശ്യാം ഐത്തൽ, സദാശിവരായര് തുടങ്ങിയ സോഷ്യലിസ്റ്റുകൾ അദ്ദേഹത്തിന്റെ സുഹൃത്തുക്കളായിരുന്നു. ഇംഗ്ലീഷ് വിദ്യാഭ്യാസം സിദ്ധിച്ച തന്റെ അച്ഛനും ഗ്രാമത്തിലെ പഴമക്കാരും തമ്മിൽ പതിവായി നടക്കാറുള്ള സംവാദങ്ങൾ ശ്രദ്ധിച്ചാണ് ഞാൻ വളർന്നത്. സ്കൂളിലേക്കുള്ള യാത്രയ്ക്കിടയിലാണ് ഗാന്ധിജിയുടെ മരണവാർത്ത ഞങ്ങളെ ഞെട്ടിച്ചത്; ഞങ്ങൾ ഉടൻ തിരിച്ച് അഗ്രഹാരത്തിലേക്ക് പോയി. കരഞ്ഞുകൊണ്ടാണ് ഗാന്ധിജി അന്തരിച്ച വിവരം ഞാൻ പ്രസ്താവിച്ചത്. മറ്റുവിധത്തിൽ സൽസ്വഭാവികളും നിഷ്കളങ്കരുമായ ഗ്രാമത്തിലെ മുതിർന്നവർ കലി ഉന്മൂലനം ചെയ്യപ്പെട്ടതിന്റെ അത്യാഹ്ലാദത്തിലായിരുന്നു. ഇതിൽനിന്നുവ്യത്യസ്തമായി, അവരുടെ ഈ ആഹ്ലാദപ്രകടനം ഗാന്ധിജിയോടുള്ള എന്റെ സ്നേഹം വർദ്ധിപ്പിച്ചു. ഒരു പ്രതിഷേധ പ്രകടനം എന്ന നിലയിൽ ദുർവാസാവിന്റെ പർണ്ണശാല എന്നറിയപ്പെട്ടിരുന്ന തുംഗാനദിയിലെ ഒരു ദ്വീപിൽ പോയിരുന്ന് ഞാൻ അന്ന് നിരാഹാരമനുഷ്ഠിച്ചു. ഹരിജനങ്ങളെ ക്ഷേത്രത്തിൽ പ്രവേശിപ്പിച്ചതാണ് ബ്രാഹ്മണർക്ക് ഗാന്ധിജിയോടുള്ള എതിർപ്പിനു കാരണം. ഗാന്ധിജിയുടെ

കലിഅവതാരമെന്ന് ആക്ഷേപിച്ചിരുന്ന ഞങ്ങളുടെ ഗ്രാമത്തിലെ ഒരു ആത്മീയഗുരു (അദ്ദേഹം അക്കാലത്ത് രാജ്യത്താകെ അറിയപ്പെട്ടിരുന്നു.) ഗാന്ധിജിയുടെ നിര്യാണത്തിൽ അനുശോചനം രേഖപ്പെടുത്തിക്കൊണ്ട് അദ്ദേഹത്തിന്റെ പുത്രൻ ദേവദാസ് ഗാന്ധിക്ക് ഒരു ടെലഗ്രാം അയച്ചു.

മലനാട്ടിൽ ജനിച്ചു വളർന്ന കുവേംപു വേദങ്ങൾ മനസ്സിലാക്കിയ തെങ്ങനെയെന്ന് അത്ഭുതപ്പെട്ടിരുന്ന ബ്രാഹ്മണർ കരുതിയത് ഗാന്ധിജി ജാതികളെ സംയോജിപ്പിച്ചതായാണ്; അതൊരു നെറികെട്ട നടപടിയെ ന്നാണ് അവർ ചിന്തിച്ചത്. അവരുടെ വിഡ്ഢിത്തം മൂലം അവരോട് എനിക്ക് സഹതാപം തോന്നി. *സംസ്കാര*യും *ഭാരതീപുര*വും എഴുതി യപ്പോൾ ഞാൻ ഇത്തരം ആളുകളെക്കുറിച്ചാണ് പറഞ്ഞത്. *ഭാരതീ പുര*ത്തെ വിമർശിച്ച പുരോഗമനവാദികൾ പറഞ്ഞത്, ഹരിജനങ്ങൾക്ക് വേണ്ടത് പാർലമെന്റിൽ പ്രവേശിക്കലാണ്, ക്ഷേത്രപ്രവേശനമല്ല എന്നാ ണ്. ഇതേവരെ ഞാൻ ഉറച്ചു വിശ്വസിക്കുന്നത് അയിത്തം നിർമാർജ്ജനം ചെയ്യപ്പെടണമെന്നുണ്ടെങ്കിൽ, ഹരിജനങ്ങൾക്ക് യാതൊരു തടസ്സവുമി ല്ലാതെ ക്ഷേത്ര പ്രവേശനത്തിന് അവസരമുണ്ടായിരിക്കണം. ഇത് സംഭ വിക്കുമ്പോൾ ഒരേ കിണറിലെ വെള്ളം കുടിക്കാനും ഒന്നിച്ചു ഭക്ഷണം കഴിക്കാനും കഴിയുന്നു. അങ്ങനെ സംഭവിക്കുന്നത് നിഷ്കളങ്കരായ ജാതി വിശ്വാസികൾ എന്ന് ഞാൻ വിശേഷിപ്പിച്ച വിഭാഗത്തെ മാറ്റിയെടുക്കണം. സ്നേഹവും വിദ്വേഷവും ഉൾപ്പെടുന്ന പ്രക്ഷോഭങ്ങളിലൂടെയാണ് അത് സാദ്ധ്യമാക്കേണ്ടത്.

അതായിരുന്നു ഗാന്ധിജി സ്വീകരിച്ചപാത. അടുത്തകാലത്ത് ഒരു സംഭവത്തെക്കുറിച്ച് എന്റെ ഒരു സുഹൃത്ത് എന്നോട് പറഞ്ഞു. ബ്രാഹ്മ ണ മനസ്സ് ഗാന്ധിജിയോട് പ്രതികരിച്ചത് എന്നതിലേക്ക് വെളിച്ചം വീശു ന്നതായിരുന്നു ആ സംഭവം. ഒരു മഠാധിപതി ഉച്ചഭക്ഷണം കഴിക്കുമ്പോ ഴായിരുന്നു ഗാന്ധിജിയുടെ നിര്യാണവാർത്ത അറിഞ്ഞത്. അദ്ദേഹത്തോ ടൊപ്പം ഭക്ഷണം കഴിച്ചിരുന്ന മറ്റു ബ്രാഹ്മണർ ഇതു കണ്ട് ആഹ്ലാദത്തി മിർപ്പിലായി. എന്നാൽ ആ മഠാധിപതിക്ക് ദുഃഖം മൂലം ഭക്ഷണം കഴി ക്കുന്നതിന് ബുദ്ധിമുട്ടായി. അദ്ദേഹം ഭക്ഷണം ഉപേക്ഷിക്കാനാഗ്രഹിച്ചു. എന്നാൽ അദ്ദേഹം ഭക്ഷണം വേണ്ടെന്നുവെച്ച് എണീക്കുകയാണെങ്കിൽ അതിനർത്ഥം മറ്റുള്ളവരും ഭക്ഷണം ഉപേക്ഷിക്കണമെന്നാണ്. സർവ്വോ പരി തന്റെ വികാരങ്ങളുടെ ഒരു പ്രകടനമായി അത് കണക്കാക്കപ്പെടും. എന്തുചെയ്യണമെന്നറിയാതെ, ഗാന്ധിജിയെ തങ്ങൾ ആക്ഷേപിക്കുകയാ ണെന്നമട്ടിൽ ആഹ്ലാദപൂർവ്വം ഭക്ഷണം കഴിച്ചിരുന്ന ആ ആളുകൾക്കിട യിൽ അദ്ദേഹം ഇരുന്നു. മറ്റുള്ളവർ കഴിച്ചു തീരുന്നതുവരെ ആ മഠാധി പതി പാത്രത്തിൽനിന്ന് വായിലേക്ക് ചുമ്മാതെ ചലിപ്പിച്ചുകൊണ്ട് ഭക്ഷണം കഴിക്കുന്നതായി ഭാവിച്ച് ഇരിക്കുകയാണുണ്ടായത്.

യാഥാസ്ഥിതികർക്കിടയിൽ കുടുങ്ങിപ്പോയ ആധുനിക കാഴ്ചപ്പാ ടുള്ള ഒരു മനുഷ്യന്റെ നിർഭാഗ്യകരമായ അവസ്ഥ പ്രതീകാത്മകമായും

തീക്ഷ്ണമായും അവതരിപ്പിക്കുന്നതാണ് ഈ സംഭവം. അയിത്തം ആചരിക്കുന്നതിൽ വിശ്വസിക്കുന്നവർക്ക് ഇത് മനസ്സിലാക്കാൻ ബുദ്ധിമുട്ടായിരിക്കും. മറ്റുവിഷയങ്ങളിലേക്ക് വരുമ്പോൾ അവർ ക്രൂരമായ നിലപാടുള്ള ഒരു വിഭാഗമാണെന്ന് പറയാനാവില്ല. ജന്മനാ കിരാതന്മാരാണെന്ന് അവരെ വിളിക്കാൻ കഴിയുമായിരുന്നെങ്കിൽ കാര്യം വളരെ ലളിതമായിരുന്നു. ഈ ദശാസന്ധിയിലെത്തുമ്പോഴാണ് നാം തിരിച്ചറിയുന്നത് നമ്മുടെ പാരമ്പര്യം വികലമാണെന്ന്. കൃത്യം ഈ കാരണത്താലാണ് അംബേദ്കറും ഇ വി ആറും ഹിന്ദുപാരമ്പര്യത്തെ കൈവെടിഞ്ഞത്. ഈ ദുരാചാരങ്ങൾ ഇല്ലാതാക്കി ഹിന്ദുപാരമ്പര്യത്തെ ശുദ്ധമാക്കാനാണ് ഗാന്ധിജി ശ്രമിച്ചത്. എന്നാൽ അയിത്തം ഹിന്ദുധർമ്മവുമായി ബന്ധപ്പെട്ട മൗലികമായ ഒന്നാണോ അതോ ചരിത്രപരവും ക്ഷണഭംഗുരവുമായ ഒരാവശ്യത്തിൽനിന്ന് ഉയർന്നുവന്ന ഒന്നാണോ എന്നതിനെ ആശ്രയിച്ചാണ് ഈ പ്രശ്നത്തിന് പരിഹാരം തേടേണ്ടത്. ചരിത്രപരമായി ഉയർന്നുവന്ന ഒന്നാണ് അയിത്തമെന്ന് വിശ്വസിക്കുന്നവരെ സംബന്ധിച്ചിടത്തോളം ഗാന്ധിജിയെപ്പോലെയാണ് പ്രവർത്തിക്കേണ്ടത്. സ്നേഹവും വിദ്വേഷവും ഒരേപോലെ സമാവേശിപ്പിക്കപ്പെട്ട രീതികൾക്ക് അവർ രൂപംനല്കണമെന്നാണ് അതിനർത്ഥം. സ്നേഹത്തിൽനിന്ന് ഉരുവംകൊള്ളുന്ന വിദ്വേഷം പൊള്ളലേല്പിക്കുമ്പോൾ തന്നെ പ്രകാശം ചൊരിയുകയും ചെയ്യുന്നു.

ഹിന്ദുവിശ്വാസത്തിന്റെ കീഴിൽ പതിയിരിക്കാൻ ശ്രമിക്കുന്ന ആളുകളെ രൂപപ്പെടുത്തിയെടുക്കാൻ അനായാസം കഴിയുമെന്നു മാത്രമല്ല, അവരിൽ മാറ്റം വരുത്താനുള്ള പ്രക്രിയക്കിടയിൽ അവരോട് നിങ്ങൾക്കുള്ള ആദരവും സ്നേഹവും നിങ്ങൾ നിലനിർത്തുകയും ചെയ്യുന്നു. എല്ലാ ദുരഭിമാനത്തെയും അഹങ്കാരത്തെയും ഉപേക്ഷിക്കുന്നതാണ് ഈ പാത. തങ്ങളാണ് ഏറ്റവും അത്യുന്നതങ്ങളിലുള്ളത് എന്ന അഹന്തയോടൊപ്പം സത്യം ഉൾക്കൊണ്ട ഒരേയൊരാൾ എന്ന തൻപ്രമാണിത്തവും.

ഈ കാരണത്താലാണ് ഗാന്ധിജി ഏറ്റവും മഹാനായ ക്രിട്ടിക്കൽ ഇൻസൈഡറായി മാറിയത്. (ഉള്ളിൽ തന്നെ നിന്നുകൊണ്ട് വിമർശിക്കുന്നയാൾ). ഉള്ളിലുള്ളവർ വിമർശനരഹിതമായി സർവ്വതും സ്വീകരിക്കുന്നു. അങ്ങനെ പഴമയുടെ ഭാഗമായി മാറുന്നു. വിമർശകർക്ക് ദോഷൈകദൃക്കുകളായി മാറാൻ കഴിയുന്നു. ജനങ്ങളിൽ വെറുപ്പ് നിറയ്ക്കുന്നു. അഥവാ തങ്ങളുടെ വിമർശനപരമായ ശേഷികൊണ്ട് അവർക്ക് പൊങ്ങച്ചക്കാരനായ വിപ്ലവകാരികളാകാനും കഴിയും. എന്നാൽ ഗാന്ധിജിയെപോലെയുള്ള ഒരു ക്രിട്ടിക്കൽ ഇൻസൈഡർക്ക് ഉള്ളിൽ നില്ക്കുമ്പോൾ തന്നെ സ്വന്തം വിമർശന ശേഷിയിലൂടെ മാറ്റം വരുത്താനും കഴിയുന്നു. അതുകൊണ്ടാണ് ഗാന്ധിജി ബ്രാഹ്മണവിശ്വാസത്തിന്റെ അടിവേരറുക്കും വിധം പെരുമാറിയത്; കുടുമയെ ആക്ഷേപിക്കുകയും പൂണൂൽ ധരിക്കാ

തിരിക്കുക പോലും ചെയ്തത്. ധൈഷണിക പ്രവർത്തനങ്ങളെക്കാളുപരി കായികമായ പ്രവർത്തനങ്ങൾക്കാണ് അദ്ദേഹം ഊന്നൽനല്കിയത്. അദ്ദേഹം സ്വന്തം ശൗചാലയം വൃത്തിയാക്കി; സത്യഗ്രഹത്തെ - ഓരോ സ്ത്രീയെ സംബന്ധിച്ചും ഏറ്റവും ഫലപ്രദമായ ഉപകരണമാണിത്- അദ്ദേഹം വ്യാപകമായി ഉപയോഗിച്ചു. അക്രമമാർഗ്ഗത്തെക്കാളുപരി അക്രമരഹിതസഹന സമരത്തിന് അദ്ദേഹം വലിയ പ്രാധാന്യം നല്കി. ഇതിലൂടെ ഹിന്ദുസമുദായത്തിലെ രണ്ടുപ്രമുഖ ശക്തികളായ ബ്രാഹ്മണരുമായും ക്ഷത്രിയരുമായും ബന്ധപ്പെട്ട മൂല്യങ്ങളെ അദ്ദേഹം തകർക്കുകയാണുണ്ടായത്; സ്ത്രീകളുടെയും ശൂദ്രരുടെയും ജീവിതശൈലിയെ അദ്ദേഹം ഉയർത്തിപ്പിടിക്കുകയുമുണ്ടായി. അതിനെ അദ്ദേഹം മഹനീയ പദവിയിലേക്ക് കൈപിടിച്ചുയർത്തി. ഈ പശ്ചാത്തലത്തിൽ ഗാന്ധിജിയെ വധിച്ചത് ചിത്പവൻ സമുദായത്തിൽപ്പെട്ട ഒരു ബ്രാഹ്മണനായിരുന്നുവെന്ന കാര്യം അർത്ഥപൂർണ്ണമായി മാറുന്നു. പേഷ്വാവാഴ്ചയുടെ ഗൃഹാതുരത്വം പേറുന്നതാണ് ചിത്പവൻ സമുദായം. ബ്രാഹ്മണ ക്ഷത്രിയവിഭാഗങ്ങളെ സംയോജിപ്പിച്ചുകൊണ്ട് ഇന്ത്യയെ യൂറോപ്യൻ രാജ്യങ്ങളോട് കിടപിടിക്കുന്ന ഒന്നായി ഉയർത്തുക എന്ന സ്വപ്നം താലോലിച്ചു കഴിഞ്ഞിരുന്നതുമാണ് ചിത്പവൻ സമുദായം.

രാഷ്ട്രീയവും സാംസ്കാരികവുമായ സംയോജനത്തിനായാണ് നൂറ്റാണ്ടിലെ മികച്ച മനസ്സുകൾ കൊതിക്കുന്നത്. ഈ കാലഘട്ടത്തിലെ യഥാർത്ഥ്യ മതഭക്തിയും പ്രകടമാക്കുന്നത് സാമൂഹ്യമായ ഐക്യത്തിനായുള്ള ഈ പോരാട്ടത്തിലാണ്. എല്ലാ സാമ്രാജ്യത്വ വിരുദ്ധ പോരാട്ടങ്ങളുടെയും പിന്നിലുള്ള ലക്ഷ്യവും ഇതുതന്നെയാണ്. ഗാന്ധിജി തുടക്കമിട്ട ഇത്തരമൊരു സമരത്തിന്റെ അനന്തരഫലമായിരുന്നു യൂറോപ്യൻ രാജ്യങ്ങളിൽനിന്നുള്ള ഏഷ്യൻ-ആഫ്രിക്കൻ ജനതയുടെ മോചനം. തങ്ങളുടെ അവകാശങ്ങൾക്കായി അമേരിക്കയിലെ കറുത്തവർ നടത്തിയ നിരഹാര സമരവും തുല്യാവകാശങ്ങൾക്കായുള്ള ദക്ഷിണാഫ്രിക്കയിലെ കറുത്തവരുടെ പ്രക്ഷോഭവുമെല്ലാം കേവലം സാമൂഹ്യമായ നേട്ടങ്ങൾക്കായുള്ള പ്രക്ഷോഭങ്ങൾ മാത്രമല്ല. എല്ലാ വ്യക്തികൾക്കും തുല്യ അംഗീകാരം എന്ന വികാരം ഉത്തേജിപ്പിക്കുന്നു. ഈ ഓരോ പ്രക്ഷോഭവും മതപരമായ യുദ്ധത്തിലും കുറഞ്ഞ ഒന്നല്ല. സ്വന്തം ജീവിതത്തെപ്പോലും പരിഗണിക്കാതെ തങ്ങൾ വിശ്വസിച്ചതിനായി പൊരുതിയ മാർട്ടിൻ ലൂഥർ കിങ്ങിനെ പോലെയുള്ള മനുഷ്യർ അങ്ങനെ ചെയ്തത് എന്തെങ്കിലും ഭൗതിക നേട്ടത്തിനു വേണ്ടി ആയിരുന്നില്ല. മാർട്ടിൻ ലൂഥർ കിങ്ങിന്റെ "എനിക്കൊരു സ്വപ്നമുണ്ട്" എന്ന പ്രസംഗത്തിലെ ആദ്യവരികളും അദ്ദേഹത്തിന്റെ അനുയായികൾ പാടിയ "ഞങ്ങൾ അതിജീവിക്കും" എന്ന ഗാനത്തിന്റെ- കറുത്തവരും വെളുത്തവരും ഈ ഗാനം ആലപിച്ചിരുന്നു- പല്ലവിയും ഉയർത്തിയ അളവറ്റ ആത്മീയവികാരം ഈ കാലത്തുള്ള ഒരു ചർച്ചയിലെയും ഒരു മോസ്കിലെയും ഒരു ക്ഷേത്രത്തിലെയും ഒരു

പ്രാർത്ഥനയിൽനിന്നും ഉണ്ടാകുന്നില്ല. മനുഷ്യന്റെ ഉദാത്തമായ ആത്മീയ പ്രഭാവത്തിന്റെ ധീരമായ പ്രകടനങ്ങളായിരുന്നു ദണ്ഡിയിലേക്കും നവ ഖാലിയിലേക്കും ഗാന്ധിജി നടത്തിയ മാർച്ചുകൾ.

മതം സനാതനമായ രാഷ്ട്രീയമാണെങ്കിൽ രാഷ്ട്രീയം അതാതു കാലത്തെ മതപരതയാണ് എന്ന് ലോഹ്യയുടെ വാക്കുകളിൽ കാണാനാവുന്നത് തുല്യതയ്ക്കായുള്ള ആത്മീയമായ അഭിനിവേശത്തിന്റെ കാഴ്ചപ്പാടാണ്. വ്യക്തിയെ വ്യവസ്ഥയുമായി പരിചിതനാക്കുകയെന്നത് മതങ്ങളുടെ ഉത്തരവാദിത്വമാണ്. സമൂഹത്തിൽ നടക്കുന്ന സ്ഥിരമായ ഒരു പ്രക്രിയയാണിത്. ഇതിൽ, ഒരേപോലെ നന്മയും തിന്മയുമുണ്ട്. അനുയോജ്യത കൈവരിക്കുന്നതിനായി ഏതെങ്കിലുമൊരു ജീവിതാവസ്ഥയിൽ മാറ്റമില്ലാതെ തുടരുക എന്ന ഒരപകടം ഇതിലുണ്ട്. അതുകൊണ്ട് സ്വയം ഒരു ഇളക്കമുണ്ടാകണമെങ്കിൽ കാലാകാലങ്ങളിൽ രാഷ്ട്രീയപോരാട്ടങ്ങളിൽ ഏർപ്പെടേണ്ടത് ആവശ്യമായി വരുന്നു. ഇവിടെയാണ് വ്യക്തിയുടെ ശരിക്കുമുള്ള മതപരമായ അഭിനിവേശം പ്രകടിപ്പിക്കപ്പെടുന്നത്.

എല്ലാ അസമത്വങ്ങളും സ്വന്തം 'കർമ്മ' ഫലമാണെന്ന് വിശ്വസിക്കുന്ന ഒരു ബ്രാഹ്മണനെ സംബന്ധിച്ചിടത്തോളം (ഈ ജന്മത്തിലെ നമുക്കുണ്ടാകുന്ന എല്ലാ അനുഭവങ്ങളും മുൻജന്മത്തിൽ നാം ചെയ്ത കാര്യങ്ങളുടെ ഫലമാണെന്ന് പറയുന്ന ഹിന്ദുദർശനം) ആചാരക്രമങ്ങൾ ചിന്താരഹിതമായി അനുഷ്ഠിക്കുന്നതാണ് പ്രാർത്ഥന; അഗാധമായ ധൈഷണികതയ്ക്കായുള്ള അതിജീവന തന്ത്രമാണതെന്നും അവർ തെറ്റിദ്ധരിക്കുന്നു. സമത്വത്തിനായുള്ള പ്രക്ഷോഭത്തിൽ പങ്കാളികളാകുമ്പോൾ മാത്രമാണ് അവർക്ക് യഥാർത്ഥത്തിൽ പുതുജീവൻ ലഭിക്കുന്നത്. ഇല്ലെന്നുണ്ടെങ്കിൽ മതം കേവലം കച്ചവടമായി മാറുന്നു. സാമ്പത്തിക നേട്ടങ്ങൾക്കായുള്ള ഒരു തൊഴിൽ മാത്രമായി മാറുന്നു. കനകനെപ്പോലെയുള്ള ഒരാളിന്റെ മതപരമായ, അതിനുള്ളിൽ നടത്തുന്ന പോരാട്ടങ്ങളിൽ നിന്ന് ഉരുവംകൊള്ളുന്നതാണ്. ഗാന്ധിജി ഉച്ചരിച്ചപ്പോഴാണ് 'രാമൻ' എന്ന വാക്കിന് അതിന്റെ അർത്ഥം വീണ്ടെടുക്കാനായത്. ഒട്ടനവധി ശബ്ദങ്ങളിൽ പകർന്നു കൊടുക്കപ്പെട്ടിരുന്ന, സ്വയം കവിതയിലേക്ക് പരിവർത്തനം ചെയ്യപ്പെട്ടിരുന്ന ഒരു വാക്ക് മാത്രമായിരുന്നു അതേവരെ 'രാമൻ' എന്നത്. വെടിയുണ്ട തുളച്ചുകയറിയപ്പോഴുള്ള വേദനയിൽ പുളയുമ്പോൾ പോലും ഗാന്ധിജിയുടെ വായിൽനിന്ന് പുറത്തുവന്ന 'രാമൻ' എന്ന വാക്ക് എല്ലാ മനുഷ്യർക്കും അക്രമത്തിന്റെ നടുവിൽ അകപ്പെടുമ്പോൾ പോലും ശ്രേഷ്ഠജന്മമായി മാറുന്നതിനുള്ള ആഗ്രഹപ്രകടനമാണ്. വാല്മീകി–തുളസിദാസ്പാരമ്പര്യത്തിൽ വളർന്നുവന്ന രാമനായിരുന്നു അത്; എന്നാൽ ഗാന്ധിജിക്ക് തൊട്ടടുത്തതായി അത് മാറി. മന്ത്രങ്ങൾ ഉരുവിടുന്ന വൈദികർ തങ്ങളുടെ വരണ്ട യുക്തിയിൽ ഒട്ടിപ്പിടിച്ചിരിക്കുകയാണ്; സ്വന്തം അധികാരമുപയോഗിച്ച് ഈ വ്യവസ്ഥ സംരക്ഷിക്കുന്ന ഇപ്പോഴത്തെ ബ്രാഹ്മണേതര മേൽജാതിക്കാരും ക്ഷത്രിയരും പുരാതന

ഇന്ത്യൻ വ്യവസ്ഥിതിയുടെ പ്രത്യയശാസ്ത്രകാരനായ രാഷ്ട്രീയ രാമൻ എങ്ങനെ ഗാന്ധിയൻ രാഷ്ട്രീയത്തിൽ ധർമ്മപുരുഷനായി (ധർമ്മത്തിന്റെ മൂർത്തീകരണം) മാറി എന്ന് വിസ്മയത്തോടെ നോക്കണം. അപ്പോൾ മാത്രമേ ഇപ്പോഴത്തെ മതവ്യവസ്ഥിതിയിൽ സ്തംഭനാവസ്ഥയിലുള്ളത് എന്താണെന്നും ചലനാത്മകമായത് എന്താണെന്നും മനസ്സിലാക്കാൻ കഴിയൂ. ജാതിവ്യവസ്ഥയിൽ രൂഢമൂലമായിട്ടുള്ള അയിത്തത്തിനെതിരായ പ്രക്ഷോഭത്തിൽ പങ്കെടുക്കുന്നവർ, എല്ലാമനുഷ്യർക്കും തുല്യതയും തുല്യആദരവും ലഭിക്കുന്നതിനായുള്ള സമരങ്ങളിൽ പങ്കെടുക്കുന്നവർ, രാജ്യങ്ങൾക്കിടയിൽ തുല്യത വേണമെന്ന അഭിലാഷമുള്ളവർ, പക്ഷി കൾക്കും മൃഗങ്ങൾക്കും വൃക്ഷലതാദികൾക്കുമെല്ലാം ഈ ലോകത്ത് ജീവിക്കാനുള്ള അവകാശമുണ്ടെന്ന് വിശ്വസിക്കുന്നവർ, ഈ പോരാട്ട ങ്ങളെല്ലാം പരസ്പരം ബന്ധപ്പെട്ടവയാണെന്ന് വിശ്വസിക്കുന്നവർ ഇവ രെല്ലാമാണ് നമ്മുടെ കാലഘട്ടത്തിൽ ഇത് മനസ്സിലാക്കുന്നവർ.

ഇന്ത്യയിൽ ഒരെഴുത്തുകാരനായി തീരുക

യു ആർ അനന്തമൂർത്തി

ഞാനെന്റെ എഴുത്തിൽ എല്ലായ്പ്പോഴും എന്റെ കുട്ടിക്കാലത്തെ കാര്യങ്ങളുമായി ബന്ധപ്പെടാൻ ശ്രമിക്കാറുണ്ട്. എന്നാൽ ഞാനവയെ വാക്കുകളിൽ തിരിച്ചുപിടിക്കാൻ ശ്രമിക്കുമ്പോൾ എന്റെ ഗൃഹാതുരത്വം അവയെ അപ്പാടെ മാറ്റിത്തീർക്കുന്നുണ്ടോ? ഞാനിപ്പോൾ അങ്ങനെ ചെയ്യുമ്പോൾ ആ നിമിഷങ്ങളെ നിങ്ങൾക്ക് പകർന്നുനല്കാനാവുന്നുണ്ടോ? യാഥാർത്ഥ്യം എങ്ങനെയാണ് രൂപകാലങ്കാരമായും അങ്ങനെ നേരിട്ടു കാണുന്നതിനേക്കാൾ കൂടുതൽ യാഥാർത്ഥ്യമായും മാറുന്നത്. ആഴങ്ങളിൽനിന്ന് സംസാരിക്കുമ്പോൾ നിങ്ങൾക്ക് വിക്ക് അനുഭവപ്പെടും. ധ്വനിപ്പിക്കുന്നത് കവിതയുടെ ആത്മാവ് എന്നാണ്. സൗന്ദര്യശാസ്ത്രത്തിന്റെ ഇന്ത്യൻ പാരമ്പര്യം എന്നെ പഠിപ്പിക്കുന്നത് ഹൃദയസംവാദത്തിനുള്ള ഏകമാർഗ്ഗം വക്രോക്തിയാണെന്നാണ്.

ഒരു കഥ പറയുകയെന്നാൽ നിങ്ങളുടെ ഇഷ്ടാനുസരണം കാലത്തിലൂടെ മുന്നോട്ടും പിറകോട്ടും സഞ്ചരിക്കുകയെന്നാണ്. ഈ അനിയന്ത്രിതമായ സഞ്ചാരത്തിനിടയിൽ കാലത്തെ പിടിച്ചുനിർത്തുകയും അതിനെ പുനഃസൃഷ്ടിക്കുകയും ചെയ്യാനായില്ലെങ്കിൽ അത് തിരിച്ചുപിടിക്കാനാവാത്ത വിധം നഷ്ടപ്പെടും. ജീവിച്ച കാലത്തെക്കുറിച്ചുള്ള ഓർമ്മകളിലൂടെ സംരക്ഷിക്കപ്പെടുന്ന ഈ ബോധപരമായ തുടർച്ചയാണ് നമ്മെ മാനവരാക്കി മാറ്റുന്നത്. ഓരോരുത്തരുടെയും ഭാഷയിലെ സാഹിത്യമാണ് ഈ തുടർച്ച സാദ്ധ്യമാക്കുന്നത്. ഞാൻ പത്താം നൂറ്റാണ്ടിലെ പമ്പയെ അല്ലെങ്കിൽ പന്ത്രണ്ടാം നൂറ്റാണ്ടിലെ ബസവയെ വായിക്കുമ്പോൾ നൂറ്റാണ്ടുകൾക്കുമുമ്പ് അവൻ ചിന്തിക്കുകയും ജീവിക്കുകയും ചെയ്തത് എങ്ങനെയെന്നും അവർക്ക് എന്റേതുപോലെതന്നെ സുഖദുഃഖങ്ങൾ ഉണ്ടായിരുന്നതായും എനിക്ക് മനസ്സിലാവുന്നു. എന്റെ ഭാഷ കാരണം ഞാനീ ചങ്ങലയിലെ ഒരു കണ്ണിയാണ്. നൂറ്റാണ്ടുകളായി അത്യുന്നതനായ

കൈവേലക്കാരൻ അതിന്റെ കൃത്യതയും പുനരാവാഹനശേഷിയും നില നിർത്തി വരുന്നുണ്ട്. എന്റെ ദൈനംദിന ഭാഷയ്ക്കത് ചെയ്യാൻ കഴിയും. യാഥാർത്ഥ്യത്തെ വിശദീകരിക്കുന്ന വാക്കുകൾക്ക് സാംസ്കാരികത യിൽനിന്ന് കുതിച്ചുചാടാനും ഒരു രൂപകമായി മാറാനും കഴിയും. അങ്ങനെ എന്റെ കുട്ടിക്കാലം നിങ്ങളുടേതുമായിത്തീരുന്നു. അത് സ്നേഹസമ്പ ന്നമായ ഒരു പ്രവർത്തനമാണ്. തുടർച്ചയായി ഈ പങ്കുവെക്കൽ പ്രക്രി യ പ്രാപ്തമാക്കിയത് ഭാഷയാണ്.

ഇങ്ങനെയുള്ള ചിന്തകൾ നിങ്ങളെ രാഷ്ട്രീയത്തിലേക്ക് നയിക്കും. സന്ന്യാസിമാരുടെയും ക്രിയാത്മക എഴുത്തുകാരുടെയും രാഷ്ട്രീയം; ഗാന്ധിയെയും മാർട്ടിൻ ലൂഥർ കിങ്ങിനെയും ടോൾസ്റ്റോയിയെയും പോലുള്ളവരുടെ രാഷ്ട്രീയം: ഈ രാഷ്ട്രീയമാണ് മാനവരാശിയുടെ ഐക്യ ത്തിന് വേണ്ടി പ്രവർത്തിക്കുന്നത്; അതാണ് നന്മയിലേക്ക് നമ്മെ പ്രവേ ശിപ്പിക്കുന്നത്, ജീവിതത്തിനും മരണത്തിനുമിടയിലുള്ള ഈ മാന്ത്രിക തയാണ് തുടർച്ചയ്ക്കു വേണ്ടിയുള്ള ഈ അർത്ഥനയാണ്, നാമെല്ലാം നശ്വരരാണെന്ന ഈ ചിന്തയാണ് പരസ്പരം കരുതൽ കാണിക്കുവാൻ നമ്മെ പ്രാപ്തനാക്കുന്നത്.

സ്റ്റാലിനോ ഹിറ്റ്ലറോ ആവട്ടെ ഏത് ഏകാധിപതിയും മരണപ്പെടും. അവരും ഒരുകാലത്ത് പൊട്ടിത്തകരാവുന്ന ശൈശവമുള്ളവർ ആയിരു ന്നില്ലെ? ഒഡിമാൻഡിയാസിനെ കുറിച്ച് എന്താണിത് ബാക്കി നില്ക്കു ന്നത്? സ്നേഹത്തിൽനിന്ന് ഉദയം ചെയ്യാത്ത ഏത് ചിന്തയാണന്ന് വില മതിക്കപ്പെട്ടിട്ടുള്ളത്. നാം മരിക്കുമായിരുന്നില്ലെങ്കിൽ നമുക്ക് സ്നേഹി ക്കാൻ കഴിയുമായിരുന്നോ? ഈ തോന്നലിൽനിന്നാണ് മതങ്ങളും രാഷ്ട്രീ യവുമൊക്കെ രൂപംകൊണ്ടത്. നമ്മുടെ ബുദ്ധിമുട്ടേറിയ സമയങ്ങളിൽ മതംപോലെതന്നെ തീവ്രതരമാവുന്നതാണ് രാഷ്ട്രീയവും. സ്നേഹം എന്നത് ഏറെ ദുരുപയോഗപ്പെട്ട ഒരു വാക്കാണ്. അത് ഉപയോഗിക്കു ന്നത് എന്നെ കുഴയ്ക്കുന്നുണ്ട്. ആധുനിക മനഃശാസ്ത്രത്തിലും സാമൂ ഹികശാസ്ത്രത്തിലും വെറുക്കുക എന്ന വിപരീതപദമല്ലാതെ അതിന് നിലനില്പില്ല. എന്നാൽ ഞാൻ വിശ്വസിക്കുന്നത് സ്നേഹത്തിന് ദ്വേഷ മില്ലാതെ തീർച്ചയായും നിലനില്ക്കാനാവില്ലെന്നാണ്. അതുപക്ഷേ വെറു പ്പല്ല. നിങ്ങളുടെ കണ്ണുകൾ ദേഷ്യംകൊണ്ടും കരച്ചിൽകൊണ്ടും ചുവ ക്കാറുണ്ടല്ലോ? യഥാർത്ഥത്തിൽ വിപ്ലവകാരിയായ ഒരു മനുഷ്യന്റെയും ഒപ്പം എഴുത്തുകാരുടെയും രാഷ്ട്രീയം അതാണ്.

ഈ ചിന്തകളോടെ ഞാൻ ഐക്യദാർഢ്യം തകർന്ന കുഴപ്പംപിടിച്ച മേഖലകളിൽ പോകാൻ ധൈര്യപ്പെടുകയും നഷ്ടപ്പെട്ടത് തിരിച്ചെടുക്കാ നായി കഥകൾ പറഞ്ഞുകൊടുക്കുകയും ചെയ്തിട്ടുണ്ട്. എന്നാൽ ഞാനെന്റെ അനുഭവങ്ങളിൽ മാത്രമായി ഒതുങ്ങിനില്ക്കുന്നതിനാണുദ്ദേ ശിക്കുന്നത്. ഏതൊരെഴുത്തുകാരനും എല്ലാത്തിനെയും തന്റെ ഉള്ളിൽ നിന്നു മാത്രമേ നോക്കിക്കാണാൻ കഴിയൂ. അവൻ ഭാഗ്യവാനാണെങ്കിൽ തന്റെ മൂർത്തമായ അനുഭവങ്ങളെ പ്രാധാന്യത്തോടെ അവതരിപ്പിക്കാൻ

കഴിയും. ഒരു ചെറിയ കുട്ടിയെന്ന നിലയിൽ എനിക്ക് സ്കൂളിലെത്താൻ നാലുനാഴിക നടക്കേണ്ടിയിരുന്നു. അപ്പോഴാണ് കഥ പറയുന്നത് പ്രധാനമാണെന്നെനിക്ക് തോന്നിയത്. ആ പരിതഃസ്ഥിതിയുടെ യജമാനനെന്ന നിലയിൽ ഞാൻ തന്നെ കണ്ടെത്തിയ മാർഗ്ഗമായിരുന്നു അത്. വിധി പോലെ സുപ്രധാനമായ ഒന്നാണതെന്ന് ഞാൻ കരുതി. എല്ലാ സമ്മാനങ്ങളും സങ്കീർണ്ണവും സന്ദിഗ്ദ്ധവുമാണ്. നമ്മളിൽ മിക്കവരും എഴുതാൻ തുടങ്ങുന്നത് നമുക്ക് ആരെങ്കിലുമൊക്കെ ആവണമെന്ന് തോന്നുമ്പോഴാണ്. നാം നാണംകുണുങ്ങികളാണെന്നും അപ്രസക്തരാണെന്നും തോന്നുമ്പോഴാണ് നമുക്ക് ശ്രദ്ധ നേടിയെടുക്കണമെന്ന് തോന്നുന്നത്. ചില സ്വേച്ഛാധിപതികളുടെയും തുടക്കം ഇങ്ങനെതന്നെയല്ലേ? ബഹിർമുഖരായ ചിലർക്ക് എല്ലാ ആദരവും കിട്ടുന്നു. നാം അവരെ വെറുക്കുന്നുവെങ്കിലും ആത്മവിശ്വാസത്തിൽ അവർക്ക് കിട്ടുന്ന വർദ്ധനവിനെ അതിന് കാരണമാകുന്ന ജീവിതാസക്തിയെ നാം അസൂയയോടെ നോക്കിക്കാണുന്നു. നാം ദിവാസ്വപ്നങ്ങളുടെ ലോകത്തേക്ക് പിൻവാങ്ങുകയും നാം സൽക്കരിച്ചുകൊണ്ടിരിക്കുന്ന ഈ അടച്ചുപൂട്ടിയ ലോകത്തെ ജനങ്ങൾക്കിടയിൽ പ്രചരണം ആരംഭിക്കുകയും ചെയ്യുന്നു. ചാടുകയും ചാടിക്കടക്കുകയും ഓടുകയും ഉന്തുകയും അപകടകരമാവുംവിധം മരത്തിൽഓടിക്കയറുകയുമൊക്കെ ചെയ്യുന്ന കുട്ടി ഗുരുത്വാകർഷണവും കാലവും പോലുള്ള പ്രകൃതിയുടെ തെറ്റിക്കാനാവാത്ത നിയമങ്ങളെ ലംഘിക്കുകയാണ് ചെയ്യുന്നത്. വാക്കുകളുടെ സഹായത്തോടെ പകൽക്കിനാവുകളിൽ നാം ചെയ്യുന്നതും അതുതന്നെയാണ്.

തീർച്ചയായും ഇത് കൗശലം തന്നെയാണ്. ഭാഗ്യത്തിന് ആ വാക്കിന്റെ ക്രിയാത്മകമായ അർത്ഥത്തിലടക്കം. മറ്റുകുട്ടികളിൽനിന്ന് വ്യത്യസ്തനായ ഒരു കുട്ടിയായിരിക്കുന്നതിന് വേണ്ടി ശ്രീകോവിലിനടുത്ത് അന്നദാനം നടത്തിക്കൊണ്ടിരിക്കുമ്പോൾ പ്രായമായവർ പറയുന്നത് ശ്രദ്ധാപൂർവ്വം കേട്ടു പഠിക്കാൻ ഞാൻ തയ്യാറായി. ആ ശ്രീകോവിൽ സ്ഥിതിചെയ്തിരുന്നത് ഒരു നദീതീരത്തായിരുന്നു. ഉപനയനചടങ്ങുകൾ ആരംഭിച്ചതിനുശേഷം ദൈവഭക്തനായ ഒരു ബ്രാഹ്മണബാലനായിത്തീരാനാണ് ഞാൻ പരിശ്രമിച്ചത്. എന്റെ അക്കാലത്തെ ആദർശപുരുഷൻ ഒരു ബ്രഹ്മചാരിയായിരുന്നു. അദ്ദേഹം ദേവാലയത്തിൽ താമസിക്കുകയും എന്നെ സംസ്കൃതം പഠിപ്പിക്കുകയുമാണ് ചെയ്തുവന്നിരുന്നത്. മറ്റു ബ്രാഹ്മണരിൽനിന്ന് ഒരു ചെറുപാത്രത്തിൽ യാചിച്ചു വാങ്ങിയ ഭക്ഷണമാണ് ദിവസത്തിൽ ഒരു പ്രാവശ്യം അദ്ദേഹം ഭക്ഷിച്ചിരുന്നത്. വളരെവൈകുന്നതുവരെ അദ്ദേഹം താളിയോലകൾ വായിച്ചുകൊണ്ടിരിക്കും. ചുമരിൽ തൂക്കിയിട്ടിരുന്ന ഒരു ആവണക്കെണ്ണ വിളിക്കിനെയാണ് അദ്ദേഹം വെളിച്ചത്തിനായി ആശ്രയിച്ചിരുന്നത്. അത് കത്തിത്തീരുന്നതുവരെയായിരുന്നു വായന. തെളിമയുള്ള വെളിച്ചത്തിനായി അദ്ദേഹം ഒരിക്കലും കാത്തിരുന്നില്ല. ഓരോ വർഷവും സമ്മാനമായി ലഭിക്കുന്ന രണ്ടു വസ്ത്രങ്ങൾ മാത്രമാണദ്ദേഹത്തിന് സ്വന്തമായുണ്ടാ

യിരുന്നത്. ഒരുദിവസം വൈകിട്ട് ഒരു വൃദ്ധൻ അദ്ദേഹത്തിനോട് തന്റെ മേൽമുണ്ട് യാചിച്ചു. ആ സമയത്ത് അദ്ദേഹമെന്നെ കാളിദാസകൃതികൾ പഠിപ്പിച്ചുകൊണ്ടിരിക്കുകയായിരുന്നു. താൻ ഉപയോഗിച്ച വസ്ത്രമെങ്ങനെ കൊടുക്കും എന്ന് അദ്ദേഹം ഒരുനിമിഷം ചിന്തിച്ചു. എന്നാൽ അതിവേഗം തന്നെ ചഞ്ചലമാക്കിയ ആ സംശയത്തെ മറികടന്നുകൊണ്ട് അദ്ദേഹമത് ആ വൃദ്ധന് നല്കി. അടുത്ത വർഷം പുതിയതൊന്ന് കിട്ടുന്നതുവരെ കൊടുംതണുപ്പത്തുപോലും മേൽമുണ്ടു ധരിക്കാതെ അർദ്ധനഗ്നനായി അദ്ദേഹം ജീവിച്ചു. ഈ സംഭവം എന്നെ ഏറെ സ്വാധീനിച്ചു. നദീതീരത്തെ മണൽപ്പരപ്പിൽ കിടന്നുകൊണ്ട് പാപപുണ്യങ്ങളുടെ പരമോന്നതാനുഭവങ്ങൾക്കായി ആയി ഞാൻ പ്രാർത്ഥിച്ചത് ഇന്നും ഞാൻ ഓർക്കുന്നു. എനിക്ക് നിഷേധിക്കപ്പെട്ട അനിയന്ത്രിതമായ ആശ്രമജീവിതവുമായി നടക്കുന്ന ആരോഗ്യവാന്മാരായ നാടൻ ചെറുപ്പക്കാരോട് എനിക്കന്ന് അസൂയയായിരുന്നില്ലേ? ഞാനന്നൊരു മുക്കുവപെൺകുട്ടിയുമായി പ്രണയത്തിലായിരുന്നു. കൈകളിലും നെറ്റിത്തടത്തിലുമൊക്കെ അവൾ പച്ചകുത്തിയിരുന്നു. എന്റെ ബ്രഹ്മചാരിയായ അദ്ധ്യാപകൻ എനിക്ക് പഠിപ്പിച്ചുതന്നിരുന്ന കാളിദാസന്റെ ശകുന്തള പോലെയായിരുന്നില്ലെ അവൾ. എന്നാൽ അദ്ദേഹത്തിന് അതിലെ ലൈംഗികവർണ്ണനകൾ എങ്ങനെയാണ് ഒരു മനശ്ചാപല്യവുമില്ലാതെ വായിച്ചുതരാനാവുക. ആ വാക്കുകളെ വ്യാകരണപരമായും പദവിന്യാസക്രമപരമായും മാത്രം വിശദീകരിക്കാനും ഉപയോഗിക്കാനും കഴിയുമോ? തന്റെ നീണ്ട മുടിമെടഞ്ഞിട്ട കറുപ്പുനിറക്കാരിയായ ആ പെൺകുട്ടിയോട് ഞാനൊരിക്കലും സംസാരിച്ചിരുന്നില്ല. അവളുടെ മുടിക്ക് ചെമ്പകപ്പൂവിന്റെ മണമായിരുന്നു. അവളുടെ മനോഹരമായ അരക്കെട്ടിൽ മത്സ്യക്കുട്ടയുമായാണ് അവൾ വന്നിരുന്നത്. അരക്കെട്ടുലച്ചുകൊണ്ടുള്ള അവളുടെ നടത്തം തന്നെ നൃത്തസമാനമായ ഒന്നായിരുന്നു.

പാപപുണ്യങ്ങളുടെ പാരമ്യതയനുഭവിക്കണമെന്ന, ആത്മീയ വിമുക്തി നേടണമെന്ന, ആഗ്രഹം ഒരുപക്ഷേ ഒരു നാട്യമായിരിക്കില്ല. ഇതെനിക്കാവശ്യമാണ്. ഒരു വ്യത്യസ്തനായി, വേറിട്ടു നില്ക്കലിന് വേണ്ടിയായിരുന്നു. ഞാൻ അതിനെക്കുറിച്ച് ബോധവാനുമായിരുന്നു. എനിക്ക് സൂക്ഷ്മസംവേദനക്ഷമതയുള്ളവനാകേണ്ടിയിരുന്നു. എന്റെ ഉള്ളിൽ നടന്ന ഈ സംഘർഷങ്ങളെ ഞാനൊരു ഡയറിയിൽ പകർത്തിവെച്ചു. എന്റെ വാചകങ്ങൾ ദീർഘങ്ങളായിരുന്നു. അവ വളഞ്ഞുപുളഞ്ഞതും അലങ്കാരബഹുലവുമായിരുന്നു. എന്താണെന്നെ പീഡിപ്പിച്ചിരുന്നതെന്ന് എനിക്കുപോലും വ്യക്തമായിരുന്നില്ല. സ്വശരീരത്തിലെ ഗുപ്തസന്തോഷങ്ങളെക്കുറിച്ചുള്ള കണ്ടുപിടുത്തങ്ങൾ മറ്റ് ആൺകുട്ടികൾ യാതൊരു നാണവുമില്ലാതെ തുറന്ന് സംസാരിക്കുമ്പോൾ അതുപോലെ തുറന്നടിക്കാൻ എനിക്ക് ധൈര്യമുണ്ടായിരുന്നില്ല. അതിനാൽ എനിക്ക് വാക്കുകളെ ആവശ്യമായിരുന്നു. അങ്ങനെ വാക്കുകൾ എന്നെ മയക്കിയെടുത്തു. വിരോധാഭാസമെന്നു പറയട്ടെ അവ മറച്ചുവെക്കുന്നതിനുള്ള മാർഗ്ഗമാ

യിരുന്നു അല്ലാതെ തുറന്നു കാണിക്കുന്നതിനുള്ളതായിരുന്നില്ല. എഴുത്തുകാർക്ക് ഭാഷയുടെ ഈ വശം എല്ലായ്പ്പോഴും ഒരു പ്രലോഭനമായിരിക്കുമോ? നമ്മുടെ ജോലിയുടെ സ്വഭാവത്തിൽ തന്നെ ആർജ്ജിതമായിരിക്കുന്ന ഒരു പ്രലോഭനമാണോ ഇത്? പ്രത്യേകിച്ചും നിങ്ങൾ പ്രശസ്തനാവുകയും പ്രശസ്തി നിങ്ങൾക്ക് ബഹുമാനം നല്കുകയും അതുവഴി ആന്തര നിരോധനമുള്ള ഒരു പൊതുജനാരാധ്യനായിത്തീരുകയും ചെയ്യുമ്പോൾ.

എന്റെ മുമ്പിൽ നിർവ്വികാരനായും തിളങ്ങിനില്ക്കുന്നവനായും മാറിമാറി പ്രത്യക്ഷപ്പെട്ടിരുന്ന എന്റെ ആദർശപുരുഷൻ, കുറച്ചുകുറച്ചു മാത്രം ഭക്ഷിക്കുകയും ഒരുദിവസം ഒരു ഉൾവിളിതോന്നി ഹിമാലയസാനുക്കളിലേക്ക് പുറപ്പെട്ടുപോവുകയും ചെയ്തു. ഒരു ബോധിവൃക്ഷത്തിന്റെ ഇലയിട്ടുനോക്കിയാണ് അദ്ദേഹം ഈ തീരുമാനമെടുത്തത്. ചെറുപ്പകാലത്ത് എന്നെ ആകർഷിച്ച വ്യക്തിത്വങ്ങളിലൊന്നായിരുന്നു എന്റെ അച്ഛൻ. അദ്ദേഹം കർക്കശക്കാരനായ ഒരു മതവിശ്വാസിയും ഒപ്പം ഒരു ദേശാടനക്കാരനുമായിരുന്നു. ഭൂവുടമസ്ഥതയുടെയും വാടകപ്പിരിവിന്റെയും അന്തമില്ലാത്ത കേസുകളിൽ ഭൂപ്രഭുക്കൾക്ക് വേണ്ടി ഒരു ഏജന്റ് എന്ന നിലയിൽ അദ്ദേഹം കോടതിയിൽ ഹാജരാവുകയും എന്നാൽ ഗാന്ധിജി നടത്തുന്ന *ഹരിജൻ വാരിക*യുടെ പതിപ്പുകൾ വാങ്ങിക്കൊണ്ടുവന്ന് അഗ്രഹാരത്തിലെ മറ്റംഗങ്ങൾക്ക് അതിലെ ആശയങ്ങൾ പകർന്നുകൊടുക്കുകയും ചെയ്തിരുന്നു. എന്റെ അച്ഛൻ വൈരുദ്ധ്യങ്ങളുടെ ഒരു കൂമ്പാരം തന്നെയായിരുന്നു. അദ്ദേഹം സ്വയം പഠിച്ച ഒരു മനുഷ്യനായിരുന്നു. പൂജാരിയുടെ പ്രവൃത്തിയിൽനിന്ന് രക്ഷ നേടുന്നതിനായാണ് അങ്ങനെ ചെയ്തത്. സ്വകാര്യമായി പഠിച്ച് നിരവധി പരീക്ഷകൾ പാസാവുകയും ജ്യോതിഷം, ജ്യോതിശാസ്ത്രം, കണക്ക് എന്നിവ സ്വയം പഠിച്ചെടുക്കുകയും ചെയ്തിരുന്നു. ജീവിതമാർഗ്ഗമായി നിയമത്തിന്റെ നൂലാമാലകൾ ഇഴപിരിക്കുന്ന ജോലിയിലാണ് അദ്ദേഹം എത്തിച്ചേർന്നത്. എന്നാൽ ഒരു കുടുംബമെന്ന നിലയിൽ ഞങ്ങൾ ദരിദ്രരായിരുന്നു. ഭൂസ്വത്തുക്കൾ ഒന്നും തന്നെ ഉണ്ടായിരുന്നില്ല. അങ്ങനെ അദ്ദേഹത്തിന്റെ മനസ്സ് സമ്പന്ന ഭൂപ്രഭുക്കൾക്ക് വേണ്ടി സേവനം നടത്തിക്കൊണ്ടിരിക്കുമ്പോൾ തന്നെ അദ്ദേഹത്തിന്റെ ഹൃദയം ദരിദ്രർക്കായി മിടിക്കുകയും ഗാന്ധിജിയെ ആദരിക്കുകയുംചെയ്തു. ഒരു വായനക്കാരനെന്ന നിലയിൽ അദ്ദേഹം ഗോൾഡ്സ്മിത്ത്, എഡ്മണ്ട് ബർക്ക് എന്നിവരുടെയും ഒരു ജനപ്രിയ സാഹിത്യകാരനായിരുന്ന റോയ്നോൾഡ്സിന്റെയും ആരാധകനായിരുന്നു. അച്ചടിച്ചുവരുന്ന ഇംഗ്ലീഷു വാക്കുകൾ സംബന്ധിച്ച് അദ്ദേഹത്തിന് വലിയ അറിവുണ്ടായിരുന്നു. എന്നാൽ സംസാരഭാഷയെന്ന നിലയിൽ അത്ര അറിവുണ്ടായിരുന്നില്ല. വേദത്തിലെ പുരുഷസൂക്തം പഠിക്കുന്നതിലുപരി തന്റെ ഹേസ്റ്റിംഗ്സിനെ കുറ്റവിചാരണയ്ക്കു വിധേയമാക്കുമ്പോൾ ബർക്ക് നടത്തിയ പ്രശസ്തമായ പ്രസംഗം ഞാൻ പഠിക്കണമെന്നതിലായിരുന്നു അദ്ദേഹത്തിന് കൂടുതൽ താല്പര്യം. എന്റെ പദസമ്പത്ത് വർദ്ധിപ്പിക്കു

ന്നതിനായി അദ്ദേഹം നല്കിയ ഒരു പഠനപരിപാടിയായിരുന്നു അത്. എത്ര പരിഹാസ്യമായ ഒരു സ്ഥിതിയായിരിക്കും എടയ്ക്കൽ നദീതീരത്തെ ഒരു അഗ്രഹാരത്തിൽ ചമ്രം പടിഞ്ഞിരുന്ന് ഇംഗ്ലീഷ് പ്രസംഗം മന്ത്രംപോലെ കാണാതെ പഠിക്കുന്ന ഒരു കുട്ടി. പശ്ചിമ–പൗരസ്ത്യ ഏറ്റുമുട്ടലുകൾ എന്റെ അച്ഛന്റെ രൂപത്തിലും പ്രതിഫലിച്ചിരുന്നു. മുടിമുറിച്ച് കുടുമ എടുത്തുകളയുന്നതിന് പകരം മുടി മുറിക്കുകയും എന്നാൽ പിറകിൽ പേരിനൊരു കുടുമ നിലനിർത്തുകയും ചെയ്തിരുന്നു അദ്ദേഹം.

തിരഞ്ഞുനോക്കുമ്പോൾ തീർത്തും അപരിചിതമായ ഒരു ലോകത്തിലാണ് ഞാൻ ജീവിച്ചിരുന്നതെന്ന് കാണാനാവും. എന്റെ പ്രഭാതങ്ങൾ വേദപാരായണത്തിന്റേതായിരുന്നു. സ്കൂൾ വിദ്യാഭ്യാസസമയത്ത് ഒരു അദ്ധ്യാപകൻ പുരാണകഥകളുടെ ആധികാരികത ചോദ്യം ചെയ്യുമായിരുന്നു. ഒരു യുദ്ധക്കളത്തിൽപ്പെട്ട് *ഭഗവദ്ഗീത* പോലെനീണ്ട ഒരു ഉപദേശം നല്കാനാവുമോ? സ്കൂളിൽനിന്ന് അഗ്രഹാരത്തിലേക്ക് തിരിച്ചു പോകുമ്പോൾ വെള്ളവസ്ത്രം ധരിച്ച ഒരാൾ ഒരു ഡോക്ടറുടെ കടയ്ക്കു മുമ്പിൽനിന്ന് ഞങ്ങൾ ആൺകുട്ടികളെ തടഞ്ഞുനിർത്തി ബർണാഡ്ഷായെക്കുറിച്ച് സംസാരിക്കും. അക്കാലത്ത് വെറുതെ ചുറ്റിക്കറങ്ങി നടക്കാതിരിക്കുന്ന സമയത്തെല്ലാം അദ്ദേഹം വായിക്കുകയോ, ഡൈനാമോയിൽ പ്രവർത്തിക്കുന്ന ഒരു റേഡിയോയിൽനിന്ന് ബി ബി സിയുടെ ശുദ്ധമായ ഇംഗ്ലീഷ് കേട്ടുകൊണ്ടിരിക്കുകയോ ചെയ്യുമായിരുന്നു. അദ്ദേഹത്തിന്റെ ഇംഗ്ലീഷാവട്ടെ ശുദ്ധമായ ഭാഷാശൈലിയിലുള്ളതുമായിരുന്നു. നിരവധി വർഷങ്ങൾക്കുശേഷം ഇംഗ്ലണ്ടിലേക്ക് ഉപരിപഠനത്തിനായി ഞാൻ പോകാൻ തുടങ്ങുമ്പോൾ എന്റെ ആദ്യകാല മാർഗ്ഗദർശിയായ ഈ മനുഷ്യൻ എപ്പോഴാണ് നീ വിമാനം കയറുന്നതെന്നാണ് ചോദിച്ചത്. “എപ്പോഴാണ് നീ പറക്കുന്നത്?” എന്ന് ചോദിക്കുന്നത് ഭാഷാപരമായി തെറ്റാണെന്നാണ് അദ്ദേഹം കരുതിയിരുന്നത്.

ഇതുപോലൊരു ലോകമാണെനിക്ക് പരമ്പരാഗതമായി കിട്ടിയത് എന്നതിനാൽ എന്നെ മൂടിക്കെട്ടിനില്ക്കുന്ന ഈ യാഥാർത്ഥ്യങ്ങളെ പൊളിച്ചടുക്കിക്കൊണ്ടു മാത്രമെ എനിക്കെന്റെ അസ്തിത്വത്തെ ഉറപ്പിക്കാനാവുമായിരുന്നുള്ളൂ. പുറംലോകത്തിൽനിന്ന് അടച്ചുപൂട്ടപ്പെട്ട നിലയിലായിരുന്നു അന്നു ഞാൻ. നിരവധി ദിവ്യമായ വസ്തുക്കളാൽ ഞാനന്ന് ചുറ്റപ്പെട്ടുകിടക്കുകയായിരുന്നു. വലിയ ശക്തിയുള്ള ഗ്രാമീണദേവനായി ജനങ്ങൾ ആരാധിച്ചുവന്നിരുന്ന ഒരു മരത്തിനു കീഴിലിരിക്കുന്ന കല്ലിന്മേൽ എനിക്ക് രഹസ്യമായി മാത്രമേ മൂത്രമൊഴിക്കാൻ സാധിക്കുമായിരുന്നുള്ളൂ. രാത്രികളിൽ പേടിച്ചു വിറച്ചിട്ടാണെങ്കിലും ഇങ്ങനെ മാത്രമേ ഒരു കല്ല് എല്ലായ്പ്പോഴും ഒരു കല്ലു മാത്രമായിരിക്കുമെന്ന് എനിക്ക് എന്നെത്തന്നെ ബോദ്ധ്യപ്പെടുത്താൻ കഴിയുമായിരുന്നുള്ളൂ. എന്റെ അച്ഛൻ സേവിച്ചിരുന്ന വിശുദ്ധമഠത്തെ ഞാൻ നിന്ദാപൂർവ്വം നോക്കിക്കാണാൻ തുടങ്ങി. അവരുടെ ദരിദ്രരായ പാട്ടക്കാരുടെ പേരിൽ നിരവധി കേസുകൾ കൊടുത്തിരുന്നുവെന്നതാണതിന് കാരണം. യാഥാർത്ഥ്യമെന്ന് വിശ്വ

സിച്ചിരുന്നതും യഥാർത്ഥത്തിൽ നടന്നുകൊണ്ടിരിക്കുന്നതും തമ്മിലുള്ള വിടവ് എനിക്ക് കാണാൻ കഴിഞ്ഞു. അക്കാലത്താണ് ഞങ്ങളുടെ മഹാന്മാരായ നോവലിസ്റ്റുകളിൽ ഒരാളായ കാരന്തിന്റെ *ചോമന്റെ വഴി* എന്ന നോവൽ ഞാൻ വായിക്കാനിടയായത്. സ്വന്തമായി ഭൂമിസമ്പാദിക്കാൻ ശ്രമിച്ച അസ്പൃശ്യനായ ഒരാളുടെ ദുരന്തകഥയായിരുന്നു അത്. ഞാൻ അത്യാസക്തി കാണിച്ച പ്രണയകഥകളൊക്കെ ഇതിനുശേഷം എനിക്ക് ബാലിശമായിത്തോന്നി. എനിക്ക് ചുറ്റും കാണുന്ന യാഥാർത്ഥ്യങ്ങളെ എഴുതണമെങ്കിൽ എനിക്കു ചറ്റും കാണുന്നതിനെയൊക്കെ ഞാൻ കണിശമായി വിശകലനംചെയ്യേണ്ടതുണ്ടെന്ന് എനിക്ക് ബോദ്ധ്യമായി. എന്റെ മൂത്തവർക്കൊക്കെ കാരന്തിന്റെ വിപ്ലവാശയത്തോട് വെറുപ്പായിരുന്നെങ്കിലും ഒരു എഴുത്തുകാരനെന്നനിലയിലുള്ള അദ്ദേഹത്തിന്റെ കലയെ അവർ ആദരിക്കാൻ തുടങ്ങി. അദ്ദേഹത്തെക്കുറിച്ച് അവർ മനംമയക്കുന്ന കാര്യങ്ങൾ പറയാനാരംഭിച്ചു. അങ്ങനെ വേറിട്ടുനില്ക്കാനുള്ള എന്റെ അന്വേഷണത്തിൽ ഞാനൊരു വഴി കണ്ടെത്തി. ധാർമ്മികമായും ശാക്തികമായും മുൻനില്ക്കുന്ന ഒരു പ്രവൃത്തി. ഒരു സമൂഹത്തിനകത്ത് ഞാൻ നിലനില്ക്കുമ്പോൾ തന്നെ കലഹിക്കേണ്ടിവരുന്നതും ഒപ്പം എന്നോടു തന്നെ കലഹിക്കേണ്ടിവരുന്നതുമായ ഒരു വഴി എന്നതാണ് അതിന്റെ പ്രാധാന്യം. അത് അങ്ങനെതന്നെ സംഭവിക്കുകയുംചെയ്തു.

അഗ്രഹാരത്തിനകത്ത് പ്രചരിപ്പിക്കുന്നതിനുള്ള ഒരു കയ്യെഴുത്തു പ്രസിദ്ധീകരണം അക്കാലത്ത് ഞാൻ എഡിറ്റു ചെയ്യാനാരംഭിച്ചിരുന്നു. സൈന്യത്തിൽ ചേരുന്നതിന് വേണ്ടി യാഥാസ്ഥിതികമായ കുടുംബം വിട്ടിറങ്ങിപ്പോയ ഒരാൾ തിരിച്ചുവന്ന് വ്യത്യസ്ത നാടുകളെയും വ്യത്യസ്ത ആചാരങ്ങളെയും കുറിച്ച് അക്കാലത്ത് പറയാനാരംഭിച്ചിരുന്നു. ഞങ്ങളെ അദ്ദേഹമൊരു സൈന്യത്തെപ്പോലെ സംഘടിപ്പിക്കുകയും എല്ലാ പ്രഭാതത്തിലും പരേഡ് നടത്തിക്കുകയും ചെയ്തിരുന്നു. രണ്ടുപക്ഷത്ത് ഹിറ്റ്ലർമാരും ചർച്ചിൽമാരുമായിനിന്ന് ഞങ്ങൾ രണ്ടാം ലോകയുദ്ധം കളിക്കുമായിരുന്നു. അതൊക്കെ ഓർമ്മിക്കുന്ന നാളുകൾ തന്നെയായിരുന്നു. അന്ന് യാഥാസ്ഥിതികരായ പ്രായമായവർ അടുത്തവരുന്ന ഒരു പ്രശ്നത്തെക്കുറിച്ച്, പുരാണങ്ങളിൽ പറഞ്ഞിട്ടുള്ള ലോകാവസാനത്തെക്കുറിച്ച് സംസാരിക്കുമായിരുന്നു. നഗരത്തിലാകെ പ്ലേഗ് പടർന്നു പിടിച്ചതിനെ തുടർന്ന് ഞങ്ങളുടെ സ്കൂൾ അടച്ചു. ഞങ്ങളുടെ വീടിനടുത്തുള്ള ഒരു ചെറുകുന്നിൽ താമസിച്ചിരുന്ന തൊട്ടുകൂടാത്തവർ പെട്ടെന്ന് മരിച്ചുവീഴാൻതുടങ്ങി. കുടുംബത്തിലുള്ളവരാകെ മരിക്കുമ്പോൾ അവരുടെ മൺകുടിലുകൾ തീയിട്ടു. എന്തുകൊണ്ടാണിവർ പെട്ടെന്നിങ്ങനെ മരിക്കാനിടയായത്. ചില പ്രായമായവർ പറഞ്ഞത് ഇതൊരു ശിഷയാണെന്നാണ്. ഗാന്ധിജിയുടെ പ്രേരണമൂലം ഇവരുടെ ജാതിയിൽപ്പെട്ട ഇന്ത്യയുടെ മറ്റു ഭാഗങ്ങളിൽ താമസിച്ചിരുന്നവർ ക്ഷേത്രത്തിൽ കയറാൻതുടങ്ങി. അതിനുള്ള ശിക്ഷയാണത്രെ ഇത്. എന്നാൽ ഉയർന്നജാതിക്കാരായ ഡോക്ടർ ഇവരുടെ വീടുകളിൽ പോയി അവരെ പ്രതിരോധകുത്തിവെപ്പിന് വിധേ

യമാക്കാൻ തയ്യാറായിരുന്നില്ല. അവരെ തൊടേണ്ടിവരുന്നത് ഒഴിവാക്കാനായിരുന്നു അത്. അതായിരുന്നു കാരണമെന്ന് എനിക്കറിയാമായിരുന്നു. വിധി നിർണ്ണായകമായ ഈ സംഭവഗതികളെല്ലാം എനിക്കൊരു സമസ്യയായാണ് അനുഭവപ്പെട്ടത്. തൊട്ടുകൂടാത്തവർക്കിടയിലെ ഏറ്റവും സുന്ദരിയായ പെൺകുട്ടി ഇതിനിടയിൽ അപ്രത്യക്ഷയായി. എന്തുകൊണ്ടാണവർ ഓടിപ്പോയത്. മറ്റുള്ളവരുടെ വിധിക്കു കീഴടങ്ങാൻ അവർ തയ്യാറാവാതിരുന്നതെന്തുകൊണ്ട്? ഒരു രഹസ്യം എനിക്കറിയാമായിരുന്നു. ഞങ്ങളെ പരേഡ് പഠിപ്പിച്ചയാൾ അവളുടെ കാമുകനായിരുന്നു. അതായിരുന്നു അതിനുള്ള ഉത്തരം. അതിനർത്ഥം അവർ തൊട്ടുകൂടാത്തവളല്ലാതായി മാറിയെന്നായിരുന്നു. അഗ്രഹാരത്തിലെ അവൾക്കിഷ്ടപ്പെട്ട പുരുഷൻ അവളെ തൊട്ടുകഴിഞ്ഞിരുന്നു. ആ സ്പർശനം അവളെ ഉയർത്തി. അവളുടെ ബോധനിലവാരത്തെ ഉയർത്തി. അവരുടെ ജാതിയിലെ മറ്റുള്ളവരിൽനിന്ന് അവളെ വ്യത്യസ്തയാക്കി. അങ്ങനെ അവളെ നൂറ്റാണ്ടുകൾ നിലനിന്ന അടിമത്തത്തിൽനിന്ന് വിമുക്തയാക്കി.

ഞാനിതിനെ സംബന്ധിച്ച് ഞങ്ങളുടെ പ്രസിദ്ധീകരണത്തിൽ ഒരു കെട്ടുകഥയെഴുതിയിരുന്നു. രൂപകങ്ങളും അത്യുക്തിയുമൊക്കെ ഉപയോഗിച്ചാണ് ഞാനെഴുതിയത്. എന്നാൽ എനിക്കത് അറിയാമെന്ന് എനിക്ക് വെളിപ്പെടുത്തേണ്ടിയിരുന്നു. എന്നാൽ രൂപകങ്ങളില്ലാതെ അതു പച്ചയായി പറയാൻ എനിക്ക് ധൈര്യമുണ്ടായിരുന്നില്ല. ഇപ്പോഴും രൂപകങ്ങളുടെയും പ്രതീകങ്ങളുടെയും ഒക്കെ ഒഴിവുകഴിവുകൾ ഒരു എഴുത്തുകാരൻ ഒരു സമൂഹത്തിന്റെ ഭാഗമായി നില്ക്കുന്നിടത്തോളം കാലം ആവശ്യമായി വരുമെന്ന് ഞാൻ കരുതുന്നു. നിങ്ങൾക്ക് രൂപകങ്ങൾ ആവശ്യമായി വരുന്നത് മറച്ചുവെക്കാനോ വഴി തെറ്റിക്കാനോ മാത്രമല്ല നിങ്ങളുടെ ബോധമണ്ഡലത്തിലെ മറച്ചുവെക്കപ്പെട്ട അടരുകളിലെ ശല്യപ്പെടുത്തുന്നതും അവ്യക്തവുമായ, അവലോകനങ്ങളെ സ്വായത്തമാക്കുന്നതിനു വേണ്ടി കൂടെയാണ്.

ഞാൻ യഥാർത്ഥത്തിൽ എഴുതണമെന്ന് വിചാരിച്ച ഒരു കഥയെഴുതിയത് ഇരുപതു വർഷങ്ങൾക്കുശേഷമാണ്. ഇംഗ്ലണ്ടിൽ രണ്ടു വർഷക്കാലം തുടർച്ചയായി കഴിയേണ്ടി വന്നതിനാൽ ഇംഗ്ലീഷ് മാത്രം പറഞ്ഞിട്ട് ഞാൻ തളരുകയും എന്നിൽ ഗൃഹാതുരത്വം വളർന്നു വരികയും ചെയ്തു. എന്റെ തീസിസിന്റെ അടുത്ത അദ്ധ്യായം എഴുതുന്നത് മാറ്റിവെക്കുന്നതിനായി എനിക്ക് എന്റെ ഗൈഡിനോട് പറയാവുന്ന ഏറ്റവും നല്ല ഒഴിവുകഴിവ് ഞാനൊരു നോവലെഴുതാൻ പോകുന്നുവെന്ന് പറയുന്നതു തന്നെയായിരുന്നു. അതിവേഗത്തിൽ ഞാൻ *സംസ്കാരം* എന്ന നോവലെഴുതി തീർത്തത് അങ്ങനെയാണ്. *ഏഴാം മുദ്ര* (സെവന്ത് സീൽ)യിലെ ജിപ്സി വേഷം മാറിയാണോ എന്റെ നോവലിൽ പുട്ടയായിവന്നത്? പ്രാണേശാചാര്യ എന്ന എന്റെ നായകനെ കടലാസിലേക്ക് പകർത്തുമ്പോൾ അദ്ദേഹത്തെ തുടർന്ന് ആരാണ് വരുന്നത്. അപ്പോൾ വന്നത് പുട്ടയായിരുന്നു. ബാക്കിവരുന്ന നോവൽ ഭാഗങ്ങൾ കൂടുതൽ

ഞാൻ എനിക്കു വേണ്ടിത്തന്നെയാണെഴുതിയത്. എന്റെ അഗ്രഹാരത്തിനടുത്തുള്ള സുന്ദരിയായ പറയപ്പെൺകുട്ടി പ്ലേഗിൽനിന്ന് രക്ഷപ്പെട്ട് പോയതിൽ നിന്നാരംഭിക്കുന്ന കഥ എനിക്ക് പൂർത്തീകരിക്കാനായത് 20 വർഷമെടുത്തിട്ടാണ്. ബർഗ്മാനാണ് എന്നെ ഇളക്കിവിട്ടത്. അതും ഒരു വിദേശ രാജ്യത്ത് വെച്ച്. ഞാൻ ഏറ്റെടുത്തിരുന്ന എല്ലാ കാര്യങ്ങളും മാറ്റിവെച്ചു. വായനയിലൂടെ ഞാൻ നേടിയെടുത്ത ഒഴിയാബാധകളൊക്കെയുണ്ടായിട്ടും, അത് മാർക്സായാലും ഫ്രോയ്ഡായാലും സാർത്രായാലും ഇശാഹ.....ആയാലും, ഹെഗലിന്റെ വൈരുദ്ധ്യാത്മകതയായാലും എന്റെ തീസിസായ 'മുപ്പതുകളിലെ നോവലുകളുടെ രാഷ്ട്രീയ'ത്തെ ഞാൻ വായിക്കുന്നിടയായതെല്ലാം മറികടന്നുകൊണ്ട് അത് സംഭവിച്ചു.

ഞാൻ എഴുതാൻ തുടങ്ങിയത് എന്നെക്കാൾ അധികാരവും മേധാശക്തിയും സൗന്ദര്യവുമുള്ള ആരോ ഒരാളാവണമെന്ന് കരുതിയാണ്. എന്നാൽ ഈ ആഗ്രഹം മറ്റുപലരെ സംബന്ധിച്ചിടത്തോളവും അപ്രസക്തമാണ്. എന്റെ ശരിയായ ഇതിവൃത്തങ്ങളിലേക്ക് എന്നെ ഭാഗ്യമാണ് നയിച്ചത്. ഞാൻ എഴുതിയത് മുഴുവൻ പ്രസിദ്ധീകരണ യോഗ്യമെന്ന് ഞാൻ കരുതിയവയാണ്. എഴുതപ്പെടാത്തത് ഇനിയും ധാരാളമുണ്ട്. അവയൊക്കെ ഞാനുമായുള്ള ഒരു സംഭാഷണത്തിന്റെ രൂപത്തിലാണ്. അല്ലെങ്കിൽ സ്വയം വ്യക്തമാക്കപ്പെടുന്നതിൽ വിജയം വരിക്കാത്തവയാണ്. ഒരു ബ്രാഹ്മണ കുടുംബത്തിൽ ജനിക്കലും വളരലും. സ്വയം വളർന്നതിന്റെ ശക്തിയും ദൗർബ്ബല്യങ്ങളുമുള്ള വലിയ മനക്കരുത്തുള്ള ഒരാളുടെ മകനായിരിക്കൽ, എന്റെ വേരുകൾ പറിച്ചെറിഞ്ഞ് ദീർഘയാത്ര നടത്തിവന്ന വിദ്യാഭ്യാസം ഇതൊക്കെ ഇന്നത്തെ എന്നിലെ എഴുത്തുകാരനെ രൂപപ്പെടുത്തുന്നതിൽ പങ്കുവഹിച്ചിട്ടുണ്ട്. തീർച്ചയായും എനിക്ക് കർണ്ണാടകത്തിൽ എന്റെ സാക്ഷാൽക്കാരം നടത്തേണ്ടിയിരുന്നു. ആ ഭാഷയ്ക്ക് അതിന്റേതായ പാരമ്പര്യമുണ്ട്. അതിന്റെ സമകാലിക സമ്മർദ്ദങ്ങളുണ്ട്. അതിൽ ഞാൻ സംഭാവന ചെയ്തവയും പ്രതികരണത്തിന്റെ ഭാഗമായി വന്നവയുമുണ്ട്. അതൊക്കെ ചേർന്നാണ് ഇന്നത്തെ എന്നെ രൂപപ്പെടുത്തിയെടുത്തത്.

കാലത്തിന്റെ കാര്യത്തിൽ ഞാൻ വളരെ പിറകിൽ ജീവിക്കുന്ന ഒരെഴുത്തുകാരനാണെന്ന തോന്നൽ എനിക്കുണ്ട്. ഉദാഹരണത്തിന്, എന്റെ കുട്ടിക്കാലത്തെ ഗ്രാമീണ പശ്ചാത്തലത്തിൽനിന്ന് ഏറെ സംശയത്തോടെയാണ് ഞാൻ എന്റെ രണ്ടാമത്തെ നോവലായ *ഭാരതീപുര*യിലും നഗരവും ഗ്രാമവും ഉൾക്കൊണ്ട അവസ്ഥയിലേക്ക് മാറുന്നത്. എന്റെ കഥകളെ സംബന്ധിച്ചും ഇതു ബാധകമാണ്. നാഗരികമായ ഒരു വിഷയത്തെ എളുപ്പത്തിൽ കൈകാര്യംചെയ്യാൻ എനിക്ക് കഴിയുകയില്ലെന്നാണ് ഞാൻ കരുതുന്നത്. അത് എന്നിലെ ഭൂതകാലം, ഒരു ദാദയായി തുടരുന്നതുകൊണ്ടാണോ? അതോ എന്റെ മാധ്യമമായ ഭാഷ എന്റെ കുട്ടിക്കാലത്ത് ഗ്രാമീണാന്തരീക്ഷത്തിലാണ് പൂർണ്ണമായി സജീവമായിരുന്നത് എന്നതുകൊണ്ടും, അതുരണ്ടും ഇംഗ്ലീഷ് ഭാഷയാൽ മലിനീകരിക്കപ്പെട്ടിരുന്നില്ല

എന്നതുകൊണ്ടുമാണോ? തൊഴിൽപരമായി ഞാൻ ഒരു ഇംഗ്ലീഷ് അദ്ധ്യാപകനാണ്. അതുകൊണ്ട് മുഴുവൻ സമയവും ഇംഗ്ലീഷ് ഭാഷയിൽ തന്നെ സംസാരിക്കാൻ ഞാൻ നിർബ്ബന്ധിതനാണ്. ഒരുപക്ഷേ, ഇതൊരു ഭിന്നിപ്പുണ്ടാക്കുന്നുണ്ടാവും: വികാരപരമായി ഞാനൊരു കർണ്ണാടകക്കാരനും ബൗദ്ധികമായി ഞാനൊരു ഇംഗ്ലീഷുകാരനും എന്ന ഭിന്നത. തീർച്ചയായും ഒരു ഏകാത്മക സ്വത്വം നേടിയെടുക്കുക വളരെ ബുദ്ധിമുട്ടാണ്. കന്നടയ്ക്കുവേണ്ടി ഇംഗ്ലീഷിന്റെ ഒരുപാടു മേഖലകൾ നിങ്ങൾ നേടിയെടുക്കേണ്ടതായി വരും. നമ്മുടെ സാംസ്കാരിക ചുറ്റുപാടുകളുടെ ഭാഗമാണ് നമ്മുടെ ആശയങ്ങളും വിചാരങ്ങളും. എഴുത്തുകാരന്റെ ബോധപൂർവ്വമായ കൗശലങ്ങളിലൂടെ കന്നഡ ശബ്ദത്തെ യാന്ത്രികമാക്കി മാറ്റാനാവില്ല.

എഴുത്തുകാരനെന്ന എന്റെ വളർച്ചയുടെ കാലത്ത് ഞാൻ നേരിട്ട പ്രയാസങ്ങളും പ്രശ്നങ്ങളും മറികടക്കേണ്ടിവന്നതിനെ കുറിച്ച് ഞാൻ പറഞ്ഞത് നിങ്ങൾ നിരീക്ഷണവിധേയമാക്കിക്കാണും. അവ രാഷ്ട്രീയവുമായി ബന്ധപ്പെട്ടതുകൂടിയാണ്. ഞാൻ എന്റെ ഭാഷയിൽ, കന്നഡയിൽ എഴുതുകയെന്നത് ഒരു രാഷ്ട്രീയ പ്രവർത്തനം കൂടെയാണ്. ഒരാൾക്കത് മനസ്സിലാക്കുന്നതായാലും ഇല്ലെങ്കിലും പത്താം നൂറ്റാണ്ടിലെ പമ്പ പോലും ആധിപത്യമുള്ള സംസ്കൃതാധിഷ്ഠിത ഇന്ത്യൻ പാരമ്പര്യത്തിനെതിരായ ഒരു പോരാട്ടം തുടങ്ങിവെക്കുകയാണ് ചെയ്തത്. 12–ാംനൂറ്റാണ്ടിലെ വിപ്ലവകാരിയായ യോഗിവര്യനെന്ന് വിശേഷിപ്പിക്കാവുന്ന ബാസവ ബോധപൂർവ്വമാണ് ആ കടമ നിർവ്വഹിച്ചത്. അവർ സംസ്കൃതപാരമ്പര്യത്തെ ഉൾക്കൊള്ളുകയും പരിവർത്തിപ്പിക്കുകയും ചെയ്ത് കന്നഡ രാജ്യത്തിന്റെ തനത് രീതികളെ മുന്നോട്ടുകൊണ്ടുപോകാൻ പരിശ്രമിച്ചു. ആദ്യത്തെയാൾ ഒരു ജൈനനും രണ്ടാമൻ വീരശൈവനുമായിരുന്നു. രണ്ടുപേരും അധിപത്യം വഹിച്ചിരുന്ന വേദമതത്തിന് എതിരുമായിരുന്നു. ഒരിക്കൽ അത് സംസ്കൃതമായിരുന്നെങ്കിലും ഇന്ന് അത് കുലീനരുടെ ഭാഷയായ ഇംഗ്ലീഷാണ്. പമ്പയരും ബാസവരും അവരുടെ സംസ്കൃതം നന്നായി അറിയാമായിരുന്നതുപോലെ ഇന്നത്തെ ആധുനിക എഴുത്തുകാർക്ക് ഇംഗ്ലീഷും നന്നായറിയാം. അവർ ചെയ്തതുപോലെ നമ്മളും അത് ഉൾക്കൊള്ളുകയും തലയുയർത്തിപ്പിടിച്ച് നില്ക്കുകയും വേണം. ഒരു വ്യത്യാസമുണ്ട്. ഇംഗ്ലീഷ് ഭാഷയോടൊപ്പം കടന്നുവരുന്നത് സാങ്കേതികവിദ്യാപരമായ പാശ്ചാത്യസംസ്കാരമാണ്. അത് കൂടുതൽ അന്യവും എന്നാൽ കൂടുതൽ ശക്തവുമാണ്. എന്റെ ഭാഷയായ കന്നഡ ഭരണവർഗ്ഗത്തിന്റെ ഭാഷാ മേധാവിത്വമുണ്ടായിട്ടും നിലനിന്നത് നിരക്ഷരരായാലും അത് സംസാരിക്കുന്ന ഭൂരിപക്ഷത്തിന്റെ സാംസ്കാരികമായ സാന്ദ്രതയും മൂലമാണ്. അതിനാൽ അതിന്റെ ശക്തി അടിസ്ഥാനമായിരിക്കുന്നത് അതിന്റെ വാമൊഴിയിലും സാഹിത്യപരമായ പാരമ്പര്യത്തിലുമാണ്. അതിനാൽ ഗ്രാമീണ ജീവിതത്തിൽ ആഴത്തിൽ വേരുകളില്ലെങ്കിൽ നിങ്ങൾക്ക് ശക്തമായി എഴുതാൻ ബുദ്ധിമുട്ടായിരി

ക്കും. ഒപ്പം നിങ്ങൾ കഴിഞ്ഞ പടിഞ്ഞാറിനോട് തുറന്നുകാട്ടപ്പെടാതിരിക്കുകയും വേണം. ഇത് പലപ്പോഴും നട്ടപ്പിരാന്തുണ്ടാക്കുന്ന അവസ്ഥയിലെത്തിക്കും.

പാശ്ചാത്യരാജ്യത്തെ ചിന്തകരോടും ജീവിതരീതികളോടും പാതി മനസ്സുകൊണ്ടും മറ്റെ പകുതികൊണ്ട് പുരാതന ഇന്ത്യയോടും പ്രതികരിക്കേണ്ടതിനെക്കുറിച്ച് പറഞ്ഞുവന്നപ്പോൾ ഗാന്ധിജിയുടെ ജീവിതത്തിലുണ്ടായ ഒരു സംഭവം പ്രതീകാത്മകമായി എനിക്കു തോന്നുകയാണ്. ദക്ഷിണാഫ്രിക്കയിൽനിന്ന് ഗാന്ധിജി ഇന്ത്യയിൽ തിരിച്ചുവന്ന ആദ്യകാലത്ത് സംഭവിച്ച ഒന്നാണിത്. ദരിദ്രരായ ഇന്ത്യൻ ജനതയെ സേവിക്കുന്നതെങ്ങനെ എന്നു കണ്ടെത്താനായി അദ്ദേഹം ഗ്രാമപ്രദേശങ്ങളിൽ അലഞ്ഞുതിരിയുകയായിരുന്നു. ഒരു പരമ്പരാഗത പണ്ഡിറ്റ് അദ്ദേഹത്തെ സന്ദർശിക്കുകയും വേഷവിധാനത്തെക്കുറിച്ച് വിമർശിച്ചു സംസാരിക്കുകയും ചെയ്തു. ഒരു യാഥാർത്ഥ ഇന്ത്യക്കാരനായിത്തീരാനുള്ള വീര്യം ഗാന്ധിക്കുണ്ടോ? അങ്ങനെയെങ്കിൽ തന്റെ ശരീരത്തിൽ പൂണൂൽ ധരിക്കുകയും തലയിൽ കുടുമ വെക്കുകയും ചെയ്യുന്നതെന്തിന്? ഗാന്ധിജി അദ്ദേഹത്തോട് യോജിച്ചു. എന്നിട്ട് പറഞ്ഞു ക്രോപ്പുചെയ്ത അദ്ദേഹത്തിന്റെ തല പടിഞ്ഞാറന്മാർക്കുള്ള ഒരു ഇളവു നല്കലായിരിക്കും. അതില്ലാതായാൽ ഒരു കോമാളിയെപ്പോലെയായിരിക്കും അവർ അദ്ദേഹത്തെ കാണുക. എന്നാൽ പൂണൂൽ ധരിക്കുന്നത് ദ്വിജന്മാരായ ഉന്നതജാതിക്കാർക്കുമാത്രം അവകാശപ്പെട്ടതാണ്. ഇന്ത്യയിലെ താഴ്ന്നജാതിക്കാരായ ലക്ഷക്കണക്കിന് വരുന്ന പാവപ്പെട്ടവർ ലളിതവും ദൈവീകവുമായ ജീവിതം നയിക്കുന്നത് പൂണൂലില്ലാതെയാണ്. അതിനാൽ അദ്ദേഹം കുടുമ തെരഞ്ഞെടുക്കുകയും പൂണൂൽ ഉപേക്ഷിക്കുകയും ചെയ്തു. ഇത്തരത്തിൽ കിഴക്കും പടഞ്ഞാറും തമ്മിലുള്ള ഗാന്ധിജിയുടെ തെരഞ്ഞെടുപ്പുകൾ എന്നെ അത്ഭുതപ്പെടുത്താറുണ്ട്. യഥാർത്ഥത്തിൽ അദ്ദേഹമൊരു ആന്തരികവിമർശകനായിരുന്നു.

നല്ലൊരു കാരണത്തിന്റെ അടിസ്ഥാനത്തിലാണ് ഞാൻ ഗാന്ധിജിയെ ഒരു ആന്തരിക വിമർശകനെന്ന് വിളിച്ചത്. അദ്ദേഹം വികാരജീവിയോ, പിന്നോക്കം നോക്കുന്ന, കഴിഞ്ഞതെല്ലാം ഇന്ത്യയിൽനടന്നത് നല്ലതാണെന്ന് മാത്രം ചിന്തിക്കുന്ന ഒരു പൗരസ്ത്യവാദിയോ, അതുകൊണ്ടുതന്നെ അതൊക്കെ പുനരുദ്ധരിക്കേണ്ടതാണെന്ന് കരുതുന്നയാളോ പാശ്ചാത്യവല്ക്കരിക്കപ്പെട്ട, തന്റെ സങ്കുചിതമായ യുക്തിവാദപരവും ശാസ്ത്രീയവുമായ ചിന്താഗതിയിലൂടെ ഇന്ത്യയുടെ ഭൂതകാലം മുഴുവൻ തള്ളിക്കളയേണ്ട ഒരു ബാദ്ധ്യതയാണെന്ന് കരുതുന്നയാളോ ആയിരുന്നില്ല. ഇന്ത്യയിലെ ഇംഗ്ലീഷ് വിദ്യാഭ്യാസം സിദ്ധിച്ച വർഗ്ഗത്തിൽ ചിലർ പൗരസ്ത്യവാദത്തെ ആധുനികതയുമായി സമന്വയിപ്പിക്കാൻ പരിശ്രമിക്കുന്നവരായിരുന്നു. ഫലപ്രദമല്ലെന്ന് മാത്രമല്ല ആധികാരികമല്ലാത്ത ചിന്തയും ധാരണകളുമുണ്ടാക്കാൻ മാത്രമാണത് ഇടയാക്കുക. അവർ ആധുനീകരണത്തിന് വേണ്ടി സന്തോഷപൂർവ്വം വാദിച്ചുകൊണ്ടിരിക്കും.

എന്നാൽ വേരുകൾ പിഴുതുമാറ്റേണ്ടി വരുന്നവർക്ക് അനുഭവിക്കേണ്ടിവരുന്ന വേദനയും കഷ്ടപ്പാടും അവർ കാണുകപോലുമില്ല. ഞാൻ കമ്യൂണിസ്റ്റുകാരെയും സ്വകാര്യസംരംഭകത്വത്തിന്റെ നേതാക്കളെയും ആധുനികവല്ക്കരണക്കാരുടെ ഗണത്തിലാണ് ഉൾപ്പെടുത്തുക. എന്തുകൊണ്ടെന്നാൽ അവരുടെ രണ്ടുകൂട്ടരുടെയും അന്തിമമായ ലക്ഷ്യം ഒന്നുതന്നെയാണ്. അവരുടെ എതിരാളികളെന്ന് പറയപ്പെടുന്ന ഞാൻ പുനരുത്ഥാനവാദികളെന്ന് വിളക്കുന്നവരും വ്യത്യസ്തരൊന്നുമല്ല. ആറ്റം ബോംബു കൈവശമുള്ള ഒരു ശക്തമായ ഇന്ത്യയാണ് അവരുടെ ആവശ്യം. മുഗൾകാലഘട്ടത്തിൽ ഹിന്ദുസാമ്രാജ്യം കെട്ടിപ്പടുക്കാൻപോയ ശിവജി കാലഘട്ടത്തോളം മാത്രമെ അവരുടെ ഓർമ്മകൾ എത്തിച്ചേരുകയുള്ളൂ. എന്നാൽ യാജ്ഞവൽക്യന്റെ വേദകാലഘട്ടത്തോളമത് എത്തുകയില്ല. ഈ ചിന്താഗതികളെല്ലാം അത് പൗരസ്ത്യവാദമായാലും പുനരുത്ഥാനമായാലും ആധുനികവല്ക്കരണത്തിന്റെ കമ്യൂണിസ്റ്റ് മുതലാളിത്തവാദ ചിന്താഗതികളായാലും ആത്യന്തികമായി പര്യവേക്ഷണാത്മകമായ ക്രിയാത്മകതയ്ക്ക് എതിരായ അനുകരണാത്മകവും ശത്രുതാപരവുമായ ചിന്താഗതികളാണ്. നമ്മുടെ രാഷ്ട്രീയക്കാരും, അതേപോലെ തന്നെ എഴുത്തുകാരും ചിന്തകരുമൊക്കെ പ്രായോഗിക പ്രത്യയശാസ്ത്ര പരിഗണനകൾ ബാധിച്ചവരാണ്. അതിനാൽ ഒരു രാജ്യമെന്ന നിലയിലുള്ള നമ്മുടെ ഭാവി ഇറാനിൽ കാണുന്നതുപോലെ ഒന്നുകിൽ ഉപയോഗരഹിതമായ ഭൂതകാലത്താലോ പിൻവാങ്ങലിനാലോ വെല്ലുവിളിക്കപ്പെട്ടിരിക്കുന്നു. അത്തരം സംഭവങ്ങളെ ഒരു മാന്ത്രികവിദ്യയാലും തടയാനാവില്ല. ഒരു യഥാർത്ഥ ആന്തരിക വിമർശകനുമാത്രമേ ദരിദ്രജനതയോട് അളവില്ലാത്ത ഭൂതദയയുള്ള, ഇന്ത്യയുടെ പാരമ്പര്യങ്ങൾ ഒഴിവാക്കാൻ കഴിയുന്ന, മൂല്യങ്ങൾ സംബന്ധിച്ച് ഇന്ന് നിലനില്ക്കുന്ന സംശയങ്ങൾ എല്ലാം പരിഹരിക്കാൻ കഴിയുന്ന; യഥാർത്ഥത്തിൽ ആന്തരികവിമർശകനായ ഒരു മനസ്സിനും ഹൃദയത്തിനും മാത്രമേ ഇന്ത്യയുടെ ധന്യമായ ഭൂതകാലത്തെ ക്രിയാത്മക വർത്തമാനകാലത്തിന് വേണ്ടി ഉപയോഗപ്പെടുത്താനാവൂ.

ഇക്കാര്യങ്ങൾ ചെയ്യുന്നതിനേക്കാൾ എളുപ്പം പറയാനാണ്. രാഷ്ട്രീയരംഗത്തും സാഹിത്യത്തിലും പ്രവർത്തനകാര്യത്തിൽ ഇത് ശരിയാണ്. ജനങ്ങളെ കൈയിലെടുക്കുന്ന പുനരുത്ഥാനവാദികളും സാങ്കേതികമായി ശക്തരായ ആധുനികരും ഈ അന്വേഷണത്തിന് നമ്മെ പ്രലോഭിപ്പിക്കുന്നു. അത് ജനപ്രിയവിരുദ്ധവും ആത്മീയമായി കഠിനശ്രമം ആവശ്യമായതുമാണ്. ഒരെഴുത്തുകാരനെന്ന നിലയിൽ എന്നെക്കുറിച്ചുതന്നെ പറഞ്ഞാൽ എന്റെ ഉദ്ദേശ്യമെന്തുതന്നെയായാലും, എന്റെ സർഗ്ഗാത്മക കൃതികൾ എത്രതന്നെ സങ്കീർണ്ണമായാലും മേധാവിത്വമുള്ള വിഭാഗങ്ങളിൽ ഒന്നിന്റെ ദത്തുപുത്രനാണ് ഞാൻ. എന്റെ സമകാലികർ അവർക്ക് ഏറെ വ്യക്തതയുള്ളതിനോടും അഭിഗമ്യമായതിനോടും സമകാലികമായതിനോടും മാത്രമാണ് പ്രതികരിച്ചിട്ടുള്ളത്. അങ്ങനെയാണ് ഞാൻ ജാതി

വ്യവസ്ഥക്കെതിരായ ഒരു കലാപകാരിയായും വ്യക്തിവാദത്തിന്റെ ആരാധകനായും പാരമ്പര്യങ്ങൾക്കെതിരായ ആധുനികവാദിയായും വിശേഷിപ്പിക്കപ്പെടുകയും അതിന്റെ പേരിൽ എന്നെ പുകഴ്ത്തുകയോ ഇകഴ്ത്തുകയോ ചെയ്യപ്പെടുന്നതും. എന്നാൽ ഇപ്പോൾ ഞാനിന്ന് സംസാരിക്കുന്നതുപോലെ സംസാരിക്കുമ്പോൾ ഞാനൊരു പാരമ്പര്യവാദിയായും പരാജയപ്പെട്ട വിപ്ലവകാരിയായും മധ്യകാലഘട്ടത്തിലെ എഴുത്തുകാരെപ്പോലെ മൃദുവായിക്കൊണ്ടിരിക്കുന്ന (അതോ കൂടുതൽ ബുദ്ധിമാനായിക്കൊണ്ടിരിക്കുന്ന) ഒരാളായി ആക്രമിക്കപ്പെടുകയോ പ്രകീർത്തിക്കപ്പെടുകയോ ചെയ്യുന്നു. ജനങ്ങൾ എന്റെ ആദ്യകാല കൃതികളിലെ മതത്തിന്റെ തീവ്രമായ വിമർശനങ്ങളോ അതിനെത്തുടർന്ന് ആധുനികീകരണത്തിനെതിരായി പിന്നീടുള്ള കൃതികളിൽ വന്ന വിമർശനത്തേയോ കാണാൻ തയ്യാറാവുന്നില്ല.

എന്റെ ആദ്യകാലത്തെ ചില തീർച്ചകൾ നഷ്ടപ്പെടുകയും ചില ചോദ്യങ്ങൾ ചോദിക്കേണ്ടിവരികയും ചെയ്തിട്ടുണ്ടെന്ന് സത്യമാണ്. ആ ചോദ്യങ്ങൾ ഇവയാണ്. പരമ്പരാഗത ഇന്ത്യക്കെതിരായ നമ്മുടെ കലാപം പ്രചോദിപ്പിക്കപ്പെട്ടത് കൂടുതൽ സുഖസൗകര്യങ്ങളും വ്യക്തികേന്ദ്രീകൃതനേട്ടങ്ങളും നമ്മുടെ വർഗ്ഗത്തിന് ലഭിക്കുന്നതിന് വേണ്ടിയായിരുന്നില്ലേ? ഉദാഹരണത്തിന് നമ്മുടെ ജാതിക്കു പുറത്തു നിന്നൊരു വിവാഹംകഴിക്കുന്നത് സുരക്ഷിതമായിരിക്കണമെങ്കിൽ ഒരു ഗവൺമെന്റ് ജോലി അത്യന്താപേക്ഷിതമല്ലെ? നാം ആധുനികതയ്ക്കു വേണ്ടി അന്വേഷിച്ചത് ഇന്ത്യയിലെ ദശലക്ഷങ്ങൾ ജീവിക്കുന്ന നിത്യനിദാന സമ്പദ് വ്യവസ്ഥയിൽ നിന്ന് സ്വതന്ത്രരാകുന്നതിന് വേണ്ടിയായിരുന്നില്ലെ? അതോടൊപ്പം ഒരു ജൈവ സമൂഹത്തിന്റെ മൂല്യങ്ങൾക്കുവേണ്ടി നാം ആഗ്രഹിക്കുകയും ഒപ്പംതന്നെ പടിഞ്ഞാറൻ രാജ്യങ്ങൾക്കൊപ്പമെത്താൻ നാം കൊതിക്കുകയും ചെയ്തിട്ടില്ലെ? ഇന്ത്യയിൽ എഴുതുന്ന നമ്മൾ ഇത്തരം സംശയം ജനിക്കുന്ന ചോദ്യങ്ങൾക്ക് ഉത്തരം നേടണം. അല്ലാത്തപക്ഷം നാം ആധികാരികതയില്ലാത്തവരായിപ്പോകും. ഇതിന് ഉത്തരം കാണേണ്ടത് സർഗ്ഗാത്മകസാഹിത്യത്തിൽ മാത്രമല്ല എല്ലാത്തരം എഴുത്തിലുമാണ്. രാഷ്ട്രീയവും സാമ്പത്തികവുമായ ഇഷ്ടാനിഷ്ടങ്ങൾ കണക്കിലെടുക്കുകയുമാവാം. നാമെല്ലാം ടോൾസ്റ്റോയ്മാരല്ലാത്തതിനാൽ വ്യക്തിതലത്തിൽ പോലും ഇതിനൊക്കെ ഉത്തരം കണ്ടെത്തുക ബുദ്ധിമുട്ടാണ്. എന്നിരിക്കിലും അത്തരം പരിവർത്തനത്തിന്റെ സംഘർഷം കഴിയാവുന്നത്ര സത്യസന്ധമായി നമുക്ക് വഹിച്ചുകൊണ്ടിരിക്കാനാവും. ലളിതവല്ക്കരിക്കുക എന്നതിനർത്ഥം വ്യാജമാക്കുക എന്നാണ്. വികാരപരമാക്കുക എന്നത് സ്വയം വഞ്ചിക്കലാണ്. നാം ഭാഗ്യവാന്മാരാണെങ്കിൽ നമുക്ക് കുറച്ചുകൂടെ വ്യക്തത വരുത്താനാവും.

ഇന്ത്യയുടെ പരമ്പരാഗത ജീവിതരീതിയിലും പാശ്ചാത്യനാടുകളിലെ യുക്തിവാദപരവും ശാസ്ത്രീയവും യുവത്വപൂർണ്ണമായ ആധുനികതയും തമ്മിലുള്ള ഈ സംഘർഷത്തെ ഒരു രൂപകം കൊണ്ട് വ്യക്തമാക്കാൻ

കഴിയുമെന്നെനിക്കു തോന്നുന്നു. പരമ്പരാഗത ഇന്ത്യക്ക് വിജ്ഞാനമുണ്ടായിരുന്നു. എന്നാൽ മൊത്തത്തിൽ അത് പിന്തിരിപ്പനും മുടന്തുള്ളതുമായിരുന്നു. യുക്തിവാദപരവും ശാസ്ത്രീയവും ആയ പടിഞ്ഞാറാവട്ടെ ഊർജ്ജസ്വലമായിരുന്നു. നിങ്ങൾ ഒരുപക്ഷേ ഒരു മുടന്തന്റെ തോളിൽ കയറിയിരിക്കുന്ന വിഡ്ഢിയായ അന്ധന്റെ കഥ കേട്ടിരിക്കും. തന്മൂലം അവർക്ക് മുന്നോട്ടു നീങ്ങാനായില്ല. മറിച്ചാണ് അവർ ചെയ്തിരുന്നതെങ്കിൽ കണ്ണുകാണാത്തവന് മുടന്തനേയും വഹിച്ചുമുന്നോട്ടുനീങ്ങാൻ കഴിയുമായിരുന്നോ. ഇല്ല. ഒരു രണ്ടാമത്തെ ചിന്തയിൽ ഈ രൂപകം പ്രയോജനകരമല്ലെന്നെനിക്കു തോന്നുന്നു. രണ്ടുകൂട്ടർ തമ്മിലുള്ള ഈ സംഘർഷത്തിൽ ഒരാൾ മുടന്തനും ഒരാൾ അന്ധനുമാണെന്ന് സമ്മതിച്ചുതരാൻ പോലും സമ്മതിക്കുകയില്ല. ഫ്യൂഡൽ നിക്ഷിപ്തതാല്പര്യങ്ങളുടെ സൂക്ഷിപ്പുകാരനെന്ന നിലയിൽ മുടന്തനായ പാരമ്പര്യവാദി ചിന്തിക്കുന്നത് യാതൊരു തരത്തിലുള്ള പ്രസ്ഥാനവും ആവശ്യമില്ലെന്നാണ്. അന്ധനായ പാശ്ചാത്യവാദി അയാളുടെ ജര ബാധിച്ച പ്രസ്ഥാനങ്ങൾക്കൊന്നും ഇതുവരെ കടുത്ത പ്രതിഷേധങ്ങളൊന്നും നേരിടേണ്ടി വന്നിട്ടില്ലാത്തതിനാൽ തന്റെ ചുമലിൽ വലിയ ഭാരങ്ങളൊന്നും ഇനി വലിച്ചു കയറ്റേണ്ടതില്ലെന്നാണ് കരുതുന്നത്. അതിനാൽ നമുക്ക് ഇന്ത്യയിൽ ജാതി വ്യവസ്ഥയെ തള്ളിക്കളയുന്നതും എന്നാൽ ഏകാധിപത്യ ഭരണകൂടത്തെ സ്വീകരിക്കുന്നതുമായ ചിന്താഗതികളുമായി ഏറ്റുമുട്ടേണ്ടതായിവരുന്നു. അല്ലെങ്കിൽ നമുക്കുള്ളത് വിഡ്ഢിത്തവും അതിഭാവുകത്വവുമുള്ള ഒരു ലിബറലിസത്തെയാണ് പ്രയോഗത്തിൽ അത് പാശ്ചാത്യാധിഷ്ഠിതമാണ്. എന്നാൽ വൈകാരികാടിസ്ഥാനത്തിൽ അത് പരമ്പരാഗതവുമാണ്. അല്ലെങ്കിൽ ഒരാൾക്ക് തന്റെ പരമ്പരാഗതാധികാരങ്ങളെ ശക്തിപ്പെടുത്താൻ കാഴ്ചപ്പാടുകളെ ഉപയോഗിക്കാതിരിക്കാൻ യാതൊരു മടിയും കാണിക്കാതെ തന്നെ പരമ്പരാഗത രീതിയിലുള്ള ജീവിതരീതി തുടരുകയുംചെയ്യാം. നമ്മളിൽ പലരും ആംഗലേയ ജീവിതരീതി സ്വീകരിച്ച ബ്രാഹ്മണരാണ്. നമ്മുടെ ഏറ്റവും മഹത്തായ ഏറെ വികാരപരതയുള്ള യാളുമായ പണ്ഡിറ്റ് ജവഹർലാൽ നെഹ്റു അങ്ങനെല്ലേ? എളുപ്പത്തിന് വേണ്ടി ഞാൻ രണ്ടുതരം ചിന്താരീതികളുണ്ടെന്ന് പറഞ്ഞതിലെ വ്യത്യസ്തത ഇപ്പോൾ ഇല്ലാതായി. എന്നാൽ നമ്മെ വിഷമിപ്പിക്കേണ്ട വിഷയം ഇന്നും നിരവധി ദരിദ്രരുണ്ടെന്നതാണ്. നിരക്ഷരരായ ദശലക്ഷങ്ങളുണ്ട്. നാം പുരോഗതിയെന്ന് വിളിക്കുന്നതിന്റെ നേട്ടങ്ങളൊന്നും തന്നെ അവരിലെത്തിയിട്ടില്ല. നമ്മുടെ സാമൂഹിക-സാമ്പത്തിക യാഥാർത്ഥ്യങ്ങൾ പരിശോധിച്ചാൽ ആ നേട്ടങ്ങളെത്തുന്നത് ഏതാനും ചിലരിൽ മാത്രമാണ്. അതുകൊണ്ട് ആ ചോദ്യം നമ്മളെ വേട്ടയാടിക്കൊണ്ടിരിക്കും. നാം പുരോഗമനപരമെന്നും ആധുനികമെന്നും വിളിക്കേണ്ടത് ഏതിനെയാണ്. അത് എല്ലാവർക്കും ഗുണകരമാവുന്നതും എല്ലാവർക്കും അഭിഗമ്യമാവേണ്ടതുമല്ലെ?

അത്തരം ചോദ്യങ്ങളുമായി ഞാൻ കലഹിച്ചിട്ടുണ്ട്. സാഹിത്യത്തിൽ

മാത്രമായി അതിന് ഉത്തരം കണ്ടെത്താനാവില്ല. ഒരു സർഗ്ഗാത്മക സാഹിത്യകാരനെന്ന നിലയിൽ എനിക്ക് ഗുണകരമാവുന്നതിലേറെ ഈ വിഷയം ആശയവല്ക്കരിക്കാൻ ഞാൻ ശ്രമിച്ചതായി തോന്നുന്നു. മഹത്തായ ആക്ടിവിസ്റ്റു കൂടിയായ ഓർവൽ ഒരു എഴുത്തുകാരൻ പലപ്പോഴും നിഷ്ക്രിയനായി നിന്നുകൊണ്ട് അനുഭവങ്ങൾ സ്വാംശീകരിക്കുകയും വിശ്വസ്തതയോടെ അതെന്താണോ അതുപോലെ രേഖപ്പെടുത്തുകയുമാണ് വേണ്ടതെന്ന് പറഞ്ഞിട്ടുണ്ട്. ഏറ്റവും കുറഞ്ഞത് എന്നെപ്പോലുള്ള എഴുത്തുകാർ ഞങ്ങളുടെ പരിമിതികൾ മനസ്സിലാക്കണം. അത് മനസ്സിലാക്കുന്നതിലാണ് ഞങ്ങളുടെ കരുത്ത് കുടികൊള്ളുന്നത്. ഞങ്ങൾ നല്ല രാഷ്ട്രീയ പ്രചോദകരായിരിക്കില്ല. വേദനാജനകമാംവിധം എനിക്കത് ബോദ്ധ്യപ്പെട്ടിട്ടുണ്ട്. എന്റെ ചെറുപ്പകാലത്ത് സോഷ്യലിസ്റ്റ് കാർഷിക പോരാട്ടത്തിൽ പങ്കെടുത്തപ്പോഴും അന്തരിച്ച ശ്രീമതി ഗാന്ധിയുടെ ഭരണത്തിനെതിരെ പ്രചാരവേല നടത്തുമ്പോഴുമായിരുന്നു അത്. എന്നാലും എഴുത്തുകാരും പൗരന്മാർ തന്നെയാണ്. അവർക്ക് നാണംകുണുങ്ങികളായിനിന്ന് അവരുടെ ഉത്തരവാദിത്വങ്ങളിൽനിന്ന് ഒഴിഞ്ഞു മാറാനാവില്ല. നാം സവിശേഷതയുള്ളവനാണെന്ന് ചിന്തിക്കുകയും നമ്മുടെ പരിസ്ഥിതി ജനക്കൂട്ടത്തിന്റേതിൽനിന്ന് ഏറെ ഉയർന്നതാണെന്ന മട്ടിൽ അസൂയയോടെ പരിശോധിക്കുകയും ചെയ്താൽ നാം ബാലിശമായ സൗന്ദര്യാത്മകതയിലേക്ക് തരംതാഴ്ന്നുപോകും. ജീവിക്കുക എന്നതിനർത്ഥം നിങ്ങളുടെ നിയന്ത്രണത്തിനതീതമായ കാര്യങ്ങളോട് അടുത്തുനില്ക്കുകയും അതിൽ പങ്കാളികളായിത്തീരുകയുമാണ്. എന്നിരിക്കിലും എഴുത്ത് മുകളിൽനിന്ന് കാണുന്നതിനുള്ള കഴിവും അതിനുള്ള അകലവും തിരിച്ചറിയുന്നുണ്ട്. നമ്മൾ കാലത്തിലൂടെ ജീവിച്ചുകൊണ്ടിരിക്കുമ്പോൾ മുകളിൽനിന്ന് കാണൽ ബുദ്ധിമുട്ടാണെന്നു മാത്രമല്ല ധാർമ്മികമായി അനുവദനീയമല്ലാത്തതുമാണ്. ചീറ്റ്സ് ഒരിക്കൽ എഴുതി.

> അത് തെരഞ്ഞെടുപ്പുകളിലെ തെരഞ്ഞെടുക്കലാണ്. സാധാരണ കണ്ണുകൾക്ക് കാണാനാവാത്തവിധമുള്ള പക്ഷികളുടെ പറക്കലാണത്; അല്ലെങ്കിൽ ചന്തയിലേക്കുള്ള വണ്ടികളുടെ സഞ്ചാരമാണ്. എന്നാൽ നമുക്ക് കാണാൻ കഴിയും; കാരണം നമ്മോടൊപ്പം നമ്മുടെ ആത്മാവുകൂടെ സഞ്ചരിക്കുന്നുണ്ട്. ഈ വണ്ടികൾ നമ്മുടെ ഭാവനയെ ബാധിച്ചാൽ നമ്മുടെ ശരീരത്തിനകത്ത് നമ്മുടെ ആത്മാവുകളെ ഉറപ്പിച്ചു നിർത്തണം. നിരവധി തലമുറകളായി നാം വളർത്തിയെടുത്ത സൗന്ദര്യം കുറെക്കാലമായി അക്ഷമമായി .... വെറുമൊരു ശക്തിക്കുവേണ്ടി, വ്യക്തിത്വത്തിന് വേണ്ടി, രക്തത്തിന്റെ ആരവത്തിന് വേണ്ടി കാത്തിരിക്കുകയാണ്.

നാം ചന്തവണ്ടികളാണ് തെരഞ്ഞെടുക്കുന്നതെങ്കിൽ നമുക്ക് ഓർക്കാം നമുക്ക് വിശകലനശക്തിയുണ്ടാവില്ല. അല്ലെങ്കിൽ സോഷ്യോളജി സ്കൂളുകളുടെയോ സാമ്പത്തിക ശാസ്ത്രജ്ഞന്മാരുടെയോ ഉപകരണങ്ങൾ

ഉണ്ടാവില്ല. തന്ത്രജ്ഞരായ രാഷ്ട്രീയക്കാരുടെ കൗശലബുദ്ധിയുണ്ടാവില്ല. റോബർട്ട് ഫ്രോസിനെപ്പോലെ പൊതുജനായകനാവുകയുമില്ല. നമ്മുടെ ആരാധകരുടെ പ്രതീക്ഷകളുടെ അടിമകളാവാൻ മാത്രമേ നമുക്കുകഴിയൂ. നാം എഴുത്തുകാരിൽ ചില തെറ്റുകളുണ്ട്. നാം എഴുതുന്ന ഓരോ പുതിയപുസ്തകത്തിന്റെയും ഫലമായി നമ്മുടെ കുറച്ച് ആരാധകരെയെങ്കിലും നമുക്ക് നഷ്ടപ്പെടണം. അല്ലെങ്കിൽ നാം നമ്മെത്തന്നെ അനുകരിക്കുന്നവരായോ പൊതുജനത്തിന് മുമ്പിൽ നാം സൃഷ്ടിച്ച പ്രതിഛായ അതേപടി നിലനിർത്താൻ ശ്രമിക്കുന്നവരോ ആയിത്തീരുന്നുവെന്നാണ് അതിനർത്ഥം. വാചാടോപം അപകടകരമാണ്. അത് ജനങ്ങളിൽ വികാരങ്ങൾ ഉയർത്തിവിടും. ജനക്കൂട്ടത്തിന്റ വികാരമായിരിക്കും അത്. ജനങ്ങൾക്ക് ആവശ്യം നുണ കേൾക്കുമ്പോഴുള്ള സുരക്ഷിതത്വവും ആശ്വാസവുമാണ്. എന്നാൽ അവരുടെ ആത്മാവുകൾ കേൾക്കാനാഗ്രഹിക്കാത്തത് സത്യമാണ്. നാം തീർത്തും ഏകനായിരിക്കുമ്പോൾ നാം ശരിയെന്ന് വിശ്വസിക്കുന്ന കാര്യങ്ങൾ പറയാനുള്ള ശേഷി നമുക്ക് ഒരിക്കലും നഷ്ടപ്പെടരുത്. നാം നമ്മുടെ തന്നെ നുണപറയുകയും നാം അതിനെ വിശ്വസിക്കാൻ തുടങ്ങുകയും ചെയ്താൽ ആർക്കും നമ്മെ രക്ഷപ്പെടുത്താനുമാവില്ല. പൊതുവ്യക്തിത്വങ്ങളായി രാഷ്ട്രീയ പാർട്ടികളുടെ വക്താക്കളായി, ഭരണവർഗ്ഗത്തിന്റെ മഹാകവികളായി തീരുമ്പോഴുള്ള തടസ്സങ്ങളാണിവയെല്ലാം. അതേ ഒരാൾ പറഞ്ഞതുപോലെ കല ഇപ്പോഴും ഒരു ഒളിവിടമാണ്. അതാണ് ബോൾഷെവിക്കുപോലെ ഒരു വിശ്വാസിയായിരിക്കാൻ അനുവദിച്ചത്. മതപരമായ അസഹിഷ്ണുതയും മർക്കടമുഷ്ടിയും നിലനില്ക്കുമ്പോഴും പല വിശ്വാസികൾക്കും അവരുടെ അന്തസ്സത്ത നിലനിർത്താൻ സഹായിച്ചത്. ജോയ്സ് പറഞ്ഞതുപോലെ ഒരു കലാകാരൻ തന്റെ ശക്തി നേടിയെടുക്കുന്നത് “നിശ്ശബ്ദത, പുറത്താക്കൽ, കൗശലം” എന്നിവയിലൂടെയാണ്. അങ്ങനെ കലാകാരൻ ഒളിപ്പോരാളിയും ഒപ്പംതന്നെ കുരിശുയുദ്ധക്കാരനുമാണ്.

കന്നഡയിൽ ഇന്നൊരെഴുത്തുകാരനാവുക എന്നതിന്റെ അർത്ഥമെന്താണ്? പതിനഞ്ചുവർഷം മുമ്പ് അടിയന്തരാവസ്ഥക്കാലത്ത് ശല്യപ്പെടുത്തുന്ന ഒരസ്വസ്ഥതയായിട്ടാണ് ഈ ചോദ്യത്തിന്റെ ഒരുവശം. എനിക്ക് ബോദ്ധ്യപ്പെട്ടത്. മരണത്തിന്റെയും പ്രേമത്തിന്റെ പ്രശ്നങ്ങളെക്കുറിച്ച് ഒരാൾക്ക് എങ്ങനെയാണ് അനവരതം എഴുതിക്കൊണ്ടിരിക്കാൻ കഴിയുക. നിലനില്പിന്റെ ദുഃഖത്തേയും സന്തോഷങ്ങളെയും കുറിച്ച്, എല്ലാ സമയത്തും എല്ലാവരും ചിന്തിക്കുന്നതിനെക്കുറിച്ച് എഴുതാൻ കഴിയില്ലെന്ന നമ്മുടെ ഭരണഘടന ഉറച്ചുനല്കുന്ന മൗലികസ്വാതന്ത്ര്യങ്ങൾ നഷ്ടപ്പെടുന്ന സമയത്ത് വിശേഷിച്ചും. ഈ തോന്നൽ തന്നെ ഒരു വിരോധാഭാസമാണ്. എന്തുകൊണ്ടെന്നാൽ ഈ സ്വാതന്ത്ര്യങ്ങളൊക്കെ നിയമപരമായി നിലനില്ക്കുമ്പോൾ ഒരാൾ അതിനെക്കുറിച്ച് ഏറെ ചിന്തിക്കുകയോ പരോപകാരാർത്ഥം ഉപയോഗിക്കുകയോ ചെയ്തിരിക്കില്ല.

എന്നാൽ അവ എടുത്തുമാറ്റപ്പെടുമ്പോൾ അതൊരു ഒഴിയാബാധയായി മാറുന്നു. നമ്മുടെ കല ആശ്രയിക്കുന്നത് ഭാഷയെയാണ്. നിസ്സാരമായത് മുതൽ തത്ത്വചിന്താപരമായതുവരെ എല്ലാവരും ദൈനംദിന ജീവിതവ്യാപാരത്തിൽ ഭാഷ ഉപയോഗിക്കുന്നു. ഈ ഭാഷയാണ് അതിന്റെ ദുരുപയോഗം ഏകാധിപതികൾ നടത്തുന്നതിലൂടെ ഇരയാക്കപ്പെടുന്നത്. ഞാൻ ഓർക്കുന്നു. ഒരു സാഹിത്യസമ്മേളനത്തിന് ഞാൻ പോയപ്പോൾ എന്നോട് പ്രസംഗിക്കാനാവശ്യപ്പെട്ടു. ഞാൻ സംസാരിക്കാനായി എഴുന്നേറ്റപ്പോൾ ശ്രോതാക്കളെയാകെ ബാധിക്കുന്ന ഒരു വിഷയത്തെക്കുറിച്ചാണ് ഞാൻ സംസാരിക്കേണ്ടത് എന്ന് പൊതുവായൊരു തോന്നൽ എനിക്കുണ്ടായി. ശ്രോതാക്കൾ എന്നിലുണ്ടാക്കിയ ആ തോന്നൽ എന്റെ ഭീരുത്വത്തെ മറികടക്കാൻ മാത്രം മഹത്തരമായിരുന്നതിനാൽ ഞാൻ ആ യോഗത്തിന് പോകുന്നതിന് മുമ്പ് ചിന്തിക്കുന്ന കാര്യങ്ങളാണ് ഞാൻ പറഞ്ഞത്.

നമ്മുടെ ജനത ഇത്തരം എഴുത്തുജോലിയെ പ്രധാനപ്പെട്ട ഒന്നായാണ് കാണുന്നത്. ഒരു മനഃസാക്ഷി സൂക്ഷിപ്പുകാരനായാണ് ജനം എഴുത്തുകാരെ കാണുന്നത്. ഒരു എഴുത്തുകാരന് ഈ കടമ നിർവ്വഹിക്കാനാവണമെങ്കിൽ ആന്തരികവിമർശകനെന്ന പങ്ക് ഉപേക്ഷിക്കാതിരിക്കുകയും ഒപ്പംതന്നെ ഒഴുക്കിനെതിരെ നീന്താനുള്ള ധൈര്യം കാണിക്കുകയും വേണം. തന്റെ ഉൾവിളികേൾക്കുന്നതിൽ പരാജയപ്പെടുന്ന ഒരാൾക്ക് ജനങ്ങൾക്ക് വിലപ്പെട്ടതൊന്നും തന്നെ നല്കാൻ കഴിയില്ല. രാഷ്ട്രീയപാർട്ടികളും ഗവൺമെന്റുകളും ഇതോർക്കണം. അവരുടെ താല്പര്യങ്ങൾക്കൊപ്പം തന്നെ അവർക്ക് പ്രതിസന്ധി ഘട്ടത്തിൽ സ്ഥിരബുദ്ധിയോടെ പ്രവർത്തിക്കാൻ കഴിയണം. കോപാക്രാന്തരായ ജനക്കൂട്ടം കൗശലക്കാരും ഒപ്പംതന്നെ അടിമകളുമാണെന്ന് മനസ്സിലാക്കണം.

സുരഗി

യു ആർ അനന്തമൂർത്തി

ഓർമ്മ സ്വകാര്യമല്ല. അതിൽ ഒരാൾ മാത്രവുമല്ല ഉണ്ടാവുക. കൂട്ടുകാർ വരും. ചുറ്റുമുള്ളവർ നിറയും. ഇടയ്ക്കിടെ അവർ അനുഭവങ്ങൾ പറയും. നാം പോലുമറിയാതെ അവ നമ്മുടെ ഭാഗമായി മാറും.

ഏകദേശം അറുപതു വർഷങ്ങളായി ഞാൻ എഴുതുന്നുണ്ട്. എഴുതിയവയത്രയും ഒരുപാടുപേർ വായിച്ചിട്ടുമുണ്ട്. എഴുത്ത് സന്തോഷകരമാണ്. പക്ഷേ, ആ സന്തോഷത്തിനുവേണ്ടി ഞാൻ അനുഭവങ്ങളെ അനാവശ്യമായി ഉപയോഗിച്ചിട്ടില്ല. സന്തോഷങ്ങളുടെ വലിയൊരു നിര മാത്രം എഴുതിയാൽ ബാല്യം മുങ്ങിപ്പോകും. അക്കാലത്തനുഭവിച്ച വിഷമങ്ങളും മനഃപ്രയാസങ്ങളും തെളിയാതെ പോകും. സത്യാസത്യങ്ങൾ പിടിച്ചുവലിക്കില്ല. എന്നെക്കുറിച്ച് ഞാൻ എഴുതുമ്പോൾ, അത്തരം പിടിവലികളുണ്ട്. ഇവിടെ എന്റെ വാക്കുകൾ സത്യമായിരിക്കണം. ആത്മകഥ മറ്റുള്ളവരെ ആകർഷിക്കണമെന്ന ആഗ്രഹം രചയിതാവിന് ഉണ്ടാവുക സ്വാഭാവികം. എന്നാൽ, അങ്ങനെ തോന്നാത്തവരും ഉണ്ട്.

ബാല്യം എന്തിനെന്നറിയാതെ എന്നെ അലോസരപ്പെടുത്തും. അമ്മ – സത്യഭാമ – ആദ്യമേ മുന്നിലെത്തും. ആത്മഹത്യ ചെയ്യുമെന്ന് അമ്മയെപ്പോഴും പറയുമായിരുന്നു. പതിനാറ് വയസ്സിലാണ് അവർ അമ്മയായത്. അവരിലപ്പോൾ ബാല്യം മാഞ്ഞിരുന്നില്ല. മഞ്ചാടി പെറുക്കി കളിച്ചുകൊണ്ടിരുന്ന പതിനഞ്ചുകാരി പെൺകിടാവ്. പെട്ടെന്നൊരുനാൾ അവർ വിവാഹിതയായി. ഒരു വർഷം തികയുമ്പോഴേക്കും എന്റെ അമ്മയാവുകയും ചെയ്തു.

അച്ഛൻ പെണ്ണുകാണാൻ വരികയായിരുന്നു. പുളിമരത്തിലിരുന്ന് പുളി തിന്നിരുന്ന പാവാടക്കാരി പെൺകുട്ടിയെ അച്ഛൻ കണ്ടു. സാമകരുടെ വീടെവിടെ എന്നു അച്ഛൻ അവളോടാണ് ചോദിച്ചത്. വീടു ചൂണ്ടി, ദാ അവിടെ, എന്നു പറഞ്ഞ് മരത്തിൽ തന്നെയിരുന്നു, അവൾ. അവളായി

രുന്നു അച്ഛൻ കാണാൻ വന്ന പെണ്ണ്. അമ്മ രഹസ്യമായി അവളെ പിൻവാതിലിലൂടെ വീട്ടിലേക്കു കൂട്ടിക്കൊണ്ടുപോയി. മുഖം കഴുകിച്ച് പൊട്ടുതൊടുവിച്ചു. പട്ടുപാവാട ഉടുപ്പിച്ചു. ഭാവിവരന് പെണ്ണിനെ കാണിച്ചു കൊടുത്തു.

അത്ര സ്വതന്ത്രയായിരുന്നു എന്റെ അമ്മ. പെട്ടെന്നൊരു ദിവസം ജീവിതത്തിലേക്ക് ഇടിച്ചുകയറി വന്ന് അധികാരം കാണിക്കുന്ന ഭർത്തൃ മാതാവിനെയും ഭർത്തൃപിതാവിനെയും അവർക്ക് അംഗീകരിക്കാനാവുമോ?

അച്ഛമ്മ ഞങ്ങളോടൊപ്പം ഉണ്ടായിരുന്നു – സരസ്വതിയമ്മ. കേരളത്തിൽനിന്നും കല്യാണം കഴിച്ചുകൊണ്ടുവന്നതാണവരെ. വെളുത്ത് ഉയരം കൂടിയ സ്ത്രീ. മുഖം തെളിഞ്ഞ് അവരെ ഞാനൊരിക്കലും കണ്ടിട്ടില്ല. കേരളീയ ശൈലിയിലുള്ള തോടയാണ് കാതിലവർ അണിഞ്ഞിരുന്നത്. തോടയുടെ തൂക്കത്തിനനുസരിച്ച് അവരുടെ കാതുകൾ തൂങ്ങിക്കിടന്നിരുന്നു. ഉണ്ണാനിരിക്കുമ്പോൾ, ഇലയ്ക്കരികിലേക്ക് ഒരുറുമ്പെങ്ങാനുമെത്തിയാൽ അവർ പ്രാകും: “അശ്രീകരം; ചത്തുപോ.” പുഴുപോലും അവരെ അനുസരിക്കുമെന്ന് ഞാൻ വിശ്വസിച്ചിരുന്നു.

അച്ഛമ്മയുടെ പീഡനം സഹിക്കവയ്യാതാവുമ്പോൾ അമ്മ ആത്മഹത്യയെക്കുറിച്ചു പറയും. കിണറ്റിൽ ചാടിച്ചാവും ഞാൻ; അവർ ഇടയ്ക്കിടെ പറയുന്നത് ഞാൻ കേട്ടിട്ടുണ്ട്. അമ്മ എപ്പോഴും അങ്ങനെ പറഞ്ഞിരുന്നത് എന്തിനാണ്? എനിക്കവരോടുള്ള സ്നേഹം അളക്കുകയായിരുന്നോ? എന്നിലൂടെ അമ്മ അനുഭവിക്കുന്നതെല്ലാം അച്ഛനറിയണം എന്നവർ ആഗ്രഹിച്ചിരുന്നോ? എനിക്കറിയില്ല.

എന്റെ മുത്തച്ഛൻ – പത്മനാഭാചാര്യർ – വീടു വിട്ട് കേരളത്തിലേക്ക് പോയ ആളായിരുന്നു. അദ്ദേഹത്തിന്റെ അമ്മയോട് ബന്ധുക്കൾ മോശമായി പെരുമാറിയതിന്റെ ദേഷ്യത്തിലാണ് മുത്തച്ഛൻ ദേശാന്തരം പോയത്. ഒരു ചാക്ക് പുളി വിറ്റുകിട്ടിയ കാശും കൊണ്ടാണദ്ദേഹം നാടുവിട്ടത്. കേരളത്തിലെ യാത്രയ്ക്കിടയിൽ അദ്ദേഹം രാജാ രവിവർമ്മയുടെ കൊട്ടാരത്തിൽ പോയി. (ഇനി പറയുന്നത് അതീവ രഹസ്യമായി മുത്തച്ഛൻ എന്നോടു പറഞ്ഞതാണ്. അദ്ദേഹത്തിന്റെ സമപ്രായക്കാരായ ചുളിഞ്ഞ മുഖമുള്ള കാരണവന്മാർ കുട്ടികളോട് സാധാരണഗതിയിൽ പറയാത്തവ. അദ്ദേഹം പക്ഷേ, കുട്ടിയായ എന്നോട് പറഞ്ഞ ആത്മകഥ.)

രവിവർമ്മയുടെ വീട്ടിൽ ചെന്ന് അദ്ദേഹം വാതിലിൽ മുട്ടി. ആരോ വാതിൽ തുറന്നു. മുത്തച്ഛനെ കണ്ടപ്പോൾ, നല്ല ചെറുക്കനെന്ന് രവിവർമ്മയ്ക്ക് തോന്നി. ചിത്രം വരയ്ക്കുമ്പോൾ വിളക്കു പിടിക്കുന്ന ജോലി (ദീപ്ധാരി) അദ്ദേഹം മുത്തച്ഛനു നല്കി. മുത്തച്ഛൻ ബ്രാഹ്മണനാണെന്ന് അറിഞ്ഞപ്പോൾ പൗരോഹിത്യ വിദ്യ അഭ്യസിക്കാൻ അവസരമൊരുക്കി. പഠനശേഷം അദ്ദേഹത്തെ കൊട്ടാരം പുരോഹിതനാക്കി.

മുത്തച്ഛൻ ജാനകി എന്ന സ്ത്രീയെ വേളി കഴിച്ചു. അവർക്കൊരു കുഞ്ഞും ജനിച്ചു. മജിസ്ട്രേറ്റിന്റെ മകൾ എന്നാണ് മുത്തച്ഛൻ അവരെ വിളിച്ചിരുന്നത്. വലിയ ആദരവായിരുന്നു അദ്ദേഹത്തിനവരോട്.

അവർക്കും മുത്തച്ഛനെ വലിയ ഇഷ്ടമായിരുന്നു. കേരളീയ സമ്പ്രദായമനുസരിച്ച് മുത്തച്ഛൻ ഒരു ശിവള്ളി ബ്രാഹ്മണകന്യകയെ രണ്ടാം വിവാഹം കഴിച്ചു. ആ വിവാഹത്തിന് മുൻകൈ എടുത്തത് ജാനകിയായിരുന്നു.

എന്റെ അച്ഛമ്മ മലയാളം സംസാരിക്കുമായിരുന്നു. അവർക്ക് തുളുവും കന്നഡയും കുറേശ്ശെ അറിയാമായിരുന്നു. അവർ പറഞ്ഞ് ഞാൻ അധികം കേട്ടിട്ടുള്ള അഥവാ എന്റെ ഓർമ്മയിൽ തങ്ങുന്ന മലയാളപദം 'പിന്നേ' ആണ്. പില്ക്കാലത്ത് കേരളത്തിലായിരുന്നപ്പോൾ, 'പിന്നേ' എന്ന പദത്തിന്റെ അർത്ഥവും ഉപയോഗരീതിയും എന്താണെന്ന് ഞാനന്വേഷിച്ചു. പുരുഷന്മാരുടെ ശ്രദ്ധയാകർഷിക്കാനായി സ്ത്രീകൾ ഉപയോഗിക്കുന്ന സംബോധനാപദമാണ് 'പിന്നേ' എന്നു ഞാൻ മനസ്സിലാക്കി. വഴക്കാളിയും ശാഠ്യക്കാരിയുമായിരുന്നു, അച്ഛമ്മ. അച്ഛനെയവർ മുലയൂട്ടിയിട്ടേ ഇല്ല. മുല കൊടുക്കില്ല എന്നവർ ശഠിക്കുമായിരുന്നു. അച്ഛൻ, മുത്തച്ഛന്റെ ആദ്യഭാര്യ ജാനകിയുടെ മുലപ്പാൽ കുടിച്ചാണ് വളർന്നത്.

അച്ഛൻ

അച്ഛൻ, രാജഗോപാലാചാര്യ. അച്ഛന് റെയിൽവേയിൽ ജോലി ലഭിച്ചിരുന്നതാണ്. അത് കൈവിട്ടു പോയതിന്റെ പിന്നിൽ ഒരു കഥയുണ്ട്. ജോലിക്കു ചേർന്ന ശേഷം വൈദ്യപരിശോധന നടന്നു. അദ്ദേഹത്തിന് സന്നിയുടെ ലക്ഷണങ്ങൾ ഉള്ളതായി പരിശോധനയിൽ തെളിഞ്ഞു. മലേറിയ പോലെ കഠിനവ്യാധികൾ ബാധിച്ചവരിൽ അവശേഷിക്കുന്ന പനിയായാണ് സന്നി കണക്കാക്കപ്പെട്ടിരുന്നത്. നാലുദിവസങ്ങൾ കൂടുമ്പോൾ പനി വരും. അക്കാലത്ത് ജനങ്ങൾക്ക് ഇത്തരം പനികൾ സാധാരണ സംഭവിക്കുമായിരുന്നു, ജനങ്ങൾ പനി പ്രവചിച്ചിരുന്ന കാലമായിരുന്നു അത്. സന്നിയുടെ ഉപദ്രവമുള്ള ഒരാളെ ജോലിക്കോ മറ്റെന്തെങ്കിലും ആവശ്യത്തിനോ വിളിച്ചാൽ അവർ പറയും: "എനിക്കന്ന് പനിയാവും; ഞാൻ വരുന്നില്ല." പറഞ്ഞുറപ്പിച്ച സന്ദർശനങ്ങൾ പോലെയായിരുന്നു, അക്കാലത്ത് ഈ പനി. ഇത്തരം പനിബാധ ഉണ്ടായിരുന്നതുകൊണ്ടാണ് അച്ഛന് റെയിൽവെ ജോലി നഷ്ടമായത്.

റെയിൽവെയിൽ ജോലി പോയതോടെ അച്ഛൻ ഗോണിബീട്ടിലേക്ക് മടങ്ങി. ഗോണിബീട്ടിലെത്തി കുലത്തൊഴിലായ പൂജാവൃത്തികൾ വേണ്ടെന്നു വെച്ചാണ് അദ്ദേഹം പോസ്റ്റ്മാനായത്. പിന്നീട് ആ ജോലിയുപേക്ഷിച്ച് അദ്ദേഹം മുംബൈയിലേക്ക് പോയി. അവിടെ കണക്കെഴുത്തുകാരനായി. ആ ജോലിയും അധികകാലം ചെയ്തില്ല. മറ്റെന്തൊക്കെയോ ജോലികളിൽ അദ്ദേഹം വ്യാപൃതനായി.

അച്ഛന്റെ ജോലിമാറ്റങ്ങളെക്കുറിച്ച് മുത്തച്ഛൻ ഇടയ്ക്കിടെ പറയുമായിരുന്നു; "എന്റെ പാദത്തിൽ ഒരു ചക്രമുണ്ട്. നിന്റെ അച്ഛന്റെ പാദത്തിലുമുണ്ട് ഒരു ചക്രം. ഒരിടത്തു നില്ക്കാൻ ഈ ചക്രം ഞങ്ങളെ സമ്മതിക്കില്ല; ഓടിച്ചുകൊണ്ടേയിരിക്കും." ഇത്തരമൊരു ചക്രം എന്റെ പാദത്തിലും ഉണ്ടെന്ന് മുത്തച്ഛൻ വിശ്വസിച്ചിരുന്നു. "നീയും ഓടും; ഒരുപാട്" – അദ്ദേഹം പറയുമായിരുന്നു. അങ്ങനെ നോക്കിയാൽ, ഞങ്ങളെല്ലാം

ചക്രധാരികളാണ്. കൈയിലല്ല; കാലിലാണ് ചക്രം ധരിച്ചിരിക്കുന്നത് എന്നു മാത്രം!

അച്ഛനെക്കുറിച്ച് മുത്തച്ഛൻ പലതും എന്നോട് പറഞ്ഞിട്ടുണ്ട്. അച്ഛന്റെ കൂട്ടുകാർ വഴിയും ഞാൻ കുറെ അറിഞ്ഞിട്ടുണ്ട്. ലണ്ടൻ മെട്രിക്കുലേഷൻ ജയിച്ച ഉടനെ അച്ഛന്റെ വിവാഹം നടന്നു. കല്യാണത്തിനു ശേഷം അദ്ദേഹം കാശിയിലേക്കു പോയി. അക്കാലത്ത് പെൺകുട്ടികളെ ചെറുപ്രായത്തിൽ വിവാഹം കഴിപ്പിക്കും. ഋതുമതികളാവും വരെ അവർ സ്വന്തം മാതാപിതാക്കൾക്കൊപ്പമാണ് നില്ക്കുക. അതുകൊണ്ടു തന്നെ, കാശിക്കു പോകുന്നത് അച്ഛനൊരു പ്രശ്നമായിരുന്നില്ല. കാശിയിൽ ഒരു ധർമ്മസത്രത്തിലാണ് അച്ഛൻ താമസിച്ചിരുന്നത്. അവിടെനിന്ന് അദ്ദേഹം പൂജാവിധികളും മന്ത്രങ്ങളും പഠിച്ചു. അച്ഛന്റെ കാശിവാസത്തിനിടയിലാണ് ആദ്യഭാര്യ മരിച്ചത്. അപ്പോളവർക്ക് പ്രായം പതിനഞ്ചോടടുത്തായിരുന്നു.

ബനാറസ് വാസം തീർത്ത് അച്ഛൻ ഡൽഹിയിലേക്കാണ് പോയത്. അദ്ദേഹത്തിന്റെ ഡൽഹി ജീവിതം എങ്ങനെയായിരുന്നുവെന്ന് അറിയില്ല. അതേക്കുറിച്ചദ്ദേഹം ഒന്നും പറഞ്ഞിട്ടില്ല. എന്നാൽ, ഭാരതവിഭജനത്തെക്കുറിച്ച് പറയുമ്പോൾ ജിന്നയെ ഇകഴ്ത്തി അദ്ദേഹം സംസാരിക്കാറുണ്ട്. “ഞാൻ ഡൽഹിയിലുള്ളപ്പോൾ മുഹമ്മദ് അലി ജിന്നയെ കണ്ടിട്ടുണ്ട്. വീടിനു മുന്നിൽനിന്ന് പല്ലുതേക്കുകയായിരുന്നു ജിന്ന.” അദ്ദേഹം പറയും. വളരെ പുച്ഛത്തോടെയാണ് അദ്ദേഹമതു പറയുക. സംസ്കാരമില്ലാത്തവരാണ് വഴിപോക്കർ കാൺകെ പല്ലുതേക്കുക എന്നതായിരുന്നു അച്ഛന്റെ നിലപാട്. പുറത്ത്, വീട്ടുമുറ്റത്ത് വഴിപോക്കർ കാൺകെ പല്ലുതേച്ചു നില്ക്കുന്ന ജിന്നയെ അച്ഛൻ കണ്ടിട്ടുണ്ടെന്നു പറയുന്നത് ഞാൻ വിശ്വസിക്കുന്നില്ല. ജിന്നയെ ഇത്തരത്തിൽ കാണാൻ തരമില്ല എന്നുതന്നെ ഞാൻ വിശ്വസിക്കുന്നു. ധനികനും പരിഷ്കാരിയും ആധുനികബോധമുള്ളവനുമായിരുന്നു, ജിന്ന. ഗാന്ധിജിയെ ജിന്ന വിഷമിപ്പിച്ചു എന്ന് അച്ഛൻ ഉറച്ചു വിശ്വസിച്ചിരുന്നു. അച്ഛന് ജിന്നയോടുള്ള വെറുപ്പിന്റെ കാരണവും അതായിരുന്നു. ആ വെറുപ്പാണ് ജിന്നയെ ഇകഴ്ത്തിപ്പറയാൻ അച്ഛനെ പ്രേരിപ്പിച്ചിരിക്കുക.

ജ്ഞാനിയായിരുന്നു അച്ഛൻ. സ്കൂളിൽ പോകാതെ വിദ്യ നേടിയ വ്യക്തി. ജീവിതാവസാനം വരെ എന്തെങ്കിലുമൊക്കെ അദ്ദേഹം പഠിച്ചുകൊണ്ടിരുന്നു. പഠിച്ചതൊക്കെ ഉപയോഗിക്കാനും പ്രയോഗിക്കാനും അദ്ദേഹം ശ്രമിച്ചിരുന്നു.

എനിക്ക് ഓർമ്മ വയ്ക്കുന്ന കാലത്ത് അച്ഛൻ അധികാരിയായി ജോലി ചെയ്യുകയായിരുന്നു. ഇതിന്റെ ഭാഗമായി അദ്ദേഹത്തിന് ഏറെ യാത്ര ചെയ്യണമായിരുന്നു. എന്റെ ഉള്ളിൽ തങ്ങിനില്ക്കുന്ന അച്ഛന്റെ ചിത്രമുണ്ട്. റൂളർ ഉരുട്ടിയുരുട്ടി വെള്ളക്കടലാസിൽ വരയിട്ടിരിക്കുന്ന അച്ഛന്റെ രൂപം. റൂളർ അധികാരത്തിന്റെ ചിഹ്നമായിരുന്നു. ‘എവിടെ ആ റൂൾ വടി, കൊണ്ടു വാ.’ അതൊരു കല്പനയായിരുന്നു. അതുകേട്ടാൽ ഓടിപ്പോയി അത് കൊണ്ടുകൊടുക്കേണ്ടത് ഞങ്ങളുടെ ജോലിയായിരു

ന്നു. അത്ര കണിശക്കാരനായിരുന്നു അച്ഛൻ. എത്ര കണിശക്കാരനായിരുന്നോ, അത്രയും ലോലഹൃദയനുമായിരുന്നു അദ്ദേഹം. ഒരിക്കൽ ഗോവിന്ദ ഹാടു പാടുമ്പോൾ അച്ഛന്റെ കണ്ണുകൾ നിറഞ്ഞൊഴുകുന്നത് കണ്ടു. എന്റെ ഓർമ്മയിൽ തങ്ങിനില്ക്കുന്നു ഇന്നും ആ രംഗം.

വളരെ ബുദ്ധിമാനായിരുന്നു, അച്ഛൻ. പല്ല് കുറച്ച് പൊന്തി നിന്നിരുന്നെങ്കിലും, സുന്ദരനായിരുന്നു അദ്ദേഹം. അദ്ദേഹത്തെ ഗ്രസിച്ച രണ്ടു കാര്യങ്ങളുണ്ടായിരുന്നു. ഒന്ന്; ചീട്ടുകളി. മറ്റൊന്ന്, രാത്രിയിൽ ആകാശം നോക്കി കിടക്കുന്നത്. നക്ഷത്രങ്ങളെ നിരീക്ഷിക്കുന്നതാണ്. അങ്ങനെ, മാനം നോക്കിക്കിടന്ന്, നക്ഷത്രങ്ങളെ നിരീക്ഷിച്ച് നക്ഷത്രനിലകൾ അദ്ദേഹം പഠിച്ചെടുത്തു. നക്ഷത്രനിലകളെക്കുറിച്ച് മറ്റുള്ളവർക്ക് പറഞ്ഞുകൊടുക്കാവുന്നത്ര അറിവ് അച്ഛനുണ്ടായിരുന്നു. ജ്യോതിഷവും അച്ഛന് അറിയാമായിരുന്നു. ഭാവി ഗണിക്കാൻ മാത്രമല്ല, പഞ്ചാംഗം തയ്യാറാക്കാനും അദ്ദേഹത്തിനറിയാമായിരുന്നു. അദ്ദേഹത്തിന്റെ സുഹൃത്തുക്കളുമായി താരതമ്യം ചെയ്യുമ്പോൾ, ഉല്പതിഷ്ണുത്വമുള്ള ശാസ്ത്രബോധം അദ്ദേഹത്തിനുണ്ടായിരുന്നു. ഒരു ഗ്രഹണദിവസം അച്ഛനെന്നോട് പറഞ്ഞത് ഇന്നും ഞാനോർക്കുന്നുണ്ട്. "നോക്കനന്തൂ... നമ്മുടെ പഞ്ചാംഗമനുസരിച്ച് ഗ്രഹണം ഇന്നാണ്. എന്നാൽ പുതിയ ഫ്രഞ്ച് പുസ്തകങ്ങളിൽ, കണ്ടതനുസരിച്ച് ഗ്രഹണം ഇന്നല്ല; നാളെയാണ്. ആ പുസ്തകങ്ങളിലെ വിശദീകരണങ്ങളാണ് ശാസ്ത്രീയതയുള്ളത്. അതിനാൽ ശാസ്ത്രീയമായി ഗ്രഹണം നാളെ. ആചാരത്തിന് ഇന്ന്." ആചാരങ്ങളെയും ശാസ്ത്രത്തെയും ബന്ധിപ്പിക്കാനും വ്യവച്ഛേദിക്കാനും അച്ഛന് ശേഷിയുണ്ടായിരുന്നു.

പ്രപഞ്ചഗോളങ്ങളുടെ ചലനങ്ങൾ പ്രതിപാദിക്കുന്ന ഗ്രന്ഥങ്ങൾ ഫ്രാൻസിൽനിന്നും അച്ഛൻ വരുത്തുമായിരുന്നു. അവയിൽനിന്നു നേടുന്ന ജ്ഞാനത്തെ അദ്ദേഹം പഞ്ചാംഗങ്ങളുമായി ബന്ധപ്പെടുത്തി നിരീക്ഷണങ്ങൾ നടത്തുമായിരുന്നു. അങ്ങനെയാണദ്ദേഹം ഗ്രഹണസമയം കൃത്യമായി ഗണിച്ചിരുന്നത്. തന്റെ നിരീക്ഷണങ്ങൾ മറ്റുള്ളവരോട് പറയാനും അദ്ദേഹം മടിച്ചിരുന്നില്ല. മറ്റുള്ള ബ്രാഹ്മണരോട് അദ്ദേഹം പറയുമായിരുന്നു; "ധർമ്മാചാരങ്ങൾക്ക് നിങ്ങളുടെ പഞ്ചാംഗം തന്നെ ഉപയോഗിക്കൂ. ശരിയായ നക്ഷത്രനിലകളും സമയക്രമങ്ങളും അറിയണമെങ്കിൽ ആധുനികപഞ്ചാംഗം നോക്കൂ."

കാലാനുസൃതമായി മാറ്റങ്ങളെ ഉൾക്കൊള്ളുന്നതിൽ നമ്മുടെ ജ്യോതിശ്ശാസ്ത്രം പരാജയപ്പെട്ടിട്ടുണ്ടെന്ന് അച്ഛൻ മനസ്സിലാക്കിയിരുന്നു. അച്ഛനെപ്പോലെ ആധുനിക ശാസ്ത്രത്തിന്റെ ബലത്തിൽ പഞ്ചാംഗത്തിൽ മാറ്റങ്ങൾ വരുത്തിയ മറ്റൊരാളെക്കുറിച്ച് ഞാൻ കേട്ടിരുന്നു. ഗോകർണ്ണത്തുകാരനായ ബ്രാഹ്മണൻ. നിലവിലുള്ള പഞ്ചാംഗ സമ്പ്രദായത്തെ വിമർശിക്കുകയും അതിലെ തെറ്റുകൾ ചൂണ്ടിക്കാണിക്കുകയും ചെയ്തു, അദ്ദേഹം. ആധുനിക ശാസ്ത്രബോധത്തിന്റെ അടിസ്ഥാനത്തിൽ കാലഗണന നടത്തി അദ്ദേഹം പഞ്ചാംഗം ഉടച്ചുവാർത്തു. പാരമ്പര്യങ്ങളെ ചോദ്യം ചെയ്ത കുറ്റത്തിന് അദ്ദേഹം മഠത്തിൽനിന്നും പുറത്താക്കപ്പെട്ടു.

ഗോകർണ്ണത്തുവെച്ച് ഞാനദ്ദേഹത്തെ കണ്ടിട്ടുണ്ട്. അച്ഛന്റെ ശ്രാദ്ധവേളയിലായിരുന്നു, അത്. ആദരണീയനായ ഗൗരീശങ്കര കായ്ക്കിണിയാണ് അദ്ദേഹത്തെ പരിചയപ്പെടുത്തിത്തന്നത്.

ആധുനിക മനുഷ്യനായിരുന്നു, എന്റെ അച്ഛൻ. അദ്ദേഹത്തിന്റെ ക്ഷൗരമാണ് അതിന്റെ തെളിവ്. ഒരിക്കലും മറ്റുള്ളവരെക്കൊണ്ട് അദ്ദേഹം ക്ഷൗരം ചെയ്യിക്കുമായിരുന്നില്ല. അദ്ദേഹം സ്വയം ക്ഷൗരം ചെയ്തിരുന്ന വ്യക്തിയാണ്. ക്ഷൗരം ചെയ്യാൻ അദ്ദേഹത്തിന്റെ കൈവശം ഒരുപകരണം ഉണ്ടായിരുന്നു. അതൊരു ബെൽറ്റായിരുന്നു. ബെൽറ്റിന്റെ ഒരറ്റത്തുള്ള വളയം കാലിന്റെ പെരുവിരലിൽ ഇടും. തുടർന്ന് റേസർ ബെൽറ്റിന്റെ അകത്തേക്കിടും. ബെൽറ്റിന്റെ മറുഭാഗം ഇടതുകൈ കൊണ്ട് പിടിച്ച് റേസർ മുകളിലേക്കും താഴേക്കും ചലിപ്പിക്കും. ടപ്, ടപ് എന്ന ശബ്ദമുയരും, അപ്പോൾ. ബ്ളെയിഡിന്റെ മൂർച്ച കൂട്ടാനാണിത്.

അച്ഛൻ ക്ഷൗരം ചെയ്യാൻ തുടങ്ങുമ്പോൾ ഞങ്ങൾ ചുറ്റും കൂടുമായിരുന്നു. നാട്ടുകാർക്കും ഇതൊരു കൗതുകമായിരുന്നു. അവരും കാഴ്ചയ്ക്കായി ചുറ്റും നില്ക്കും.

റേസർ മൂർച്ച കൂട്ടിക്കഴിഞ്ഞാൽ അച്ഛൻ മുഖം മുഴുവൻ സോപ്പ് പതപ്പിക്കും. പിന്നെ കണ്ണാടി ഒരു കൈയിൽ പിടിച്ച് ക്ഷൗരം ചെയ്യും. അക്കാലത്ത് വീട്ടിൽ ആ ഒരു കണ്ണാടി മാത്രമെ ഉണ്ടായിരുന്നുള്ളൂ. അക്കാലത്ത് എല്ലാ വീടുകളിലും അങ്ങനെയായിരുന്നു. ചില വീടുകളിൽ മാത്രം ചുവരിലൊട്ടിച്ച ചെറു കണ്ണാടികൾ കാണുമായിരുന്നു. ഊണുകഴിഞ്ഞ് അക്ഷത തൊടാൻ സൗകര്യമാകുന്ന തരത്തിലാണ് കണ്ണാടി വെച്ചിരുന്നത്. വീട്ടിലെ സ്ത്രീകൾ കുങ്കുമം തൊടാനും ഇവ ഉപയോഗിച്ചിരുന്നു.

എന്നിൽ ഏറെ കൗതുകമുണർത്തിയ കാര്യമായിരുന്നു അച്ഛന്റെ ക്ഷൗരം. അദ്ദേഹമിത് എവിടെനിന്ന് പഠിച്ചു എന്ന് ഞാനെപ്പോഴും ആലോചിച്ചിട്ടുണ്ട്. ഡൽഹി, ബനാറസ് തുടങ്ങിയ സ്ഥലങ്ങളിലെ താമസത്തിനു ശേഷം റെയിൽവെയിൽ ജോലി ചെയ്യുന്ന കാലത്ത് ഈ കണ്ണാടി – റേസർ പ്രയോഗം പഠിച്ചെടുത്തുവത്രെ. അദ്ദേഹത്തിന്റെ കൈവശം ഒരു ക്യാമറയും ഉണ്ടായിരുന്നു. ഒരു ബോക്സ് ക്യാമറ. ഒരുതരത്തിൽ പറഞ്ഞാൽ, അച്ഛനാണ് ഞങ്ങളുടെ നാട്ടിൽ പരിഷ്കാരമെത്തിച്ചത്.

അച്ഛന്റെ ചീട്ടുകളിഭ്രമം പ്രസിദ്ധമായിരുന്നു. കളിഭ്രമത്തെക്കുറിച്ച് അച്ഛന്റെ മരണശേഷം അദ്ദേഹത്തിന്റെ ഒരു സുഹൃത്ത് ഒരു കഥ പറയുകയുണ്ടായി. ഗോണിബീട്ട് സുബ്രഹ്മണ്യ ക്ഷേത്രത്തിൽ മുത്തച്ഛൻ പൂജാരിയായിരുന്ന സമയം. അദ്ദേഹം പറഞ്ഞു: പുഴക്കരയിലാണ് ഗോണിബീട്ടിലെ സുബ്രഹ്മണ്യക്ഷേത്രം. പുഴക്കരയിൽ ഒരരയാൽ ഉണ്ട്. അതിന്റെ ചുവട്ടിലിരുന്നാണ് ചീട്ടുകളി. ഇരുപത്തെട്ട് കളി. റമ്മികളിയെപ്പോലെ ഭാഗ്യക്കളിയല്ല ഇരുപത്തെട്ട്. കളിയും കളിക്കുന്നവരെയും ശ്രദ്ധിച്ച്, അവരുടെ കൈയിൽ ഏതു ചീട്ടാണ് ഉള്ളതെന്ന് കണക്കുകൂട്ടി വേണം കൈയിലുള്ള ചീട്ടിറക്കാൻ. നിന്റെ അച്ഛൻ ചീട്ടുകളിയിൽ ലയിച്ചിരിക്കുമ്പോൾ ഒരു ആൺകുട്ടി ഓടിവന്നു. അവൻ പറഞ്ഞു, "മൂടിഗെറെ സാഹൂക്കാർ പൂജ കഴിപ്പിക്കാൻ വന്നിരിക്കുന്നു." അന്ന് നിന്റെ മുത്തച്ഛൻ പുറത്തെവി

ടെയോ പോയിരിക്കുകയായിരുന്നു. അതുകൊണ്ട് അച്ഛൻ തന്നെ പൂജ ചെയ്യാൻ പോകണമായിരുന്നു. നിന്റെ അച്ഛൻ ചീട്ടു നിലത്തിട്ടു. മുണ്ട് മടക്കിക്കുത്തി അമ്പലത്തിലേക്കോടി. കുളിക്കാതെ, അശുദ്ധിയോടെ അമ്പ ലത്തിൽ കയറി. പൂജ കഴിച്ചു. തിരിച്ചുവന്ന് കളിക്കാനിരുന്നു.

കഥയങ്ങനെ തുടർന്നു അദ്ദേഹം. കഥയവസാനിപ്പിച്ചത് ഇങ്ങനെ യാണ്; നിന്റെ മുത്തച്ഛൻ തിരിച്ചെത്തി. അമ്പലത്തിൽ ശ്രീകോവിലിൽ കയറിയപ്പോൾ കണ്ട കാഴ്ച! ശിവ! ശിവ! ഒരു പാമ്പ് പത്തിവിടർത്തി നില്ക്കുന്നു.

അച്ഛൻ അശുദ്ധിയിൽ പൂജ കഴിച്ചതാണ് പാമ്പ് ശ്രീകോവിലിൽ പ്രത്യക്ഷപ്പെടാൻ കാരണമായതെന്ന് അദ്ദേഹത്തിന്റെ സുഹൃത്ത് വിശ്വ സിച്ചിരുന്നു. എന്നാൽ അച്ഛൻ ഇത്തരത്തിൽ എന്തെങ്കിലും ഒരുകാലത്തും പറഞ്ഞിട്ടില്ല. എന്നാൽ, ഗോണിബീട്ടിലെ സുബ്രഹ്മണ്യക്ഷേത്രത്തിലെ മഹിമ പറയാൻ എല്ലാവരും ആവർത്തിച്ചിരുന്നത് ഈ കഥയാണ്.

അശുദ്ധിയിൽ അച്ഛൻ പൂജ കഴിച്ചതും അദ്ദേഹത്തിന്റെ ചീട്ടുകളി കമ്പത്തിന്റെ തീവ്രതയുമാണ് ഞാനീ കഥയിൽനിന്ന് മനസ്സിലാക്കിയത്. ചെറുപ്പം മുതൽ ഇത്തരം വിശ്വാസങ്ങളെക്കുറിച്ചു കേട്ടും ആചാരങ്ങൾ കണ്ടുമാണ് ഞാൻ വളർന്നത്.

അച്ഛന്റെ ചീട്ടുകളിയുമായി ബന്ധപ്പെടുത്തി മറ്റൊരു കഥ കൂടിയുണ്ട്. ഒരിക്കൽ അദ്ദേഹം വാൽറ്റർ സ്കോറ്റിന്റെ *ഐവാൻ ഹോ*യുടെ കടുത്ത ആരാധകനായിരുന്നു. അതദ്ദേഹം ആവർത്തിച്ചാവർത്തിച്ച് വായിച്ചിരുന്നു. മരണങ്ങളെക്കുറിച്ചുള്ള കഥകളായിരുന്നു ആ പുസ്തകം നിറയെ. മൃതി യുടെ കഥകൾ. അവ തലയ്ക്ക് പിടിച്ചിരുന്ന കാലത്താണ്, ചീട്ടുകളി ക്കിടെ അച്ഛന്റെ ഒരു ചങ്ങാതി കുഴഞ്ഞുവീണു മരിച്ചത്. ഇതദ്ദേഹത്തെ മാനസികമായി തളർത്തി. അദ്ദേഹം വിഷാദരോഗത്തിന് അടിപ്പെട്ടു. വിഷാ ദാവസ്ഥയിലേക്കു പോകുമ്പോഴൊക്കെ അമ്മ അച്ഛനെ കിണറ്റുകരയിൽ കൊണ്ടിരുത്തും. തലയിൽ വെള്ളം കോരിക്കോരിയൊഴിക്കും. അക്കാ ലത്ത് പീപ്പിൾസ് ബാങ്കിലാണ് അച്ഛൻ ജോലി ചെയ്തിരുന്നത്. രോഗാവ സ്ഥയിലായതിനാൽ കുറെക്കാലം അച്ഛന് ജോലിക്കു പോകാനായില്ല.

അമ്മ നേർന്ന നേർച്ചകളുടെ ശക്തിയോ, അച്ഛന്റെ തലയിൽ അമ്മ കോരിയൊഴിച്ച വെള്ളത്തിന്റെ ശക്തിയോ, അച്ഛന് അസുഖം ഭേദമായി.

ഞാൻ ഗണിതം പഠിക്കണം എന്ന് അച്ഛനെപ്പോഴും പറയും. എനിക്കു പക്ഷേ, സാഹിത്യത്തിലായിരുന്നു കമ്പം. ഒടുവിൽ സാഹിത്യം പഠിക്കാൻ അച്ഛൻ സമ്മതിച്ചു. ഒരൊറ്റ നിബന്ധന മാത്രമേ അദ്ദേഹത്തിനുണ്ടായി രുന്നുള്ളൂ. ഞാൻ വാൽറ്റർ സ്കോറ്റിന്റെ *ഐവാൻ ഹോ* ഒരിക്കലും വായി ക്കരുത്. ഞാനതു സമ്മതിച്ചു. ഇന്നുവരെ ഞാനാ പുസ്തകം വായിച്ചിട്ടില്ല.

നരേന്ദ്രമോദി ഭരിക്കുന്ന രാജ്യത്ത് ഞാൻ ജീവിച്ചിരിക്കുകയില്ല

യു ആർ അനന്തമൂർത്തി

ഗുജറാത്ത് മുഖ്യമന്ത്രി നരേന്ദ്രമോദി ഭരിക്കുന്ന ഒരു രാജ്യത്ത് ജീവിക്കാൻ താനാഗ്രഹിക്കുന്നില്ലെന്ന് ലോകപ്രസിദ്ധ ചിന്തകനും എഴുത്തുകാരനുമായ കന്നഡ സാഹിത്യകാരൻ ഡോ. യു ആർ അനന്തമൂർത്തി പറഞ്ഞു. എക്കാലവും ഏകാധിപത്യ പ്രവണതകൾക്കെതിരെ പോരാടിയ തന്നെപ്പോലെയൊരാൾക്ക് ഈ ലോകസഭാ തെരഞ്ഞെടുപ്പിന് ശേഷം മോദി അധികാരത്തിൽ വരുമെങ്കിൽ അത് സഹിക്കാനാകില്ലെന്ന് 81 വയസ്സായ, രോഗിയായ ഡോ. അനന്തമൂർത്തി പറഞ്ഞു. 1994 ൽ ജ്ഞാനപീഠം ലഭിച്ച അനന്തമൂർത്തി കർണ്ണാടകയിലെ സോഷ്യലിസ്റ്റ് പ്രസ്ഥാനത്തിന്റെ ഭാഗമായിരുന്നു. റാം മനോഹർ ലോഹ്യ, ജയപ്രകാശ് നാരായണൻ, എസ് ഗോപാലഗൗഡ എന്നിവരും സോഷ്യലിസ്റ്റ് പ്രസ്ഥാനത്തിന്റെ മറ്റനേകം ഉന്നതനേതാക്കളുമായി അടുത്ത ബന്ധമാണ് അനന്തമൂർത്തിക്കുണ്ടായിരുന്നത്. കഴിഞ്ഞ അമ്പത് വർഷമായി ആർ എസ് എസിന്റെയും ബി ജെ പി (ജനസംഘം)യുടേയും നിശിതവിമർശകനായിരുന്നു അദ്ദേഹം. ബംഗളൂരുവിലെ ആശുപത്രിയിൽവെച്ച് അദ്ദേഹം Ibnlive.comനോട് ഇപ്രകാരം പറഞ്ഞു:

> നരേന്ദ്രമോദി ഭരിക്കുന്ന ഒരു നാട്ടിൽ ഞാൻ ജീവിക്കുകയില്ല. യുവാവായിരിക്കെ ഞാൻ പ്രധാനമന്ത്രി നെഹ്റുവിനെ വിമർശിച്ചിട്ടുണ്ട്. പക്ഷേ, അദ്ദേഹത്തിന്റെ അനുയായികൾ ഒരിക്കലും ഞങ്ങളെ ആക്രമിച്ചിട്ടില്ല. അവർ ഞങ്ങളുടെ അഭിപ്രായങ്ങളെ ആദരിച്ചു. മോദിയുടെ അനുയായികൾ ഫാസിസ്റ്റുകളെപ്പോലെയാണ് പെരുമാറുന്നത്. ഹിറ്റ്ലറിന്റെ കാലത്തെ ജർമ്മനിയിലെ ഫാസിസ്റ്റുകളെപ്പോലെയാണവർ പെരുമാറുന്നത്. നെഹ്റു ഇരുന്ന് ഭരിച്ച കസാലയിൽ മോദി ഇരിക്കുന്നത് കാണാൻ എനിക്കാഗ്രഹമില്ല. ഞാൻ വൃദ്ധനായി,

> എനിക്ക് സുഖമില്ല. മോദി പ്രധാനമന്ത്രിയാവുന്നത് എനിക്ക് വലിയ ആഘാതമാവും. ഞാൻ പിന്നീടു ജീവിക്കുകയില്ല.

രഥയാത്രാഘട്ടത്തിൽ മൂർത്തി എൽ കെ അദ്വാനിയെ വിമർശിച്ചിരുന്നു. ബാബ്റിമസ്ജിദ് തകർത്തതിനുശേഷവും അദ്ദേഹം അദ്വാനിയെ വിമർശിച്ചു. എന്നാൽ മുഖ്യമന്ത്രിസ്ഥാനത്തിനുവേണ്ടി ബി എസ് യെദ്യൂരപ്പയെ അദ്ദേഹം പിന്താങ്ങി; യെദ്യൂരപ്പയെ ഗൗഡമാർ സംബന്ധിച്ചതിനാലും അയാൾക്ക് കാർഷികപശ്ചാത്തലമുള്ളതിനാലുമായിരുന്നു അത്.

കഴിഞ്ഞ അമ്പത് വർഷക്കാലയളവിലുണ്ടായ എല്ലാ പുരോഗമന പ്രസ്ഥാനങ്ങളുടേയും ഭാഗമായിരുന്നു അനന്തമൂർത്തി. അദ്ദേഹം കേന്ദ്ര സാഹിത്യ അക്കാദമി, നാഷണൽ ബുക്ക് ട്രസ്റ്റ്, FTII പൂന എന്നിവയുടെ പ്രസിഡന്റായിരുന്നു. ഡോ. മൂർത്തി കോട്ടയത്തെ മഹാത്മാഗാന്ധി സർവ്വകലാശാലയുടെ വൈസ്ചാൻസലറുമായിരുന്നു. ഇപ്പോഴദ്ദേഹം ഗുൽബർഗ്ഗയിലെ കേന്ദ്രസർവ്വകലാശാലയുടെ ചാൻസലർ ആണ്. ഈ വർഷമാദ്യം മാൻബുക്കർ സമ്മാനത്തിനുള്ള ഫൈനലിസ്റ്റായിരുന്നു, ഡോ. മൂർത്തി.

മൂന്നുപതിറ്റാണ്ടിലേറെക്കാലം അദ്ദേഹം മൈസൂർ സർവ്വകലാശാലയിൽ ഇംഗ്ലീഷ് പഠിപ്പിച്ചു. 1960 കളിൽ ഇംഗ്ലണ്ടിലെ ബർമിങ്ഹാം യൂണിവേഴ്സിറ്റിയിൽനിന്ന് അദ്ദേഹം പി എച്ച് ഡി നേടി. അദ്ദേഹത്തിന്റെ ആദ്യ നോവലായ *സംസ്കാര* 1960 കളിൽ വലിയ കോലാഹലമുണ്ടാക്കി. ബ്രാഹ്മണർ അനുഷ്ഠിക്കുന്ന വിട്ടുവീഴ്ചയില്ലാത്ത ജാതിവ്യവസ്ഥയെ അദ്ദേഹം ഈ നോവലിൽ ചോദ്യം ചെയ്യുന്നു.

അഭിമുഖം യു ആർ അനന്തമൂർത്തി/ചന്ദ്രൻ ഗൗഡ

'ഗാന്ധിയെയും അംബേദ്കറെയും ഒന്നിപ്പിച്ചത് ധാർമ്മികത'

(**ജ്ഞാ**നപീഠ അവാർഡ് ജേതാവായ കന്നഡ നോവലിസ്റ്റും വിദ്യാഭ്യാസ വിദഗ്ദ്ധനും ബുദ്ധിജീവിയുമായ ഉഡുപ്പി രാജഗോപാലാചാരി ഈ വർഷം ആദ്യം പ്രഖ്യാപിച്ചത് നരേന്ദ്രമോദി ഭരിക്കുന്ന ഇന്ത്യയിൽ താൻ ജീവിക്കില്ലെന്നാണ്. വലതുപക്ഷ ഹിന്ദുത്വ അനുയായികളിൽ നിന്ന് കടിച്ചുകീറുന്ന തരത്തിലുള്ള പ്രതികരണങ്ങളാണ് അതിനെ തുടർന്നുണ്ടായത്. 2014 ആഗസ്റ്റ് 22 ന് മോദി ഗവൺമെന്റ് 100 ദിവസം പൂർത്തിയാക്കുന്നതിനു മുൻപ് യു ആർ അനന്തമൂർത്തി അന്തരിച്ചു. ജൂൺ–ജൂലൈ മാസങ്ങളിലായി ദൂരദർശൻ സംപ്രേക്ഷണം ചെയ്ത 8 ഭാഗങ്ങളുള്ള ഒരു പരമ്പരയ്ക്കായി അസിം പ്രേംജി യൂണിവേഴ്സിറ്റിയിലെ ചന്ദൻ ഗൗഡ ആ മഹാസാഹിത്യനായകനുമായി അഭിമുഖ സംഭാഷണം നടത്തി. ഒരു പക്ഷേ, ഇതായിരിക്കും അനന്തമൂർത്തിയുടെ ഒടുവിലത്തെ പ്രധാന അഭിമുഖം. പ്രസക്ത ഭാഗങ്ങൾ)

? ഗാന്ധിയൻ പൈതൃകത്തിന്റെ ഏതു ഭാഗമാണ് താങ്കളെ സംബന്ധിച്ചിടത്തോളം പ്രാധാന്യമുള്ളത്?

ആധുനികലോകവ്യവസ്ഥയെ സംബന്ധിച്ച അദ്ദേഹത്തിന്റെ ആശങ്ക തന്നെ ഒന്ന്. ആധുനിക ലോകവ്യവസ്ഥ വളരെയേറെ അത്യാർത്തിയുള്ളതായതിനാൽ അത് ഈ ഭൂമിയെ നശിപ്പിക്കും, ആകാശത്തെ നശിപ്പിക്കും, പ്രകൃതിയും മനുഷ്യനും തമ്മിലുള്ള സന്തുലിതാവസ്ഥയെ തകർക്കും. ഗാന്ധിയുടെ തിരസ്കരണം ചിലപ്പോൾ അങ്ങേയറ്റം തീവ്ര

മായിരിക്കാം. എന്നാൽ തീവ്രനിലപാടുകൾക്ക് സ്വർഗ്ഗവാതിൽ തുറക്കാൻ കഴിയും; അതാണ് അവർ പറഞ്ഞത്. അതിനാൽ ഗാന്ധി ചില അവസരങ്ങളിൽ അതിനു യുക്തി കലർത്തിയിരുന്നു. എന്നാൽ മുഖ്യമായും നിങ്ങൾക്ക് അതറിയാവുന്നതാണ്. അദ്ദേഹം എപ്പോഴും ട്രെയിൻ ഉപയോഗിക്കാറുണ്ടായിരുന്നു. എന്നാൽ അദ്ദേഹം പറഞ്ഞത് ട്രെയിൻ ഇല്ലാതെ തന്നെ നമുക്ക് ജീവിക്കാൻ കഴിയും എന്നാണ്. അദ്ദേഹം ശരിയായി തന്നെ കേന്ദ്രീകരണത്തെ ഭയപ്പെട്ടു. പ്രകൃതിയോടും ഗാന്ധി സൗഹൃദത്തിലായിരുന്നു. വിലപ്പെട്ട ഒട്ടനവധി ഗാന്ധിയൻ ആശയങ്ങളുണ്ട്. ഗാന്ധിയിൽ നിന്നാണ് ചെറുതാണ് സുനന്ദരമായത് എന്ന ആശയം തന്നെ വന്നത്. രാജ്യത്തെയാകെ ഭരിക്കുന്നതിന് ഇത്തരം ആശയങ്ങൾ വേണമെന്ന് അദ്ദേഹം ആഗ്രഹിച്ചു. കൂറ്റൻ കെട്ടിടങ്ങളെ അദ്ദേഹം ഇഷ്ടപ്പെട്ടിരുന്നില്ല.

നെഹ്റുവിന്റെ പൈതൃകത്തെ താങ്കൾ എങ്ങനെയാണ് വീക്ഷിക്കുന്നത്?

പ്രാഥമിക വിദ്യാഭ്യാസം ദേശസാൽക്കരിക്കപ്പെടണമെന്ന് എനിക്കിപ്പോഴും പറയാനാകും; ആരോഗ്യസംവിധാനവും ദേശസാൽക്കരിക്കപ്പെടേണ്ടതാണ്. ഈ ആശയങ്ങൾ എനിക്ക് എവിടെ നിന്നാണ് ലഭിച്ചത്? നെഹ്റുവിൽ നിന്നാണ് എനിക്കവ ലഭിച്ചത്; പിന്നീട് ഇന്ദിരാഗാന്ധിയിൽ നിന്നും നെഹ്റുവിയൻ പാരമ്പര്യത്തിൽ നിന്ന് തികച്ചും പ്രബുദ്ധമായ ചില കാര്യങ്ങൾ നിങ്ങൾക്ക് ലഭിക്കും.

20-ാം നൂറ്റാണ്ടിലെ ഇന്ത്യയുടെ രാഷ്ട്രീയത്തെ സംബന്ധിച്ചിടത്തോളം അംബേദ്ക്കർ അർത്ഥമാക്കുന്നത് എന്താണ്?

ദളിതരുടെ ആത്മാഭിമാനം വീണ്ടെടുക്കുന്നതിന് അവരെ സഹായിക്കാൻ അംബേദ്ക്കർക്ക് കഴിയുന്നതുപോലെ മറ്റാർക്കും കഴിയില്ലെന്ന് ഞാൻ കരുതുന്നു. അവരുടെ ആത്മാഭിമാനം വീണ്ടെടുക്കാൻ ഗാന്ധി അവരെ സജ്ജരാക്കി. എന്നാൽ അവർക്കത് ലഭിച്ചപ്പോൾ അവർ യഥാർത്ഥത്തിൽ ഉള്ളതിനെക്കാൾ കൂടുതൽ മയപ്പെട്ടു എന്നത് താങ്കൾക്കറിയാമല്ലോ. എന്നാൽ അംബേദ്ക്കർ അവരെ അവരായി നേടിയെടുക്കുകയും ചെയ്തു. അംബേദ്ക്കർ ഒരു സോഷ്യലിസ്റ്റായിരുന്നു; നീതിബോധമുള്ള മനസ്സുമായിരുന്നു അദ്ദേഹത്തിന്റേത്. അദ്ദേഹം ബുദ്ധമതാനുയായി മാറിയത് എന്നെ സംബന്ധിച്ചിടത്തോളം വളരെയേറെ പ്രാധാന്യമുള്ള സംഗതിയാണ്. അത് കേവലം ഒരു രാഷ്ട്രീയ നടപടിയല്ല. അത് സ്വയം ശുദ്ധീകരണത്തിന്റേതായ ഗഹനമായ ഒരു നടപടിയാണ്. അങ്ങനെ രണ്ട് വ്യത്യസ്ത ദിശകളിലൂടെ തുടങ്ങിയ ഗാന്ധിയും അംബേദ്ക്കറും ഒരൊറ്റ പോയിന്റിൽ സംഗമിച്ചു. ധാർമ്മികമായി പരിപുഷ്ടമാക്കപ്പെട്ട കാഴ്ചപ്പാട് വേണ്ടതാണ് ആ പോയിന്റ്.

ഒരു എഴുത്തുകാരനും ചിന്തകനും എന്ന നിലയിൽ താങ്കളെ സംബന്ധി ച്ചിടത്തോളം ലോഹ്യയ്ക്ക് വലിയ പ്രാധാന്യമുള്ളത്. ലോഹ്യയുടെ പാര മ്പര്യവിമർശനത്തെ താങ്കൾ എങ്ങനെയാണ് വിലയിരുത്തുന്നത്?

ലോഹ്യയിൽ നിന്ന് ഞാൻ ഒട്ടേറെ കാര്യങ്ങൾ പഠിച്ചിട്ടുണ്ട്. ഞാൻ സദാ വിശേഷിപ്പിക്കപ്പെട്ടിരുന്ന ക്രിട്ടിക്കൽ ഇൻസൈഡർ ആയി മാറുന്ന തിനാണത്. മഹാനായൊരു ക്രിട്ടിക്കൽ ഇൻസൈഡർ ആയിരുന്നു. ലോഹ്യ. ഇന്ത്യയുടെ ധാർമ്മിക പാരമ്പര്യത്തിൽ നിന്നും അദ്ദേഹം വളരെ യേറെ കാര്യങ്ങൾ ഉൾക്കൊണ്ടിട്ടുണ്ട്. രാഷ്ട്രീയത്തിനിടയിലെ ഇടവേള എന്ന പേരിൽ ലോഹ്യ മഹത്തായ ഒരു ഗ്രന്ഥം രചിച്ചിട്ടുണ്ട്. അതിൽ വാല്മീകിയെ കുറിച്ചും വ്യാസനെക്കുറിച്ചും രാമനെക്കുറിച്ചും കൃഷ്ണ നെക്കുറിച്ചും ശിവനെക്കുറിച്ചുമുള്ള ലേഖനങ്ങളുണ്ട്. അവയെല്ലാം മഹ ത്തായവയാണ്. മറ്റൊരു പ്രധാന പ്രബന്ധമാണ് യോഗയിലെ പാഠങ്ങൾ. അദ്ദേഹം പാരമ്പര്യത്തിൽ ആഴ്ന്നിറങ്ങിയിട്ടുണ്ടെന്ന് വ്യക്തമാക്കുന്ന താണ് ആ കൃതി. തന്റെ ശങ്കരാചാര്യയെയും അദ്ദേഹം അറിഞ്ഞു. എന്നാൽ ബ്രാഹ്മണിക്കൽ ഘടകങ്ങളെക്കുറിച്ച അദ്ദേഹം തീർത്തും സംശയാലുവായിരുന്നു. ഇന്ത്യൻ നാഗരികതയുടെ ഉരിത്തിരിയലോടുകൂടി ബ്രാഹ്ണമിക്കൽ ഘടകം കൂടുതൽ കൂടുതൽ പ്രാധാന്യമുള്ളതായി അതുമാറി. ബ്രാഹ്മണശൈലിയിൽ പെരുമാറുന്ന ശൂദ്രരെക്കുറിച്ചും അദ്ദേഹം സംശയം പ്രകടിപ്പിച്ചിരുന്നു. വിജ്ഞാനത്തിന്റെ ഭാഷ എന്ന നിലയിൽ ഇംഗ്ലീഷിനോടുള്ള അദ്ദേഹത്തിന്റെ എതിർപ്പും എന്നെ സംബ ന്ധിച്ചിടത്തോളം പ്രധാനപ്പെട്ട ഒന്നായിരുന്നു.

നെഹ്റു ചെയ്തതിനെക്കാൾ കൂടുതൽ രാഷ്ട്രീയ നേതാക്കളെ ഉല്പാ ദിപ്പിക്കാൻ ലോഹ്യയ്ക്ക് കഴിഞ്ഞിരുന്നു. നെഹ്റു തന്റെ പാർട്ടിയിൽ നിന്ന് സുഹൃത്തുക്കളെ പാരമ്പര്യമായി നേടിത. എന്നാൽ ലോഹ്യ ഒരു പുതിയ നേതൃത്വത്തെതന്നെ സൃഷ്ടിച്ചു. ഉത്തരപ്രദേശിലും ബിഹാറിലും നിങ്ങൾക്ക് അതു കാണാം. ഉദാഹരണത്തിന് മുലായം സിങ് യാദവും ലാലു പ്രസാദ് യാദവും ലോഹ്യ പ്രസ്ഥാനത്തിന്റെ ഉല്പന്നങ്ങളാണ്. കർണ്ണാടകത്തിലും മികച്ച നിരവധി സോഷ്യലിസ്റ്റ് നേതാക്കളെ കാണാൻ കഴിഞ്ഞിട്ടുണ്ട്. ദുർഭാഗ്യവശാൽ സോഷ്യലിസ്റ്റ് നേതൃത്വം ചില സ്ഥല ങ്ങളിൽ ജനപ്രിയരായി (Populist) മാറി. ഈ പ്രവണതകളെ കുറിച്ച് ലോഹ്യക്കു തന്നെ ആശങ്ക ഉണ്ടായിരുന്നു. കുറച്ച് അരാജകത്വം ഉണ്ടാ കണമെന്ന് അദ്ദേഹം ആഗ്രഹിച്ചിരുന്നു. അങ്ങനെ ആയാൽ ഇന്ത്യ ബദ ലുകളെക്കുറിച്ച് ചിന്തിക്കുമെന്നും അദ്ദേഹം കരുതി.

ഹിന്ദുമതവുമായുള്ള താങ്കളുടെ ബന്ധത്തെ താങ്കൾ എങ്ങനെയാണ് മന സ്സിലാക്കുന്നത്?

ഞാനൊരു ഹിന്ദുവാണ്. എന്നാൽ അതു പറയുന്നതു തന്നെ അസം ബന്ധമാണ്. ഒരു ഹിന്ദുവിനെപ്പോലെ മറ്റൊന്നും ഇല്ലെന്നാണ് ഞാൻ

അർത്ഥമാക്കുന്നത്. കൃത്യമായും പറയേണ്ടത് ഞാനൊരു ബ്രാഹ്മണൻ ആണെന്നാണ്. എന്നാൽ ഇതു രണ്ടും എന്നെ കൃത്യമായി അടയാളപ്പെടുത്തുന്നില്ല. കാരണം ബ്രാഹ്മണമതത്തിന്റെ ആചാരപരമായ ഭാഗം ഞാൻ ഉപേക്ഷിച്ചു കഴിഞ്ഞിരുന്നു. വിശാലമായ അർത്ഥത്തിൽ ഞാനൊരു ഹിന്ദുവാണെന്ന് പറയാം. ഗംഗ വിശുദ്ധ നദിയാണെന്നും രാമായണവും മഹാഭാരതവും രണ്ടു മഹാകാവ്യങ്ങളാണെന്നും ഉപനിഷത്തുകളിൽ അഗാധമായ ആത്മീയമായ ഉൾക്കാഴ്ച ഉണ്ടെന്നും നാമെല്ലാം വിശ്വസിക്കുന്നുവെന്ന അർത്ഥത്തിൽ ഇതെല്ലാം ഞാൻ വിശ്വസിക്കുന്നു. എന്റെ പൂർവ്വികർ വിശ്വസിച്ചത് ഞാനും വിശ്വസിക്കുന്നു; അതായത്, ഒരു ദൈവമല്ല, ഒരാൾക്ക് ഒട്ടേറെ ദൈവങ്ങളെ സങ്കല്പിക്കാനാകും, അവയെ വ്യത്യസ്ത രീതികളിൽ വിശദീകരിക്കാനുമാകും... ഹിന്ദുമതം പൗരോഹിത്യ ശ്രേണിയെ അടിസ്ഥാനപ്പെടുത്തിയതായതിനാൽ ക്ലേശകരവുമാണ്.

ഇന്ത്യൻ രാഷ്ട്രീയത്തിൽ അജ്ഞേയമായത് എന്ന നിലയിൽ എന്തെങ്കിലും താങ്കളുടെ ഉള്ളിൽ തട്ടിയിട്ടുണ്ടോ?

വാസ്തവത്തിൽ നിങ്ങൾ ഒരു പരിവ്രാജകനാണെങ്കിൽ നിങ്ങൾ ലോകത്തിലെ സർവ്വതും ഉപേക്ഷിച്ചു കഴിഞ്ഞെങ്കിൽ നിങ്ങൾക്ക് ഭാഷ മതം, ജാതി എന്നിവയ്ക്ക് അപ്പുറത്തേക്ക് പോകാൻ കഴിയും; രാജ്യത്തിനോടാകെ അഭ്യർത്ഥിക്കാനാകും. ഗാന്ധി ഉയർന്നു വന്നപ്പോൾ അതൊരു അജ്ഞേയമായ സംഗതിയായിരുന്നുവെന്ന് നമുക്കറിയാം; കാരണം അദ്ദേഹം ഒരു ബംഗാളിയോ മഹാരാഷ്ട്രക്കാരനോ ആയിരുന്നില്ല. അതേവരെ മഹാന്മാരായ എല്ലാ നേതാക്കളും ബംഗാളിൽ നിന്നോ മഹാരാഷ്ട്രത്തിൽ നിന്നോ ഉള്ളവരായിരുന്നു.

ഇന്നത്തെ ഇന്ത്യയിൽ സ്വരാജിനെക്കുറിച്ചുള്ള ചിന്ത വേണമെന്നതിനെക്കുറിച്ച് താങ്കൾ എങ്ങനെ മനസ്സിലാക്കുന്നു?

അവർ സ്വദേശി എന്നു വിളിക്കുന്നതിനോട് എനിക്ക് വലിയ വൈകാരികമായ അടുപ്പമൊന്നുമില്ല; കാരണം ശുദ്ധസ്വദേശിയെ തെരഞ്ഞാൽ അങ്ങനെയൊരാളെ നിങ്ങൾക്കെവിടെയും കാണാനാവില്ല. അത് സംസ്കൃതത്തെ ആധാരമാക്കിയുള്ളതാണ്; പേർഷ്യനുമായി കലർത്തപ്പെട്ടതാണ്; പല കാലങ്ങളിലെ പല ഭരണാധികാരികളുമായി ബന്ധപ്പെട്ടതാണ്. നമ്മുടെ പഴങ്കഥകളിലും പുരാണങ്ങളിലും പോലും കലർപ്പറ്റ ഒന്നില്ല. ആയതിനാൽ, ഞാൻ പ്രധാനമായും പമ്പയുടെ (10–ാം നൂറ്റാണ്ടിലെ കന്നഡ കവി) അനുയായിയാണെന്നു പറയുന്നതാവും ശരി; അദ്ദേഹം ദേശത്തെ മാർഗ്ഗവുമായി കൂട്ടിക്കലർത്തിയിരുന്നു.

എന്റെ രചനകളെല്ലാം തന്നെ ദേശത്തിന്റെയും മാർഗ്ഗത്തിന്റെയും ഒരു ചേരുവയാണ്. ദേശത്തെക്കാൾ എന്നിൽ മുന്തി നില്ക്കുന്നത് മാർഗ്ഗ

മായിരിക്കും. എന്നാൽ ആശയങ്ങളിൽ സ്വരാജിനെപോലെ ചിലത് ഉണ്ട്. നാം പാശ്ചാത്യരുടെ രണ്ടാംകിട അനുകരണക്കാരാണെന്നാണ് എനിക്ക് തോന്നുന്നത്. കഴിഞ്ഞ് രണ്ട് നൂറ്റാണ്ടിനിടയിൽ ഗാന്ധിയിലല്ലാതെ മൗലിക സ്വഭാവമുള്ള ഒരു സിദ്ധാന്തവും ഉണ്ടായിട്ടില്ല. അദ്ദേഹം മാത്രമാണ് മൗലികചിന്തകൻ; റയിൽവെ ഇല്ലാത്ത സാങ്കേതിക വിദ്യ ഇല്ലാത്ത, ബ്രിട്ടൻ ഇന്ത്യയിലേക്ക് കൊണ്ടുവന്നതൊന്നും ഇല്ലാത്ത ഒരു ലോകത്തെക്കുറിച്ച് ചിന്തിക്കാനുള്ള ധൈര്യം അദ്ദേഹത്തിനുണ്ടായിരുന്നു. ഇവയൊന്നും ഇല്ലാത്ത ഒരു ലോകത്തെക്കുറിച്ച് നമുക്ക് സങ്കല്പിക്കാനാകും; അങ്ങനെ അദ്ദേഹത്തെ സംബന്ധിച്ചിടത്തോളം ചിലതരത്തിൽപ്പെട്ട സ്വദേശി ചിന്ത സാദ്ധ്യമായിരുന്നു. അതായത് പാശ്ചാത്യരുടെ സഹായമില്ലാതെ നമുക്ക് അതിജീവിക്കാനാകുമെന്ന ചിന്ത. പാശ്ചാത്യചിന്തകരെ വലുതായി ആശ്രയിക്കാതെ നമുക്ക് ധൈഷണികരാകാനുമാകും.

ഇന്ത്യയെക്കുറിച്ച് ഇംഗ്ലീഷിൽ എഴുതാൻ തീരുമാനിക്കുന്നവർ നേരിടുന്ന വെല്ലുവിളികൾ എന്തെല്ലാമാണ്?

ഇംഗ്ലീഷിൽ എഴുതുന്ന ആരായാലും അവർക്ക് ഏതെങ്കിലും ഒരു ഇന്ത്യൻ ഭാഷയിലെങ്കിലും അഗാധമായ അറിവുണ്ടായിരിക്കണം. എല്ലാ മാധ്യമപ്രവർത്തകർക്കും ഇതു ബാധകമാണെന്നാണ് എന്റെ അഭിപ്രായം. നിങ്ങൾക്ക് കന്നഡ അറിയില്ലെങ്കിൽ കർണ്ണാടകത്തിൽ ഇംഗ്ലീഷ് മാധ്യമപ്രവർത്തകരാകാൻ കഴിയില്ല. അതേപോലെ തന്നെയാണ് നരവംശശാസ്ത്രപരവും സാമൂഹ്യശാസ്ത്രപരവും മറ്റുമെല്ലാമായ രചനകളുടെ കാര്യവും. ആളുകൾ എങ്ങനെയാണ് ചിന്തിക്കുന്നതെന്നും ആളുകൾ എങ്ങനെയാണ് കരുതുന്നതെന്നും അറിയേണ്ടത് ആവശ്യമാണെന്ന് ഞാൻ കരുതുന്നു. അവയെല്ലാം ഗ്രഹിക്കാൻ നിങ്ങൾക്ക് പ്രാപ്തിയുണ്ടാകണം. ജനങ്ങളുടെ ഭാഷ അറിയാമെങ്കിൽ മാത്രമേ നിങ്ങൾക്ക് കാര്യങ്ങൾ നൈസർഗ്ഗികമായി ഗ്രഹിക്കാൻ കഴിയൂ.

ആളുകൾ താങ്കളെ ഇഷ്ടപ്പെടണമെന്ന് താങ്കൾക്ക് വലിയ താല്പര്യമുണ്ടോ?

മറ്റുള്ളവർ എന്നെ ഇഷ്ടപ്പെടുന്നതിനെ ഞാൻ ആസ്വദിക്കാറുണ്ട്. ഞാൻ രോഗബാധിതനാണെങ്കിലും, എന്റെ കൃതികളിൽ വായിക്കുകയും ഞാൻ എഴുതിയത് ഓർമ്മിക്കുകയും എനിക്ക് കത്തെഴുതുകയും ചെയ്യുന്ന ആളുകളിൽ നിന്ന് ലഭിക്കുന്ന സ്നേഹവും വാത്സല്യവും കാരണം ഞാനെന്റെ രോഗത്തെ പോലും മറക്കുന്നു.

താങ്കൾ എങ്ങനെ ഓർമ്മിക്കപ്പെടാനാണ് ആഗ്രഹിക്കുന്നതെന്ന് പറയാനാകുമോ?

ഒരു കന്നഡ എഴുത്തുകാരനെന്ന നിലയിൽ എന്റെ കൃതികളിലൂടെ കന്നഡ ഭാഷയ്ക്ക് ഞാൻ നല്കിയ സംഭാവനകളുടെ പേരിൽ... എന്നിൽ നിന്ന് എന്തെങ്കിലും ലഭിക്കാൻ സാദ്ധ്യതയുള്ള നിരവധി യുവഎഴുത്തുകാരുണ്ട്; കാരണം ഞാൻ അവതരിപ്പിച്ചത് എന്റെ തന്നെ ഭൂതകാലത്തിൽ നിന്നുള്ള കാരണങ്ങളാണ്, തന്റെ ബ്രാഹ്മണിക്കൽ ഭൂതത്തിൽ നിന്നുള്ളവ, യൂറോപ്യൻ ലോകത്തുനിന്നുള്ളവ, എന്റെ വിവിധങ്ങളായ അനുഭവങ്ങളിൽ നിന്നുള്ളവ, കന്നഡ ഭാഷയിൽ ഞാൻ സ്വയം നടത്തിയ അന്വേഷണങ്ങളിൽ നിന്നുള്ളവ. ആധുനികലോകത്ത് ഭീഷണി നേരിടാവുന്ന ഒരു ഭാഷ ആയിരിക്കുമായിരുന്നു അത്. പക്ഷേ, ഞാൻ ആ ഭീഷണിക്കെതിരെ പ്രവർത്തിച്ചു; അതൊരു നേട്ടം തന്നെയാണ്. ഒരു അദ്ധ്യാപകനെന്ന നിലയിൽ എഴുത്തുകാരനെന്ന നിലയിൽ സ്മരിക്കപ്പെടാനാണ് ഞാൻ ആഗ്രഹിക്കുന്നത്.

'ഔട്ട് ലുക്ക്'നോട് കടപ്പാട്

അഭിമുഖം യു ആർ അനന്തമൂർത്തി / ചിനു അച്ചബെ

'സാർവ്വത്രികത' കൈവരിക്കുന്നതിന് സവിശേഷതയിലൂടെയേ കഴിയൂ

(മൈസൂർ സർവ്വകലാശാലയിലെ ഇംഗ്ലീഷ് ഡിപ്പാർട്ടുമെന്റിൽ പ്രത്യേക പ്രഭാഷണത്തിനായി ചിനു അച്ചബെ എത്തിയപ്പോൾ പ്രൊഫ. യു ആർ അനന്തമൂർത്തി നടത്തിയ ഒരു അഭിമുഖസംഭാഷണമാണിത്. 1981 ഏപ്രിൽ 12 ന് *സൺസെ ഹെറാൻസിൽ* ഇത് പ്രസിദ്ധീകരിച്ചു. പ്രൊഫ. യു ആർ അനന്തമൂർത്തിയുടെ ഒരു ലേഖന സമാഹാരത്തിൽ ഈ അഭിമുഖസംഭാഷണത്തിന്റെ കന്നഡ പരിഭാഷ ഉൾപ്പെടുത്തിയിരുന്നു)

യു ആർ അനന്തമൂർത്തി: സർവ്വവും ശിഥിലമായി (Things fall Apart) എന്ന നോവലിന്റെ ആഖ്യാന സങ്കേതം സംബന്ധിച്ച് ചോദിച്ചുകൊണ്ട് നമുക്ക് സംഭാഷണം ആരംഭിക്കാം. ഒരു ഘട്ടത്തിൽ അമിതാവേശം പൂണ്ട പുരോഹിതൻ റവ. സ്മിത്തിനെ വിമർശിക്കുന്നതിനായി ആഖ്യാതാവ് മതഭക്തിയുള്ള ഒരു ക്രിസ്ത്യാനിയുടെ ശബ്ദം സ്വീകരിക്കുന്നു. പിന്നീടൊരിക്കൽ ക്രിസ്ത്യമതത്തെക്കുറിച്ച് പരിഹാസപൂർവ്വം ഇങ്ങനെ പറയുന്നുമുണ്ട്–" വിശ്വാസികളുടെ ചേരിയിൽ ജ്ഞാനം പ്രചരിപ്പിക്കപ്പെടുന്നു; നിരവധി ജന്മങ്ങൾ ഇങ്ങനെ രക്ഷിക്കപ്പെടുന്നു." കാഴ്ചപ്പാടിലെ ഈ ചാഞ്ചാട്ടങ്ങളെ താങ്കൾ എങ്ങനെയാണ് വിശദീകരിക്കുന്നത്?

ചിനു അച്ചബെ: ആഖ്യാതാവിന്റെ വ്യക്തിസ്വത്വം സംബന്ധിച്ച് എനിക്ക് കൃത്യമായും തിട്ടമില്ല. നിശ്ചയമായും ചാഞ്ചാട്ടങ്ങളുണ്ട്. സമൂഹത്തിലെ പരിണതപ്രജ്ഞമായ മുതിർന്നവരുടെ ശബ്ദമാകാനിടയുള്ള ആധിപത്യം പുലർത്തുന്ന ഒരു ആഖ്യാതാവുണ്ട്. എന്നാൽ ഇടയ്ക്കിടെ നുഴഞ്ഞു കയറി വരുന്ന മറ്റു ശബ്ദങ്ങളുമുണ്ട്.

യു ആർ അനന്തമൂർത്തി: മറ്റൊന്നുകൂടിയുണ്ട്; വിദ്യാഭ്യാസം, പണം, മതം എന്നിവയിലൂടെ ആഫ്രിക്കൻ അധിനിവേശം നടന്നതായി പറയുന്ന ഒരു ക്രിട്ടിക്കൾ ഓട്ട്സൈഡർ – അഭ്യസ്തവിദ്യനായ ഒരാഫ്രിക്കക്കാരൻ കൂടിയുണ്ട്.

ചിനുവ അച്ചബെ: മനഃസാക്ഷിയുടെ പ്രവർത്തനം പാരമ്പര്യത്തിൽ നിന്ന്, ഭൂതകാലത്തിൽ നിന്ന് വർത്തമാനകാലത്തിലേക്ക് മാറുകയാണ്, ഈ ബോധത്തിന് (മനഃസാക്ഷിക്ക്) പല തലങ്ങളുണ്ടെന്ന് ഞാൻ കരുതുന്നു. യൂറോപ്യൻ ബോധത്തിൽ അള്ളിപ്പിടിച്ചു നില്ക്കുന്ന ചിലരുണ്ട്; കഥയ്ക്കൊപ്പം ചലിക്കുന്ന മറ്റുചിലരുമുണ്ട്. ഏതു നിമിഷത്തിന്റെയും മാനസികാവസ്ഥയുടെ പ്രതിഫലനമായി പ്രത്യക്ഷപ്പെടുന്ന അശരീരികൾ ഉണ്ടാകുന്നുണ്ട്. സംഭവിച്ചവയുടെ സ്വാധീനമാണ് ഈ അശരീരികൾക്കുള്ളത്: ഇത് എപ്പോഴും ഒന്നു തന്നെയായിരിക്കില്ല, നിശ്ചലാവസ്ഥയിലായിരിക്കില്ല. കഥയ്ക്കൊപ്പം നീങ്ങുന്ന ഒരു നിശ്ശബ്ദ ഭൂരിപക്ഷവുമുണ്ട്. അഗോചരമായിട്ടാണെങ്കിലും അവർ നീങ്ങുക തന്നെയാണ്.

യു ആർ അനന്തമൂർത്തി: ആധുനിക നോവലിൽ എന്നതിലുപരി ഒരു ഇതിഹാസത്തിന്റെ ആഖ്യാനശൈലിയാണിത്.

ചിനുവ അച്ചബെ: അതെ അത് ശരിതന്നെയാണ്; ഇത് ഭാഗഭാക്കാകുന്ന ഒരാളിന്റെ ശബ്ദമാണ്.

യു ആർ അനന്തമൂർത്തി: അതിലെ കവിതയിലൂടെ ക്രിസ്തുമതത്തിലേക്ക് ഒക്കൊൺക്വായുടെ (നോവലിലെ നായകൻ) ആദ്യപുത്രൻ എൻഓയെ ആകർഷിക്കപ്പെടുന്നത് വിവരിക്കുന്ന ഒരു ഖണ്ഡിക നോവലിലുണ്ട്. ഐ കെ മെഫ്യൂണെയെ ബലിയർപ്പിക്കുന്നതിനായി നിഷ്ഠുരമായി വധിച്ചത് സംബന്ധിച്ച പ്രശ്നത്തിന് ക്രിസ്തുമതത്തിൽ അയാൾ ഉത്തരം കണ്ടെത്തുന്നു. ഐ കെ മെഫ്യൂണെയുടെ കൊലപാതകത്തിനു ശേഷം കുറേ ദിവസങ്ങൾ ഒക്കൊൺക്വാപോലും അസ്വസ്ഥനായിരുന്നു. ആ കൊലപാതകം ആചാരപ്രകാരം ആവശ്യമുള്ളതുതന്നെയാണ്; എന്നാൽ മാനുഷികമായി അതു തെറ്റുമാണ്. എന്നിട്ടും, തന്റെ മകന്റെ കാര്യത്തിൽ അയാൾ അങ്കലാപ്പിലാണ്. മകൻ ഗോത്രത്തിലെ പുരുഷോചിതമായ മൂല്യങ്ങളിൽ നിന്നകന്ന് ഒരു അന്യനായി മാറുന്നതിൽ– ഒരു പെണ്ണിനെപ്പോലെയാകുന്നതിൽ; അതെ ആണ് എന്നു പറയാൻ പോലും ആകാത്തവിധത്തിലുള്ള അകൽച്ച ആണ് അയാളെ അസ്വസ്ഥനാകുന്നത്. മറ്റു തരത്തിൽ പറഞ്ഞാൽ, ക്രിസ്തുമതത്തിന്റെ ആഗമനത്തിനു മുൻപുതന്നെ സമുദായത്തിൽ അസ്വാസ്ഥ്യങ്ങൾ സാർവ്വത്രികമായി തുടങ്ങിയിരുന്നു എന്നാണ് താങ്കൾ വ്യക്തമാക്കുന്നത്. ആ സമൂഹത്തിൽ മുൻപു തന്നെ നിലനിന്നിരുന്ന അസ്വസ്ഥതകളുടെ വികാരാവിഷ്ക്കാരം നടത്തുക മാത്രമായിരുന്നു മിഷനറിമാർ ചെയ്തത്.

ചിനു അച്ചബെ: താങ്കളുടെ വിശകലനം ശരി തന്നെയാണ്. കുറ്റമറ്റ ഒരു സംസ്കാരത്തെ പരിപൂർണ്ണതയുള്ള ഒരു നാഗരികതയെ മറ്റുള്ളവരുടെ വികാരങ്ങളെ തെല്ലും പരിഗണിക്കാത്ത ഒരു വിദേശാക്രമണകാരി അതിനിഷ്ഠുരമായി തകർക്കുകയായിരുന്നുവെന്നല്ല ഞാൻ പറഞ്ഞത്. പരമ്പരാഗതമായി നിലനിന്നിരുന്ന സംസ്കാരത്തിൽ വിള്ളൽ വീണിരുന്നതാണ് ക്രിസ്തുമതത്തിന് സ്വാധീനം ചെലുത്താനായത്; തന്മൂലമാണ് അതിന് വിജയം വരിക്കാനായത് എന്നാണ് പറഞ്ഞത്. എല്ലാപേർക്കും സന്തോഷവും സുരക്ഷയും ഉറപ്പു വരുത്തുന്ന കാര്യത്തിൽ അത് (പഴയ സംസ്കാരം) പരാജയപ്പെട്ടു. ഈ ഗ്രൂപ്പാണ് പഴയ പാരമ്പര്യത്തെ ദുർബ്ബലപ്പെടുത്തിയത്; പുതിയ വ്യവസ്ഥിതിയുടെ ആദ്യലക്ഷ്യവും ഇതേ ഗ്രൂപ്പുതന്നെയായിരുന്നു.

യു ആർ അനന്തമൂർത്തി: ക്രിസ്തുമതത്തിന്റെ ആക്രമണത്തിനുമുൻപ് ഈ ഗോത്രം ഇടയ്ക്ക് അത്ര കർക്കശമല്ലാത്ത ചട്ടങ്ങളുള്ള മറ്റു ചില ഗോത്രങ്ങളുടെ ആചാരങ്ങളെക്കുറിച്ച് ചർച്ച ചെയ്തിരുന്നതായും താങ്കൾ വ്യക്തമാക്കുന്നുണ്ടല്ലോ; അതിനർത്ഥം തങ്ങളുടേതിൽ നിന്നു വ്യത്യസ്തമായ ആരാധനാരീതികളുമായി അവർ ബന്ധപ്പെടുകയായിരുന്നുവെന്നാണല്ലോ. അങ്ങനെ സമുദായത്തിനുള്ളിൽ തന്നെ ചില പ്രസ്ഥാനങ്ങളുണ്ടായിരുന്നു. ആഫ്രിക്കൻ നാഗരികത ഇങ്ങനെ സ്വയം ഉരുത്തിത്തിരിഞ്ഞു വരുമായിരുന്നു എന്നാണോ താങ്കൾ പറയുന്നത്?

ചിനു അച്ചബെ: അതെ, ആഫ്രിക്കൻ നാഗരികത ഉരുത്തിരിഞ്ഞു വരിക തന്നെ ആയിരുന്നു. പല സ്ഥലങ്ങളിലായി പല ആളുകൾ ഏറെക്കുറെ വ്യത്യസ്തമായ നിഗമനങ്ങളിൽ എത്തിച്ചേരുകയായിരുന്നു. എന്നാൽ മുന്നോട്ടേക്കുള്ള അപ്പോഴത്തെ ചുവടുവെയ്പ് വിപ്ലവകരം (Revolutionary) ആയിരുന്നില്ല; മറിച്ച് അത് പരിണാമപരം (Evolutionary) ആയിരുന്നു. ക്രിസ്തുമതം അവിടെ അവതരിപ്പിച്ചതിൽ വിപ്ലവത്തിന്റേതായ ഒരു ഘടകമുണ്ടായിരുന്നു.

യു ആർ അനന്തമൂർത്തി: ഒപ്പം അഴിമതിയുടെ ചില രൂപങ്ങളും...

ചിനു അച്ചാബെ: വിപ്ലവം എന്നതിനർത്ഥം നല്ലത് മാത്രം എന്നല്ല; മാറ്റം എന്നുമാത്രമാണ് അതിനർത്ഥം. നന്മയെക്കാൾ കൂടുതൽ തിന്മ ഏറെ ആയിരിക്കും അതിൽ. രണ്ടാം തലമുറ അഴിമതി പൂർണ്ണരൂപത്തിൽ സാക്ഷ്യം വഹിക്കുകയാണുണ്ടായത്. നമ്മുടെ ജനങ്ങളുടെ രാഷ്ട്രീയശരീരത്തിൽ ആ അഴിമതി നിറഞ്ഞ വിഭാഗം നടത്തിയ കുത്തിവെയ്പിന്റെ അനന്തരഫലത്തിൽ നിന്ന് ഇതേവരെ ഞങ്ങൾ പൂർണ്ണമായും മുക്തമായിട്ടില്ല. സംഭവിച്ചത് ഇതാണ്: ആളുകളെ അവരുടെ ചരിത്രത്തിൽ നിന്നും ബലമായി പടിയിറക്കിവിട്ടു; എന്നിട്ട് മറ്റാരുടേയോ ചരിത്രത്തിൽ അവരെ കുടിയിരുത്തി; അവിടെ അവർ കേവലം അടിക്കുറിപ്പുകളായി മാറ്റപ്പെടുകയാണുണ്ടായത്. അവരുടെ പ്രവർത്തനങ്ങളുടെ ചുക്കാൻ അവരിൽ

നിന്ന് പിടിവിട്ടുപോയി. ഇതാണ് അഴിമതിക്കും നിരുത്തരവാദിത്വത്തിനും ഇടയാക്കിയത്. ഞങ്ങളുടെ നാഗരികതയെ പാശ്ചാത്യർ ആക്രമിച്ചതിനെക്കുറിച്ചുള്ള ബദൽ വിധിന്യായം ഞാൻ വായിച്ചത് ഇങ്ങനെയാണ്.

യു ആർ അനന്തമൂർത്തി: ഒരെഴുത്തുകാരനെന്ന നിലയിൽ ഞാനും നേരിടുന്ന ഒരു പ്രത്യേക പ്രശ്നത്തിലേക്ക് തങ്ങളുടെ ശ്രദ്ധ ക്ഷണിക്കുന്നിനായാണ് ഈ ചോദ്യം ഞാൻ ചോദിച്ചത്. 19–ാം നൂറ്റാണ്ടിലെ ഇന്ത്യയിലേക്ക് നമുക്കൊന്ന് തിരിഞ്ഞുനോക്കാം. ഇംഗ്ലീഷ് വിദ്യാഭ്യാസം ആവശ്യമാണെന്ന ശക്തമായ അഭിപ്രായമുള്ള രാജാറാം മോഹൻറോയിയെ പോലെയുള്ള ചില ബുദ്ധിജീവികളെ നമുക്ക് കാണാം. ഇംഗ്ലീഷിനെ കൂടാതെ ഇന്ത്യക്ക് പുരോഗതി കൈവരിക്കാനാവില്ലെന്ന് ദൃഢവിശ്വാസക്കാരനായിരുന്നു അദ്ദേഹം. ഇപ്പോഴും അങ്ങനെ ചിന്തിക്കുന്ന ഒട്ടേറെപ്പേർ നമുക്കിടയിലുണ്ട്. എന്നാൽ ഇന്ത്യ സ്വന്തം മാർഗ്ഗത്തിലൂടെ മാറ്റത്തിലേക്ക് നീങ്ങുന്നതും നമുക്ക് കാണാനാകും. പ്രാചീന ഇന്ത്യയിലും മധ്യകാല ഇന്ത്യയിലും ബുദ്ധനെയും ബാസവയെയും പോലെയുള്ള ഒട്ടേറെപേർ ഇന്ത്യൻ യാഥാസ്ഥിതികത്വത്തിന്റെ കടുംപിടിത്തങ്ങൾക്കെതിരെ കലാപം നടത്തിയിട്ടുണ്ട്. എന്നിട്ടും ഇന്ത്യയെ രക്ഷിക്കാൻ പാശ്ചാത്യർ വേണമെന്നാണ് റോയി ആഗ്രഹിച്ചത്. ഇത് നമ്മുടെ മനസ്സുകളെ മേഘാവൃതമാക്കി; ഒരു തരം കോംപ്ലക്സിൽ നിന്നും നമുക്ക് ഒരിക്കലും മോചനം നേടാനുമായില്ല. ഉദാഹരണത്തിന് ഞാൻ വിദ്യാർത്ഥിയായിരുന്നപ്പോൾ ഇംഗ്ലണ്ടിൽവെച്ച് നെയ്പാളിന്റെ കൃതികൾ വായിച്ചപ്പോൾ എനിക്ക് അദ്ദേഹത്തോട് ദേഷ്യം തോന്നി. എന്നാൽ ഞാൻ ഇന്ത്യയിൽ മടങ്ങി എത്തിയപ്പോൾ നമ്മുടെ ദുരാചാരങ്ങളും അരാജകത്വവും മറ്റും കണ്ടതോടെ നെയ്പോൾ പറഞ്ഞതാണ് പലതരത്തിലും ശരി എന്ന് എനിക്ക് തോന്നി. ബ്രിട്ടീഷുകാരെയും പാശ്ചാത്യരെയും നാം മറന്നപ്പോൾ നാം ഇന്ത്യയുമായി നമ്മുടെ തന്നെ കലഹങ്ങൾ ആരംഭിച്ചു. ഇത്തരമൊരു സാഹചര്യത്തിന്റെ സങ്കീർണ്ണതകൾ സൂക്ഷ്മമായി വിവരിക്കാൻ നിങ്ങൾക്ക് ആഖ്യാതാവിന്റെ ആവശ്യമുണ്ട്. അന്യനും ക്രിട്ടിക്കൽ ഇൻസൈഡറുമായ ഒരു ആഖ്യാതാവ്. താങ്കളുടെ നോവലുകളിൽ ഇത് ചെയ്യാനല്ലേ താങ്കൾ ശ്രമിക്കുന്നത്?

ചിനുവ അച്ചബെ: അതെ, നമ്മുടെ സാഹചര്യം അത് ആക്കിത്തീർക്കുകയായിരുന്നു. പരസ്പവിരുദ്ധമായ രണ്ടു നിലപാടുകൾ കൂടാതെ കോളനിവല്ക്കരണത്തിന്റെ സങ്കീർണ്ണമായ കഥ കൈകാര്യം ചെയ്യാൻ നമുക്ക് കഴിയില്ല. വി എസ് നെയ്പാളിനെക്കുറിച്ച് താങ്കൾ പറഞ്ഞത് തികച്ചും ശരി തന്നെയാണ്. ഇന്ത്യയിൽ അദ്ദേഹം കണ്ട ദുരാചാരങ്ങളൊന്നും തന്നെ അദ്ദേഹത്തിന്റെ കണ്ടെത്തലുകളായിരുന്നില്ല. പക്ഷേ, മൂന്നാം ലോകരാജ്യത്ത് അതുമാത്രമായിരുന്നില്ല യാഥാർത്ഥ്യം. ഏതു വശത്തിനാണ് നിങ്ങൾ പ്രധാന്യം നല്കുന്നത് എന്നതാണ് ചോദ്യം.

യു ആർ അനന്തമൂർത്തി: നമ്മുടെ ആത്മപീഡനത്തെ പാശ്ചാത്യർ ഇഷ്ട പ്പെടുന്നുമുണ്ട്.

ചിനുവ അച്ചബെ: നമ്മൾ അവരുടെ ജോലിയാണ് ചെയ്യുന്നത്. നാം എന്തിനാണ് ചെകുത്താന്റെ വക്കീൽപണി ഏറ്റെടുക്കുന്നത്? അവർ നെയ്പോളിനെ ഉപയോഗിക്കില്ല. ആഫ്രിക്കയിൽ ഒരു പഴഞ്ചൊല്ലുണ്ട്. "നിങ്ങളുടെ കോഴിയെ കുറുക്കൻ ഓടിക്കുന്നത് നിങ്ങൾ കാണുകയാ ണെങ്കിൽ, ആദ്യം നിങ്ങൾ കുറുക്കനെ ഓടിക്കും; എന്നിട്ടായിരിക്കും കോഴിക്ക് അപകടസൂചന നല്കുന്നത്." ആയതിനാൽ ഒരു പ്രത്യേക നടപടി ശരിയായിരിക്കുന്നത് അതിന്റെ സ്ഥലകാലങ്ങൾ അനുസരിച്ചാ യിരിക്കും. ഇത് നാം അംഗീകരിക്കേണ്ടതുണ്ട്. അനുയോജ്യമായ ഒരു വാദം കൊണ്ട് ആവശ്യമായത് നിങ്ങൾ ഉണ്ടാക്കുന്നു; ആവശ്യമായിടത്ത് നിങ്ങളുടെ സംസ്കാരത്തെ നിങ്ങൾ സംരക്ഷിക്കുന്നു. പിന്നീട് നിങ്ങൾ വിമർശനങ്ങൾ ഉന്നയിക്കുന്നു. അത് വിമർശനം നിങ്ങൾക്കാവുന്നിട ത്തോളം രൂക്ഷമാകാം. എന്നാൽ നിങ്ങൾ എവിടെ നില്ക്കുന്നു എന്ന താണ് പ്രധാനം. നിങ്ങൾ ആരാണെന്ന കാര്യത്തിൽ നിങ്ങൾ ആശയ ക്കുഴപ്പത്തിലാണെങ്കിൽ പരസ്പരവിരുദ്ധമായ ഈ ഉഭയ സമീപനം അ പകടകരമായിരിക്കും. എന്റെ സംസ്കാരത്തെ സംരക്ഷിക്കുകയും ഉയർത്തിപ്പിടിക്കുകയും ചെയ്യുന്ന അതേ ഞാൻ തന്നെയാണ് ഇവിടെ അതിനെ വിമർശിക്കുന്നതും. ഞാൻ ആരാണെന്ന് എനിക്ക് അറിയില്ലെ ങ്കിൽ സംരക്ഷിക്കപ്പെടേണ്ടത് ആവശ്യമായി വരുന്നിടത്തും ഞാൻ അതിനെ വിമർശിക്കുകയായിരിക്കും ചെയ്യുന്നത്.

യു ആർ അനന്തമൂർത്തി: ഇത് ചെയ്യുന്നതിൽ ഗാന്ധിജിക്ക് അത്ഭുതകര മായ ഒരു രീതി ഉണ്ടായിരുന്നു. ബ്രിട്ടീഷുകാരെ ഇന്ത്യയിൽനിന്ന് തുര ത്തുന്നതിനെക്കുറിച്ച് അദ്ദേഹം സംസാരിക്കും. എന്നാൽ അടുത്ത നിമിഷം തന്നെ അകത്തേക്ക് തിരിഞ്ഞ് നമ്മുടെ ക്ഷേത്രങ്ങൾ ഹരിജനങ്ങൾക്കായി തുറന്നുകൊടുക്കണമെന്നും അദ്ദേഹം പറയും. അകത്തേക്കും പുറ ത്തേക്കും പോകുന്ന ഒരു പ്രസ്ഥാനമായിരുന്നു അത്. ഉദാഹരണത്തിന് 1918 ൽ അദ്ദേഹം എഴുതിയ ഹിന്ദ് സ്വരാജ് ഞാൻ അതിനെ ഒരു ക്ലാസി ക്കായി കരുതുന്നു. മാർക്സിന്റെ മൂലധനം നമുക്ക് എത്രത്തോളം പ്രധാ നമാണോ അതേപോലെ ഹിന്ദ് സ്വരാജിനേയും കണക്കാക്കണം. ഒരു ഭീകരപ്രവർത്തകനും ഗാന്ധിജിയും തമ്മിലുള്ള സംവാദത്തിന്റെ രൂപ ത്തിലാണ് അത് രചിക്കപ്പെട്ടത്. അവിടെ ഗാന്ധിജി പറയുന്നത് നാം ആധു നിക നാഗരികതയുമായി ഇഷ്ടത്തിലായതിനാലാണ് ഇന്ത്യയിൽ ബ്രിട്ടീ ഷുകാർ തുടരുന്നത് എന്നാണ്. ആ തരത്തിലുള്ള നാഗരികതയെ നാം ഇപ്പോഴും അത്യധികം ആശിക്കുന്നുമുണ്ട്. എന്നാൽ ഈ നാഗരികത ബ്രിട്ടീഷുകാർക്കും ഇന്ത്യക്കാർക്കും ഒരേപോലെ അപകടകാരിയാണ്. മരുന്ന്, റെയിൽവെ എന്നിവയെക്കുറിച്ചുള്ള അദ്ദേഹത്തിന്റെ കാഴ്ചപ്പാ ടുകൾ കേൾക്കുമ്പോൾ അദ്ദേഹത്തിന് ബുദ്ധിസ്ഥിരതയില്ലെന്ന് നമുക്ക്

തോന്നാം. എന്നാൽ ആ ഗ്രന്ഥം അഗാധമായ ചില സത്യങ്ങൾ ഉൾക്കൊള്ളുന്നവയാണ്. ചില പരമ്പരാഗത സമൂഹങ്ങളിൽ പല കാര്യങ്ങളും ഏറക്കുറെ പരിസ്ഥിതി സംവിധാനം പോലെ പരസ്പരാശ്രിതമാണെന്ന് ഗാന്ധിജി കണ്ടു. വ്യക്തിക്ക് സമൂഹത്തിന്റെ ഭാഗമാകാനാകും അതേ സമയം തന്നെ തന്റെ വ്യക്തിത്വത്തെ പൂർണ്ണതയിലെത്തിക്കാനുമാകും. ഇത്തരം സാമൂഹ്യങ്ങളെ ആധുനികനാഗരികത തകർക്കുമെന്നും വ്യക്തിയുടെ പ്രാധാന്യത്തിന് അതിശയോക്തി നല്കുമെന്നും അദ്ദേഹം ഭയന്നു. പൊതുവിൽ ജീവിതത്തിന് ഇത് നല്ലതായിരിക്കില്ല എന്നും അദ്ദേഹം വിശ്വസിച്ചു. എല്ലാ കാര്യത്തിലും ഗാന്ധിജിയുമായി നമുക്ക് യോജിക്കാനാവില്ലെങ്കിലും ആധുനിക നാഗരികതയെക്കുറിച്ച് ഗാന്ധി പറഞ്ഞതിൽ അദ്ദേഹത്തിന്റെ ധിഷണയുടെ പ്രതിഫലനമുണ്ടെന്നത് നിസ്സംശയമാണ്.

താങ്കളുടെ തന്നെ നോവലുകളിൽ താങ്കൾ ചിത്രീകരിക്കുന്ന ലോകം നിഷ്ഠുരമായിരിക്കാം. എന്നാൽ പല ആധുനിക നാഗരികതകളിലും ഉള്ളവർക്ക് ഇല്ലാത്ത ഒരു ധിഷണ ആഫ്രിക്കക്കാരിലുണ്ട്. എന്നാലും നമുക്ക് ഒരിക്കലും പിന്നിലേക്ക് പോകാനാവില്ല. എന്നിട്ടും നോവലിസ്റ്റ് ഒരദ്ധ്യാപകനാണെന്ന് താങ്കൾ വിശ്വസിക്കുമ്പോഴും നമ്മുടെ പൂർവ്വികരേക്കാൾ നാം ഒരിക്കലും മേന്മയുള്ളവരല്ല എന്ന് താങ്കൾ പറയുന്നതായി തോന്നുന്നു. നമ്മെ പഠിപ്പിക്കാൻ ഗഹനമായതെന്തോ അവരിൽ ഉണ്ടെന്നും താങ്കൾ കരുതുന്നു. ആയതിനാൽ ആഫ്രിക്കയുടെ ഭൂതകാലത്തെക്കുറിച്ച് താങ്കൾ എഴുതിയത് വായിക്കുമ്പോൾ അത് എന്റെ ഉള്ളിൽ തട്ടുന്നു. ഗ്രീക്ക് ട്രാജഡിയുടെ പോലെ എന്തോ ഒന്ന് വായിക്കുന്നതായി എനിക്കു തോന്നുന്നു. രാഷ്ട്രീക്കാർക്ക് പുരോഗമന വാദിയോ യാഥാസ്ഥിതികനോ ആകാൻ പറ്റും; താങ്കളെ പോലെയുള്ള ഒരു എഴുത്തുകാരന് ഇതു രണ്ടാമതാനാവില്ല. അങ്ങനെയല്ലേ? താങ്കളുടെ നോവലുകളിൽ ഈ രീതിയിൽ എന്തോ അല്ലേ പറയുന്നത്?

ചിമ്പ അച്ചമ്പെ: വീണ്ടും താങ്കളുടെ വിശകലനം വളരെ കൃത്യമായിരിക്കുന്നു. ഗാന്ധിയുടെ ഈ കൃതിയെക്കുറിച്ച് എനിക്ക് അറിയില്ലായിരുന്നു. എനിക്ക് ഗാന്ധിയുമായി യോജിക്കാൻ കഴിയുന്നു. എല്ലാ പ്രവാചകന്മാരുടെയും എല്ലാ ഗുരുക്കന്മാരുടെയും ശൈലിയാണിത്. നിങ്ങൾ പറയുന്നത് ജനങ്ങൾ ശ്രദ്ധിക്കണമെന്ന് നിങ്ങൾ ആഗ്രഹിക്കുമ്പോൾ നിങ്ങൾ അതിശയോക്തി കലർത്തേണ്ടതായി വരും. ആരും ഇനി റയിൽവേ വേണ്ടെന്നുവെക്കാൻ പോകുന്നില്ല. ഉദാഹരണത്തിന് ഗാന്ധി അതിനെക്കുറിച്ച് പറഞ്ഞത് കേൾക്കുമ്പോൾ നിങ്ങൾ വീണ്ടും റെയിൽവെയിലേക്ക് തിരിഞ്ഞു നോക്കുന്നു; റയിൽവെ ഇല്ലാതെ തന്നെ ആയിരക്കണക്കിന് വർഷം നാം ജീവിച്ചല്ലോ എന്ന് അത്ഭുതപ്പെടുകയും ചെയ്യുന്നു.

എന്നാൽ ഇപ്പോൾ താങ്കൾ നൈജീരിയയിലേക്ക് പോയാൽ താങ്കൾക്ക് അവിടെ കാണാനാവുന്നത് അനാചാരങ്ങളുടെ കാര്യത്തിൽ, ഒപ്പം പാശ്ചാത്യരീതികളുടെ കാര്യങ്ങളിലും മദ്ധ്യവർഗ്ഗങ്ങളൊന്നാകെ വളരെയേറെ മുന്നോട്ടുപോയിരിക്കുന്നതായാണ്. നൈജീരിയയിൽ ഒന്നോ

രണ്ടോ കാർ സ്വന്തമായില്ലാത്ത ഒരു പ്രൊഫസറും ഉണ്ടാവില്ല. ഇതോ അതോ ഇല്ലാതെ എനിക്കൊന്നിനും പറ്റില്ല എന്ന് എനിക്ക് പറയാനാവില്ല. നാം ഉപയോഗിച്ചു തീർക്കുന്ന സ്വത്തുക്കളുടെ സ്രഷ്ടാക്കളായ ആളുകൾക്ക് ഇതൊന്നും തന്നെ ലഭിക്കുന്നില്ല. ഇന്ത്യയിലെ ശരാശരി മനുഷ്യർ ഒരിക്കലും റയിൽവെ ഉപയോഗിച്ചിട്ടുണ്ടാവില്ല. അപ്പോൾ പ്രവാചകന്മാരും ആത്മജ്ഞാനികളും പ്രകടിപ്പിക്കുന്ന തീവ്രമായ ഈ കാഴ്ചപ്പാടുകൾ നാം കരുതുന്നതുപോലെ വെറും വിഡ്ഢിത്തരങ്ങളല്ല. നാം പിന്നിലേക്ക് തിരിഞ്ഞു നോക്കിയാലും നമ്മുടെ അവസ്ഥയെക്കുറിച്ച് കൂടുതൽ സമഗ്രമായി ചിന്തിക്കാൻ സങ്കല്പിക്കാൻ അവർ നമ്മെ പ്രേരിപ്പിക്കുന്നു. അവരെ ശ്രദ്ധിക്കാതെ നാം ഒന്നും സ്വീകരിക്കാൻ പാടില്ല. നമ്മുടെ ഭൂതകാലത്തെക്കുറിച്ച് നമ്മൾ അറിഞ്ഞിരിക്കണം. അല്ലെങ്കിൽ നാം എവിടെനിന്നാണ് വന്നത് എന്നുപോലും നമ്മുടെ ആളുകൾക്ക് അറിയാനാവില്ല. നാം എവിടെയാണെന്നറിയാതെ നമ്മുക്കെങ്ങനെയാണ് മുന്നോട്ടുപോവുക? നമ്മുടെ ഭൂതകാലത്തിൽ നിന്ന് ഒരു ബദൽ സംസ്കാരമോ നാഗരികതയോ പുനഃസൃഷ്ടിക്കുക എന്നതിനർത്ഥം എല്ലാപേരും പാശ്ചാത്യമായ സർവ്വതിനെയും നിരാകരിക്കുക എന്നല്ല. എന്നാൽ നമ്മുടെ ആളുകൾ സഹസ്രാബ്ദങ്ങളോളം ജീവിക്കുകയും അതിജീവിക്കുകയും ചെയ്തിട്ടുണ്ടെങ്കിൽ, നമ്മളോട് പറയാൻ അവർക്കെന്തെങ്കിലും ഉണ്ടാകും എന്ന കാര്യം ഉറപ്പാണ്.

യൂറോപ്പ് മനസ്സിൽ അള്ളിപ്പിടിച്ചിരിക്കുന്നതിന്റെ കോട്ടം യൂറോപ്പ് ചില കാര്യങ്ങളിൽ എത്രമാത്രം വിജയിക്കുന്നുണ്ടെങ്കിലും എല്ലാക്കാര്യത്തിലും അത് വിജയിക്കുന്നില്ല എന്നതാണ്. നാം നമ്മളെ തന്നെ വെറും തനിയാവർത്തനക്കാരായി ഒരുക്കുകയാണ്. യാഥാർത്ഥ്യത്തിന്റെ ഒരു വശം മാത്രമേ പാശ്ചാത്യമായതിനെ കുറിച്ചു മാത്രമേ, നാം പരിഗണിക്കുന്നുള്ളൂ. ലാറ്റിനമേരിക്കയുടെ, ഇന്ത്യയുടെ, ചൈനയുടെ, അമേരിന്ത്യൻമാരുടെ സ്ഥിതി എന്താണ്? ഈ വിഭാഗങ്ങളെല്ലാം തന്നെ ലോകത്തിനുചുറ്റും സഹസ്രാബ്ദങ്ങളായി അതിജീവിച്ചുകൊണ്ടും മിത്തുകളും യാഥാർത്ഥ്യത്തിന്റെയും വളരെ തന്മയത്വപൂർണ്ണമായി വ്യാഖ്യാനങ്ങളുടെ വിവിധ ജനങ്ങളും അവരോടൊപ്പം ചുറ്റിത്തിരിയുന്നുമുണ്ട്. അതിന്റെ അനുഭവം അവർ ആർജ്ജിച്ചിട്ടുണ്ട്. നമുക്കതാകെ അവഗണിക്കാനാവില്ല. അത് വിജയിക്കാനിടയുണ്ടെന്ന ധാരണ മൂലം സങ്കുചിതമായ ഒരു പാരമ്പര്യവുമായി നാം സ്വയം കെട്ടപ്പെട്ടിരിക്കുകയുമാണ്.

യു ആർ അനന്തമൂർത്തി: അടുത്തകാലത്ത് ഞാൻ സോവിയറ്റ് യൂണിയനിലേക്കും ഹങ്കറിലേക്കും പോയി. എന്നെ സംബന്ധിച്ചിടത്തോളം ചില കാര്യങ്ങളിൽ അസ്വസ്ഥതാജനകമായ അനുഭവമായിരുന്നു അത്. അവിടെ സോഷ്യലിസ്റ്റ് സാമൂഹ്യ വ്യവസ്ഥ ഉണ്ടെന്നത് ശരിതന്നെയാണ്. പക്ഷേ, അവിടെ അവർ ഒരു സോഷ്യലിസ്റ്റ് ബോധം സൃഷ്ടിക്കാൻ പോകുന്നില്ല. അടിസ്ഥാനപരമായി അവയെല്ലാം തന്നെ വ്യക്തിയെ മഹ

ത്വവല്ക്കരിക്കുന്ന പശ്ചിമ യൂറോപ്യൻ സമൂഹങ്ങളാണ്. അവയുടെ നാഗരികത അമേരിക്കൻ നാഗരികതയിലേക്ക് നീങ്ങിക്കൊണ്ടിരിക്കുകയാണെന്ന കാര്യം സ്പഷ്ടമാണ്. അതേസമയം തന്നെ "പിന്നോക്കം" എന്നു വിളിക്കപ്പെടുന്ന നമ്മുടേതുപോലുള്ള സമൂഹങ്ങൾ സാധാരണക്കാരായ ദരിദ്രരായ ജനങ്ങളുടെ ബോധത്തെ സംബന്ധിച്ചിടത്തോളം സോഷ്യലിസത്തിന് സജ്ജമായിരിക്കുകയാണ്. ഇത് സംബന്ധിച്ച് താങ്കളുമായി സംസാരിക്കാൻ ഞാൻ താല്പര്യപ്പെടുന്നത്, താങ്കളിവിടെ നടത്തിയ അത്യുൽകൃഷ്ടമായ രണ്ടാമത്തെ പ്രഭാഷണത്തിൽ വ്യക്തിയും സമൂഹവും തമ്മിലുള്ള ബന്ധത്തെ വേർതിരിച്ചു കാണാൻ ശ്രമിക്കുന്നുണ്ട് എന്നതിനാലാണ്. താങ്കളുടെ വാദപ്രതിവാദത്തിൽ സമൂഹത്തിന്റെ പ്രാധാന്യത്തിന് ഊന്നൽ നല്കിക്കൊണ്ട്, പാശ്ചാത്യരുടേതിൽ നിന്നും വ്യത്യസ്തമായ ഒരു ബദൽ ജീവിതശൈലി നിർദ്ദേശിക്കാൻ താങ്കൾ ശ്രമിക്കുകയാണ്; സമൂഹത്തിന്റെ പരിസരത്തിനുള്ളിൽ നിന്ന് വ്യക്തി അവന്റെ വളർച്ചയും അതിന്റെ പൂർത്തീകരണവും കണ്ടെത്തുന്നതാണ് അത്.

ചിമ്പ അച്ചബെ: എവിടെത്തിരിഞ്ഞുനോക്കിയാലും നിങ്ങൾക്ക് രണ്ടു യഥാർത്ഥങ്ങളുടെ ബോധം കണ്ടെത്താൻ കഴിയുന്നു; അത് ഊന്നൽ നല്കുന്നതിന്റെ പ്രശ്നം മാത്രമാണ്.

യു ആർ അനന്തമൂർത്തി: "എല്ലാം ശിഥിലമാകുന്നു" എന്ന നോവലിലെ താങ്കളുടെ നായകൻ ഒരു ഗോത്രത്തിനുള്ളിൽ കഴിയുന്ന ഒക്കൊൺക്വായിൽ പോലും അവന്റെ ആത്മബോധം കാണാവുന്നതാണ്...

ചിമ്പ അച്ചബെ : അതെ ചിലർ ചില കാര്യങ്ങളെ പെരുപ്പിച്ച് കാണുന്നു. മറ്റു ചിലതിനെ വില കുറച്ച് കാണുന്നു. ഇത് നേരെ മറിച്ചുമാകാം. അതിനാൽ എന്റെ കുറിപ്പടി വെറും ഒരു കാര്യം മാത്രമല്ല. കാരണം ഇതുവരെ നിങ്ങൾ ചെയ്തുകൊണ്ടിരിക്കുന്നതിനെയാണ് അത് ആശ്രയിച്ചിരിക്കുന്നത്. സത്യത്തിന്റെ ഒരു വശത്തെ ഒഴിവാക്കുന്നതിന് മറുവശം ആധിപത്യം സ്ഥാപിക്കാൻ അനുവദിക്കപ്പെടുകയാണെന്നുണ്ടെങ്കിൽ അപ്പോൾ നിങ്ങൾ സന്തുലിതാവസ്ഥ വീണ്ടെടുക്കണം. പക്ഷേ, അമേരിക്കക്കാർ വീണ്ടെടുക്കാനാഗ്രഹിക്കുന്ന തരത്തിലുള്ള സന്തുലിതാവസ്ഥ ആയിരിക്കരുത് അത്.

നിലനില്പിന്റെ അർത്ഥത്തെ സംബന്ധിച്ചിടത്തോളം ഈ ഇരട്ട സ്വഭാവമാണ് അടിസ്ഥാനപരമായിട്ടുള്ളത്. നമ്മൾ നേരോ നേരേ പോ മനസ്ഥിതിക്കാരായതിനാൽ നമ്മളിൽ പലർക്കുമുള്ള പ്രശ്നം ഇതു രണ്ടിനെയും ഉൾക്കൊള്ളിക്കാനാവില്ല എന്നാണ് ഞാൻ കരുതുന്നത്. രണ്ടിലേതെങ്കിലും ഒന്നായിരുന്നെങ്കിൽ നാം സന്തുഷ്ടരാകുമായിരുന്നു, കടുത്ത നടപടികളെ നിരാകരിക്കുന്നത് ആവേശം ജനിപ്പിക്കുന്നതോ നാടകീയമോ ആയിരിക്കാൻ സാദ്ധ്യതയില്ല.

യു ആർ അനന്തമൂർത്തി: പാശ്ചാത്യർ നമുക്കു മേൽ വെന്നിക്കൊടി നാട്ടു

ന്നത് അവർക്ക് മികച്ച സാങ്കേതിക വിദ്യ കൈവശമുള്ളതു കൊണ്ടുമാത്രമല്ല, മറിച്ച് ആഫ്രിക്കക്കാർ നിരുപദ്രവികളായതുകൊണ്ടു കൂടിയാണ്. ഉദാഹരണത്തിന്, തങ്ങളുടെ അശുഭകരമായ വനങ്ങളിലാണ് ആഫ്രിക്കക്കാർ പാശ്ചാത്യരെ പള്ളി പണിയാൻ അനുവദിച്ചത് (എല്ലാം ശിഥിലമാകുന്നു) പള്ളി നശിപ്പിക്കപ്പെടും എന്നായിരുന്നു അവരുടെ പ്രതീക്ഷ.

ചിനുവ അച്ചബെ: ചാൻസലർ വില്യംസ് എന്ന കറുത്ത ആഫ്രിക്കയുടെ ചരിത്രകാരൻ തന്റെ *കറുത്ത ആഫ്രിക്കൻ നാഗരികതയുടെ നശീകരണം.* എന്ന കൃതിയിൽ ആഫ്രിക്കക്കാർ സ്വയം കബളിപ്പിക്കപ്പെടാൻ അനുവദിച്ചതെങ്ങനെ എന്ന് ചോദിക്കുന്നുണ്ട്. ആഫ്രിക്കക്കാർ വളരെയധികം അതിഥി സൽക്കാരപ്രിയരും ഉദാരമതികളുമാണെന്ന നിഗമനത്തിലാണ് അദ്ദേഹം എത്തിച്ചേരുന്നത്; അവർ വെള്ളക്കാരനെ അത്താഴത്തിനു ക്ഷണിച്ചു; വെള്ളക്കാരാകട്ടെ ആഫ്രിക്കക്കാരുടെ വീട്ടിൽ കടിഞ്ഞാൺ കൂടിത്തട്ടിയെടുത്തു. ഞങ്ങളുടെ സംസ്കാരങ്ങൾ അധികം സഹിഷ്ണുതയുള്ളതാണ്. ഉദാഹരണത്തിന് എംബേ സംസ്കാരം ലോകത്തെകാണുന്നത് വ്യത്യസ്ത ആശയങ്ങൾക്കും വ്യത്യസ്തകാഴ്ചപ്പാടുകൾക്കും ഒരുമിച്ച് തഴച്ചുവളരാൻ കഴിയുന്ന ഇടമായാണ്. എനിക്ക് എന്റേതായ ദൈവമുണ്ടെങ്കിൽ താങ്കൾക്ക് താങ്കളുടെ ദൈവവും ഉണ്ടാകും, പിന്നെന്തിനാ നാം രണ്ടു ദൈവങ്ങളെ പരിപാലിക്കണം? ഇനി മറ്റാരെങ്കിലും വന്ന് മൂന്നാമതൊരു ദൈവം കൂടി ഉണ്ടെന്ന് പറയുകയാണെങ്കിൽ എന്തുകൊണ്ട് അതും ആയിക്കൂട? അപ്പോൾ നിങ്ങൾ മുൻകൂട്ടിത്തന്നെ വിശ്വാസത്തിന്റെ അടിസ്ഥാനത്തിൽ മറ്റുള്ളവരെ സ്വീകരിക്കാൻ ഏറെക്കുറെ സ്വാധീനിക്കപ്പെട്ടിരിക്കുകയാണ്. അപ്പോൾ തികച്ചും ഏകപക്ഷീയനായ ഒരാൾ കടന്നുവന്ന് പറയുകയാണ് ഇതാണ് ഒരേയൊരു വഴി. ഇതുമാത്രമാണ് സത്യം, നിങ്ങൾ ബുദ്ധിമുട്ടിൽപ്പെടുകയാണ്. കാരണം ഈ മനുഷ്യൻ ഒരു കടുംപിടുത്തക്കാരനാണ്. നിങ്ങൾ അങ്ങനെയുള്ളയാളല്ല, കടുംപിടുത്തക്കാരൻ പൊരുതുന്നു, മറ്റുള്ളവർ പൊരുതില്ല. പൊരുതുന്നതിലുപരി അവൻ പറയും. നീ ഇത് സ്വീകരിക്കുക. ഇതൊരു പ്രീണനമാണ്.

യു ആർ അനന്തമൂർത്തി: അതെ താങ്കളുടെ ലേഖനങ്ങളിലൊന്നിൽ താങ്കൾ പറയുന്നുണ്ട്. എന്നെ കീഴടക്കുന്നയാൾ തികച്ചും ആത്മാർത്ഥതയുള്ളവനായിരിക്കെ എന്തുകൊണ്ട് ആത്മാർത്ഥത പാടില്ല?' പാശ്ചാത്യ വിമർശകരെ പ്രീതിപ്പെടുത്തുന്നതിനായി ഞാൻ എന്തുകൊണ്ട് പരിഷ്കൃതനായി മാറിക്കൂട?

ചിനുവ അച്ചബെ: പാശ്ചാത്യ മുതലാളിത്ത വ്യവസ്ഥ തികച്ചും ഏകപക്ഷീയമാണ്. അക്രാമകമാണ്. ലോകം ഇതേവരെ ഉല്പാദിപ്പിച്ചിട്ടുള്ളതിൽ വെച്ച് ഏറ്റവും അധികം അക്രമാസക്തമായ വ്യാമോഹങ്ങളിലൊന്നാണത്. ഹിറ്റ്ലറുടെ ജർമ്മനിയെപ്പോലെ അത് തിന്മനിറഞ്ഞതായി മാറുമ്പോൾ എല്ലാപേരും പേടിച്ചരണ്ട് ആകാശത്തേക്ക് കൈകളുയർത്തുന്നു.

എന്നിട്ടതിനെ കൈവെടിയുന്നു. അവിടെ നിന്ന് നിങ്ങൾ ഒരൊറ്റ വംശത്തിലേക്ക് നീങ്ങുകയാണ്, യഥാർത്ഥമായ വംശം. മറ്റുള്ളവർ വ്യത്യസ്തരായിരിക്കുന്നതിനാൽ നിങ്ങൾ അവരെ കൊല്ലാൻ തുടങ്ങുന്നു. നമ്മൾ അതു ചെയ്യാൻ പാടില്ല. അതിജീവിക്കുന്നതിനായി ഒരുപക്ഷേ, നമുക്ക് കുറച്ച് നിഷ്ഠുരത പ്രയോഗിക്കേണ്ടതായി വന്നേക്കാം.

യു ആർ അനന്തമൂർത്തി: താങ്കളുടെ നോവലിന്റെ രണ്ട് ലക്ഷം കോപ്പികൾ നൈജീരിയയിൽ വിറ്റു. അതേപോലെ തന്നെ ഇംഗ്ലണ്ടിലും താങ്കളുടെ കൃതികൾ വായിക്കുന്ന വലിയൊരു വിഭാഗം ആളുകളുണ്ട്. അവർക്ക് പരിചിതമല്ലാത്ത ഏതെങ്കിലും വിശദാംശങ്ങൾ നൈജീരിയക്കാർക്ക് കണ്ടെത്തുന്നുണ്ടോ?

ചിനു അച്ചബെ: അതെയെന്നും അല്ലെന്നും പറയാം. എന്റെ കഥകൾ രൂപം നല്കിയിരിക്കുന്നത് എബൊ സംസ്കാരത്തിലാണ്. നൈജീരിയയിൽ നിലവിലുള്ള മൂന്നു സംസ്കാരങ്ങളിലൊന്നാണത്. ഹൗസയും യൊറൂബയുമാണ് മറ്റ് രണ്ട് പ്രമുഖ സംസ്കാരങ്ങൾ. ആയതിനാൽ എന്റെ നോവലുകൾ ഹൗസകൾക്കും യൊറൂബകർക്കും പൂർണ്ണമായി പരിചിതമാവാനിടയില്ല; അതേപോലെ തന്നെ തന്റെ സംസ്കാരത്തെ തുറന്നുകാണിക്കാത്ത ഒരു ഇബോവിനും അപരിചിതമാവില്ല. എന്നിട്ടും എന്റെ ആഫ്രിക്കക്കാർക്ക് അതൊരിക്കലും പൂർണ്ണമായി അപരിചിതമായിരിക്കില്ല എന്ന് എനിക്ക് തറപ്പിച്ച് പറയാനാകും. സംസ്കാരത്തെക്കുറിച്ച് നിങ്ങൾക്ക് പൂർണ്ണമായ വ്യക്തതയില്ലെങ്കിലും സംസ്കാരം നിങ്ങളെ അത് ബോദ്ധ്യപ്പെടുത്തും. അത് ശിഥിലീകരിക്കപ്പെട്ടെങ്കിലും അത് അവിടെത്തന്നെയുണ്ട്. സംസ്കാരത്തിന്റെ അടിസ്ഥാന സത്ത പരിചിതമാണ്; സ്വകാര്യവുമാണ്. നൈജീരിയയിൽ മാത്രമല്ല, ആഫ്രിക്കയിലാകെ.

യു ആർ അനന്തമൂർത്തി: താങ്കളുടെ നോവലുകൾ കന്നഡയിലേക്ക് പരിഭാഷപ്പെടുത്തപ്പെടണമെന്ന ശക്തമായ അഭിപ്രായം എനിക്കുണ്ട്. നമുക്ക് രണ്ടുകൂട്ടർക്കും പൊതുവായി ഒട്ടേറെ കാര്യങ്ങളുണ്ട്. 'സാർവ്വലൗകികത' എന്ന പ്രശ്നത്തെ ഇത് എന്റെ മനസ്സിലേക്ക് കൊണ്ടുവരുന്നു; താങ്കൾക്കും അതിനെക്കുറിച്ച് ശക്തമായ അഭിപ്രായം ഉണ്ടല്ലോ.

ചിനു അച്ചബെ: 'സാർവ്വത്രികത' കൈവരിക്കുന്നതിന് സവിശേഷതയിലൂടെയേ കഴിയൂ. ശുദ്ധഗതിക്കാരനായ ഒരു അമേരിക്കൻ വിമർശകൻ ഒരു ആഫ്രിക്കൻ കൃതി വായിച്ചിട്ട് പറഞ്ഞത്, ഇത് ന്യൂയോർക്കിലും സംഭവിക്കാവുന്നതാണ്. അങ്ങനെ അദ്ദേഹം അതിൽ സാർവ്വത്രികത കണ്ടെത്തുന്നു. താങ്കളുടെ തനതായ കാഴ്ചദ്രവ്യം ഓരോരുത്തരും കൊണ്ടുവരുന്ന ഒരു വിളവെടുപ്പ്. എന്നാൽ തങ്ങളുടെ അനുഭവം മാത്രമാണ് സാർവ്വത്രികം എന്ന് ഭാവിക്കാൻ ഇത് യൂറോപ്പിനെ സഹായിക്കുന്നു.

താങ്കളുടെ രാജ്യത്തെക്കുറിച്ച് ഞാൻ ചിലത് പറയട്ടോ? പുരാതനവും സമ്പന്നവുമായ സംസ്കാരമുള്ള താങ്കളുടെ രാജ്യത്തെ സംബന്ധിച്ചിടത്തോളം ഞാനിവിടെ കാണുന്ന ബ്രിട്ടീഷ് അമേരിക്കൻ സാഹിത്യത്തോടുള്ള അഭിനിവേശം മോശമാണെന്നാണ് ഞാൻ കരുതുന്നത്. താങ്കളുടെ രാജ്യത്തെ പണ്ഡിതരിൽ പലരും ഇംഗ്ലണ്ടിലും അമേരിക്കയിലും നടക്കുന്നതെന്താണെന്നതിനെക്കുറിച്ച് വല്ലാതെ ഉത്ക്കണ്ഠപ്പെടുന്നതായി എനിക്ക് തോന്നുന്നു.

യു ആർ അനന്തമൂർത്തി: അതെ, ശരിയാണ്. അത് ആത്മഹത്യാപരമാണെന്ന് ഞാൻ മനസ്സിലാക്കുന്നു. എഴുന്നതിൽ ഓരോരുത്തരുടെയും സ്വത്വം സംരക്ഷിക്കുന്നതിന്റെ പ്രശ്നം താങ്കൾക്കുണ്ടായിരിക്കെ ആഫ്രിക്കൻ ഭാഷകളുമായി ബന്ധപ്പെട്ട് ഇംഗ്ലീഷ് ഭാഷയോടുള്ള താങ്കളുടെ സമീപനം എന്താണെന്ന് ഞാൻ ചോദിക്കട്ടെ? ദേശീയ ഭാഷ എന്ന നിലയിൽ ഇംഗ്ലീഷിനെ കുറിച്ചാണ് 1964 ൽ താങ്കൾ സംസാരിച്ചത്. അതേ സമയം സ്വാഹിലിയെപോലെയുള്ള മറ്റു ഭാഷകളെ വംശീയ വിഭാഗങ്ങളുടെ ഭാഷയായാണ് താങ്കൾ പറഞ്ഞത്. ഇപ്പോൾ താങ്കളുടെ ചിന്താഗതിയിൽ മാറ്റമുണ്ടായോ?

ചിന്വ അച്ചബെ: അതെ, എന്റെ നിലപാടിൽ ഞാൻ മാറ്റം വരുത്തി; എന്റെ ഈ നിഷേധത്തിൽ എനിക്ക് തികഞ്ഞ അഭിമാനമാണുള്ളത്. അപ്പോൾപോലും ഞങ്ങളുടെ തദ്ദേശീയ ഭാഷകളുടെ വലിയ പ്രാധാന്യം ഞാൻ അംഗീകരിച്ചിരുന്നെങ്കിലും എന്റെ ലേഖനം വളരെയേറെ തെറ്റിദ്ധാരണയ്ക്ക് സാദ്ധ്യതയുള്ളതായിരുന്നു. എന്നാൽ ബ്രിട്ടീഷുകാർ സൃഷ്ടിച്ച പുതിയ രാഷ്ട്രങ്ങളെ അരക്കിട്ടുറപ്പിക്കുക എന്ന പങ്ക് നിർവഹിക്കുന്നതിൽ ഇംഗ്ലീഷിന്റെ പ്രാധാന്യം ഞാൻ അംഗീകരിച്ചിരുന്നു. അത് ശരിയാണെന്നുതന്നെ ഞാൻ കരുതുന്നു.

ഇന്ന് എനിക്ക് അത്രയ്ക്ക് ആത്മവിശ്വാസമില്ല. എല്ലാഭാഷകളും സഹവർത്തിക്കട്ടെ എന്നു മാത്രം പറയാൻ എനിക്കാവില്ല. ഇംഗ്ലീഷ് ഇപ്പോൾ തന്നെ ഏറെ ശക്തമാണ്. ആയതിനാൽ നമ്മുടെ ഭാഷകളെ വികസിപ്പിക്കാനും ശക്തിപ്പെടുത്താനും അനുകൂലമായ ഏന്തെങ്കിലും ചെയ്തേ മതിയാകൂ. പല എഴുത്തുകാരും ഇതേ രീതിയിൽ ചിന്തിക്കാൻ തുടങ്ങിയിട്ടുണ്ട്. ഞങ്ങൾ സ്വാഹിലയിലും കിക്കിയുവിലും മറ്റും എഴുതണമെന്ന് ബോദ്ധ്യപ്പെട്ടുതുടങ്ങിയിട്ടുണ്ട്.

യു ആർ അനന്തമൂർത്തി: ഇന്ത്യയിലും ഞങ്ങൾക്ക് ഇതുതന്നെ തോന്നുന്നുണ്ട്. യൂറോപ്യൻ ഭാഷകളുമായി തട്ടിച്ചുനോക്കുമ്പോൾ ഞങ്ങളുടെ ഭാഷകളും ഒരു വിധത്തിൽ മഹത്തായവ തന്നെയെന്ന് ഞങ്ങൾ വിശ്വസിക്കുന്നു...

ചിനവ അച്ചബെ: അതെ അതു ശരിതന്നെ. ഡച്ച് സാഹിത്യം അതിജീവിക്കുന്നു, പിന്നെന്തുകൊണ്ട് കന്നഡ സാഹിത്യത്തിനുപറ്റില്ല?

(1981 എപ്രിൽ 12 ന് സൺസെ ഹെറാൾഡിൽ പ്രസിദ്ധീകരിച്ചത്.)

അഭിമുഖം: ഗിരീഷ് കാസറവള്ളി/ശ്രീനിവാസ് ഭാഷ്യം

അനന്തമൂർത്തിയുമൊത്ത് ഒരു സ്വകാര്യ സഞ്ചാരം

ജ്ഞാനപീഠം അവാർഡ് ലഭിച്ച കന്നഡ സാഹിത്യകാരൻ യു ആർ അനന്തമൂർത്തി (1932–2014) കവിയും നോവലിസ്റ്റും തത്ത്വചിന്തകനും ഭരണാധികാരിയും സാമൂഹ്യ പ്രക്ഷോഭകാരിയും പൊതുബുദ്ധിജീവിയുമായിരുന്നു. രാഷ്ട്രീയ മനഃശാസ്ത്രജ്ഞനായ ആഷിശ് നന്ദി, “സ്വതന്ത്രഇന്ത്യ ജന്മംകൊടുത്ത ഏറ്റവും ഉല്ക്കൃഷ്ടമായ മനസ്സുകളിലൊന്ന് എന്ന് അദ്ദേഹത്തെ വിശേഷിപ്പിച്ചപ്പോൾ സാമൂഹ്യ ശാസ്ത്രജ്ഞനായ ശിവ വിശ്വനാഥൻ അദ്ദേഹത്തെ വിളിച്ചത്, “വ്യത്യസ്തനായ ഒരു ഇന്ത്യാക്കാരൻ” എന്നാണ്. അനന്തമൂർത്തിയെക്കുറിച്ച് (ഇംഗ്ലീഷിൽ) പ്രശസ്ത കന്നഡ ചലച്ചിത്ര സംവിധായകനായ ഗിരീഷ് കാസറവള്ളി ഫിലിംസ് ഡിവിഷനുവേണ്ടി തയ്യാറാക്കിയ 75 മിനിറ്റ് ദൈർഘ്യമുള്ള ഡോക്യുമെന്ററി 61–ാമത് ദേശീയ ചലച്ചിത്ര അവാർഡിൽ സ്പെഷ്യൽ ജൂറി അവാർഡ് നേടിയിരുന്നു. തന്റെ സിനിമയുടെ വിഷയത്തെക്കുറിച്ച് ഗിരീഷ് കാസറവള്ളി ശ്രീനിവാസ് ഭാഷ്യത്തോട് സംസാരിച്ചു. ഈ വർഷം ആദ്യം നടത്തിയ ഈ അഭിമുഖത്തിൽനിന്നുള്ള പ്രസക്ത ഭാഗങ്ങൾ *ഔട്ട്ലുക്ക്* വാരികയിൽ പ്രസിദ്ധീകരിച്ചിരുന്നു.

ശ്രീനിവാസ് ഭാഷ്യം: *അനന്തമൂർത്തി ജീവചരിത്രമല്ല, അനുമാനം മാത്രം” എന്ന ശീർഷകത്തെക്കുറിച്ച് വിശദീകരിക്കാമോ?*

ഗിരീഷ് കാസറവള്ളി: യു ആർ അനന്തമൂർത്തിയെക്കുറിച്ച് നിർമ്മിച്ചിട്ടുള്ള ചുരുക്കം ചില ജീവചരിത്രപരമായ ഡോക്യുമെന്ററികളുണ്ട്. അതുപോലൊന്നുകൂടി നിർമ്മിക്കാൻ എനിക്ക് താല്പര്യമില്ലായിരുന്നു. എന്നെ സംബന്ധിച്ചിടത്തോളം അനന്തമൂർത്തി അടയാളപ്പെടുത്തുന്നത് നമുക്കു ചുറ്റുമുള്ള ജീവിതത്തോടും യാഥാർത്ഥ്യത്തോടുമുള്ള ഒരു

പ്രത്യേകതരം സമീപനമാണ്. തന്റെ കാഴ്ചപ്പാടുകൾക്ക് മൊത്തം സാഹിത്യസൃഷ്ടികൾക്കൊപ്പം തന്നെ (അധികമല്ലെങ്കിലും) പ്രാധാന്യമുള്ള ഒരു എഴുത്തുകാരനാണ് യു ആർ എ. തനിക്കു ചുറ്റുമുള്ള ജീവിതത്തെയും സമൂഹത്തെയും സംബന്ധിച്ച കാഴ്ചപ്പാട് തന്റെ കാല്പനിക രചനകളിലൂടെ (നോവൽ, കഥ) മാത്രമല്ല അദ്ദേഹം പ്രകടിപ്പിച്ചിട്ടുള്ളത്, മറിച്ച് തന്റെ പ്രഭാഷണങ്ങളിലൂടെ വാദപ്രതിവാദങ്ങളിലൂടെയും സാംസ്കാരിക സംവാദങ്ങളിലൂടെയും കൂടിയാണ്. അനന്തമൂർത്തി പ്രതിഭാസത്തിന്റെ അന്തസത്ത ഉൾക്കൊള്ളണമെന്നുണ്ടെങ്കിൽ പകുതി സാങ്കല്പികവും പകുതി ഡോക്യുമെന്ററിയും ആയ ഒരു ശൈലിയിൽ ചിത്രത്തെ ചിട്ടപ്പെടുത്തേണ്ടത് ആവശ്യമാണ്– അതായത് ഒരർത്ഥത്തിൽ പാരമ്പര്യേതരമായ ശൈലി. ആയതിനാലാണ് തുടക്കത്തിൽത്തന്നെ ''ഇതൊരു ജീവചരിത്രമല്ല, യു ആർ എയുടെ കാഴ്ചപ്പാടുകൾ സംബന്ധിച്ച അനുമാനം മാത്രം'' എന്ന മുന്നറിയിപ്പ് നല്കുന്നത്. കൂട്ടത്തിൽ പറയട്ടെ, തന്റെ അഭിമുഖത്തിൽ വളരെ മനോഹരമായി ഇതാവിഷ്കരിച്ച ശിവ് വിശ്വനാഥനോട് ഞാൻ വളരെയേറെ കടപ്പെട്ടിരിക്കുന്നു.

താങ്കൾ സ്ക്രീനിൽ പ്രത്യക്ഷപ്പെടുന്നതും താങ്കളുടെ മേൽ അനന്തമൂർത്തി ചെലുത്തിയ വലിയ സ്വാധീനം പ്രഖ്യാപിച്ചുകൊണ്ട് താങ്കളുടെ തന്നെ ശബ്ദത്തോടുകൂടി ഡോക്യുമെന്ററി അവസാനിപ്പിക്കുന്നതും അപ്രസക്തമാണെന്നു തോന്നുന്നു (താങ്കളുടെ ഏറെ ശ്രദ്ധേയമായ 1972 ലെ ചലച്ചിത്രം 'ഘടശ്രാദ്ധ' അനന്തമൂർത്തിയുടെ നോവലിനെ ആധാരമാക്കിയുള്ളതാണെങ്കിൽ പോലും) താങ്കളെ സംബന്ധിച്ചിടത്തോളം എന്തായിരുന്നു ആർ എ?

ഇന്റർനെറ്റിലൂടെ വിവരങ്ങൾ അനായാസം ലഭിക്കുന്ന ഈ കാലത്ത് ജീവചരിത്രപരമായ വിവരങ്ങൾ മാത്രം ഉൾക്കൊള്ളുന്ന ഒരു ഡോക്യുമെന്ററി ചെയ്യുന്നതുകൊണ്ട് ഒരു കാര്യവുമില്ല എന്നതാണ് എന്റെ അഭിപ്രായം. അതാണ് ഞാൻ ഡോക്യുമെന്ററിക്ക് ഈ രൂപഘടന തെരഞ്ഞെടുത്തത്. അനന്തമൂർത്തിയുമൊത്ത് ഒരു സ്വകാര്യ സഞ്ചാരം. ഇതിന്റെ പൊരുൾ എന്താണെന്ന് മനസ്സിലാക്കുന്നതിന് ചില വ്യക്തിഗതമായ ഇടപെടലുകളും വേണ്ടിവന്നു. എന്റെ തലമുറയെ യു ആർ എ നിശ്ചയമായും സ്വാധീനിച്ചിട്ടുണ്ട്. അദ്ദേഹത്തിന്റെ വീക്ഷണങ്ങൾ ഞങ്ങൾക്ക് സ്വീകാര്യമായിരുന്നപ്പോൾ മാത്രമല്ല, അവ അസ്വീകാര്യമായി തോന്നിയപ്പോൾ ആ കാഴ്ചപ്പാടുകളുമായി സംവദിക്കാനും കലഹിക്കാനും മടികാണിക്കാതിരുന്നപ്പോൾപോലും ഞങ്ങളിൽ ഏറെപ്പേരും അദ്ദേഹത്തിന്റെ ഉൾക്കാഴ്ചകളെ ആരാധനാപൂർവ്വം കണ്ടാണ് വളർന്നത്. ആർക്കും കലഹിക്കാവുന്നയാളാണ് യു ആർ എ; എന്നിട്ടും യാതൊരു വിദ്വേഷവും കൂടാതെ സുഹൃത്തുക്കളായി തുടരാനുമാകും. അദ്ദേഹത്തിന്റെ വാദപ്രതിവാദങ്ങളിലും കൃതികളിലും എന്നെ ഏറെ ആകൃഷ്ടനാക്കിയത് അദ്ദേഹം ഒരിക്കലും വിധി നിർണ്ണയം നടത്തുന്നയാളായിരുന്നില്ല എന്ന

താണ്. രണ്ട് നിലയിൽ നിന്നാണ് എപ്പോഴും അദ്ദേഹം സംഭവങ്ങളെ വ്യാഖ്യാനിച്ചിരുന്നത്– സാദ്ധ്യവും ശാശ്വതവും– നൈമിഷികവും ശാശ്വതവും. എല്ലാ കാര്യങ്ങളെയും അദ്ദേഹം വിശാലമായ ഒരു കാഴ്ചപ്പാടിലൂടെയാണ് കണ്ടിരുന്നത്. അതിന്റെ സമകാലിക പ്രത്യാഘാതങ്ങൾ എന്തൊക്കെയാണ്? അതെത്രത്തോളം ചരിത്രപരമായ കാരണങ്ങളലാകുന്നു? അദ്ദേഹം ഒരിക്കലും കാര്യങ്ങളെ പരസ്പരവിരുദ്ധം എന്ന നിലയിലോ ഇരുധ്രുവങ്ങളിൽ നില്ക്കുന്ന സ്വത്വങ്ങളായോ വീക്ഷിക്കുന്നില്ല. കിഴക്കിനെയും പടിഞ്ഞാറിനെയും പാരമ്പര്യത്തെയും ആധുനികതയെയും വിളക്കിച്ചേർക്കാനാണ് അദ്ദേഹം ശ്രമിക്കുന്നത്. അദ്ദേഹത്തെ സംബന്ധിച്ചിടത്തോളം എല്ലാ ദാർശനിക കാര്യങ്ങളും സാധാരണ ദൈനംദിന കാര്യങ്ങളുമാണ്. എല്ലാ സാധാരണ ദൈനംദിനകാര്യങ്ങളും; തത്ത്വചിന്താപരവുമാണ്. തന്റെ അഭിമുഖത്തിൽ എച്ച് എസ് രാഘവേന്ദ്ര റാവു വളരെ കൃത്യമായി തന്നെ പറയുന്നുണ്ട്, അനന്തമൂർത്തിയുടെ ഗദ്യം ഏറെ കാവ്യാത്മകവും അദ്ദേഹത്തിന്റെ കവിതകൾ ആശയസമ്പുഷ്ടവും ആണെന്ന്.

മലനാടിന്റെ വികാരവിക്ഷോഭമുണ്ടാക്കുന്ന ദൃശ്യങ്ങളും യു ആർ എ യുടെ കഥാപ്രപഞ്ചത്തിൽനിന്നുള്ള ചില രംഗങ്ങളും തമാശ നിറഞ്ഞ ചില അനിമേഷനുകൾപോലും ഉൾപ്പെടുത്തിക്കൊണ്ട് അനിവാര്യമായ സംഭാഷണ രീതിയിലുള്ള ഡോക്യുമെന്ററി രൂപത്തെ താങ്കൾ ഇളക്കമുള്ളതാക്കിയിരിക്കുകയാണ്. ഈ രൂപ മാതൃക ഉരുത്തിരിഞ്ഞു വന്നതെങ്ങനെയാണ്?

മുൻപു മൂന്നു നാലു ഡോക്യുമെന്ററികൾ ഞാൻ ചെയ്തിട്ടുണ്ട്; ചിത്രകാരനായ കെ കെ ഹെബ്ബാറിനെ കുറിച്ചുള്ള ഒന്നൊഴികെ മറ്റെല്ലാത്തിലും ഞാൻ വിഷയത്തെ ചെറുതായൊന്നു വളച്ചൊടിക്കുകയും അവയിൽനിന്ന് ഹ്രസ്വകഥാചിത്രം രൂപപ്പെടുത്തിയെടുക്കുകയും ചെയ്തിരുന്നു. സംഭാഷണ പ്രധാനമായ രൂപം ഉപയോഗിക്കാൻ ഞാൻ യഥാർത്ഥത്തിൽ ആഗ്രഹിച്ചിരുന്നില്ല. യു ആർ എ ഡയാലിസിസിനു വിധേയനായി സ്ഥിരമായി ഡോക്ടർമാരുടെ നിരീക്ഷണത്തിലായിരുന്നപ്പോഴാണ് ആ രീതി അവലംബിക്കാൻ ഞാൻ നിർബ്ബന്ധിതനായത്. ആയതിനാൽ അദ്ദേഹത്തിന്റെ കവിതകളും ആഖ്യായികകളിൽനിന്നുള്ള ചില ഭാഗങ്ങളും അദ്ദേഹത്തിന്റെ വീക്ഷണങ്ങൾ അവതരിപ്പിക്കുന്നതിനായി ഉപയോഗപ്പെടുത്തിക്കൊണ്ടുള്ള ഒരു രൂപമാതൃക ഞാൻ ആസൂത്രണം ചെയ്യുകയാണുണ്ടായത്. നാടകാവതരണങ്ങളിൽ പോലും എല്ലാകഥാപാത്രങ്ങളും അദ്ദേഹത്തിന്റെ തന്നെ കൃതികളിൽനിന്നുള്ള അതേ വാക്യങ്ങൾ ഉരുവിടുകയോ അഭിനയിക്കുകയോ ആയിരുന്നു.

യു ആർ എ യുടെ പ്രാധാന്യത്തെ അപനിർമ്മിച്ചുകൊണ്ട് ആഷിശ് നന്ദിയെയും ശിവ് വിശ്വനാഥനെയും പോലുള്ളവർക്കു പുറമെ നിരവധി കന്നഡ എഴുത്തുകാരെയും ബുദ്ധിജീവികളെയും താങ്കൾക്ക് ലഭിച്ചിട്ടു

ണ്ട്. അനന്തമൂർത്തി തന്നെ അല്പവും കൃത്രിമ വിനയം കൂടാതെ അമ്പരപ്പിക്കുന്ന വ്യക്തതയോടെ (82–ാം വയസ്സിൽ തകരുന്ന ആരോഗ്യസ്ഥിതിക്കിടയിൽപോലും) സ്വയം വിശകലനം നടത്തിക്കൊണ്ട് ചിത്രത്തിലുടനീളം പ്രത്യക്ഷപ്പെടുന്നുണ്ട്. ഇത് താങ്കള്ക്ക് വലിയൊരു നേട്ടമായി മാറിയില്ലേ?

അനന്തമൂർത്തിയുടെ വിദ്യാർത്ഥിയായിരുന്ന എന്റെ ഒരു സുഹൃത്ത് പറഞ്ഞത് അനന്തമൂർത്തിയുടെ വിദ്യാർത്ഥിയാകാൻ (അദ്ദേഹം ഇംഗ്ലീഷ് പ്രൊഫസറായിരുന്നു) കഴിയാത്തയാൾക്ക് ജീവിതത്തിൽ വലിയൊരു അനുഭവമാണ് നഷ്ടപ്പെടുന്നത് എന്നാണ്. യു ആർ എ യുടെ പ്രഭാഷണങ്ങളും പൊതുപ്രസംഗങ്ങളും കേൾക്കാൻ തുടങ്ങുന്നതുവരെ ഈ പ്രസ്താവനയുടെ പൊരുൾ എനിക്കൊരിക്കലും പിടികിട്ടിയിരുന്നില്ല. അദ്ദേഹം മനോഹരമായ ഒരു സംഭാഷണശൈലിയുടെ ഉടമയായിരുന്നു. സങ്കീർണ്ണമായ സങ്കല്പനങ്ങൾപോലും വാചകക്കസർത്തുകൾകൂടാതെ ലളിതമായി അവതരിപ്പിക്കാനുള്ള സാമർത്ഥ്യവും അദ്ദേഹത്തിനുണ്ടായിരുന്നു. ഈ സിനിമയിൽ ഉത്തമമായത് എന്തെങ്കിലും ഉണ്ടെങ്കിൽ അതിന്റെ മേന്മ അദ്ദേഹത്തിനുള്ളതാണ് എന്ന് ഞാൻ കരുതുന്നു. അനന്തമൂർത്തിയുടെ കൃതികളെ സംബന്ധിച്ച ഒരു വിദഗ്ദ്ധനാണ് പ്രൊഫ. മനുചക്രവർത്തി. അദ്ദേഹമാണ് ആഷിശ് നന്ദിക്കും ശവ് വിശ്വനാഥനും പുറമെ ഈ ചിത്രത്തിന്റെ വിഷയഉപദേശകൻ. അനന്തമൂർത്തിയുടെ തത്ത്വശാസ്ത്രത്തിലേക്ക് നിശിതവും കൃത്യവുമായ ചില ഉൾക്കാഴ്ചകൾ ഇവർ നല്കുകയുണ്ടായി.

യു ആർ എ– ഒരു സ്വയം പ്രഖ്യാപിച്ച സോഷ്യലിസ്റ്റാണ്. അദ്ദേഹം പറയുന്നു. "എഴുത്ത് ഒരു രാഷ്ട്രീയ പ്രവർത്തനമാണ്. അത് വെറുമൊരു ധ്യാനമോ വിചാരണയോ മാത്രമല്ല." തിരഞ്ഞെടുപ്പിൽ മത്സരിക്കാനുള്ള ധീരമായ ഒരു ശ്രമവും അദ്ദേഹം നടത്തിയിരുന്നു; നിരവധി പ്രക്ഷോഭങ്ങളിൽ പങ്കെടുത്തിരുന്നു (നിയമവിരുദ്ധ ഖനനത്തിനെതിരെ, തുംഗാനദിയുടെ രക്ഷയ്ക്ക് തുടങ്ങിയവ) നക്സലൈറ്റ് അനുഭാവി എന്ന ആരോപണത്തിനുപോലും അദ്ദേഹം വിധേയനായി. അടുത്തയിടെ അദ്ദേഹം പ്രഖ്യാപിച്ചത്, നരേന്ദ്രമോദി പ്രധാനമന്ത്രിയാവുകയാണെങ്കിൽ താൻ ഇന്ത്യവിടും എന്നാണ് പിന്നീട് അതിൽ മാറ്റംവരുത്തുകയുണ്ടായി. എന്താണ് ഇതിൽ നിന്നെല്ലാം താങ്കൾക്ക് എന്താണ് ലഭിച്ചത്?

അനന്തമൂർത്തിയെ സന്ദർഭൽക്കരിക്കാൻ ഞാനൊന്നു ശ്രമിക്കട്ടെ. കർണ്ണാടകത്തിലെ മറ്റു നിരവധി എഴുത്തുകാരെയും കലാകാരന്മാരെയും പോലെ യു ആർ അനന്തമൂർത്തിക്കും ഒരു സോഷ്യലിസ്റ്റ് പശ്ചാത്തലമുണ്ട്. സോഷ്യലിസ്റ്റ് പ്രസ്ഥാനം വളരെ ശക്തമായിരുന്ന ഷിമോഗ ജില്ലയിലെ തീർത്ഥഹള്ളി ആണ് അദ്ദേഹത്തിന്റെ സ്വദേശം. 1952 ൽ ആദ്യത്തെ കർഷകപ്രക്ഷോഭം നടന്നത് അവിടെയാണ്, ലോഹ്യയെയും മറ്റും പോലുള്ള വ്യക്തികൾ അതിൽ പങ്കെടുക്കുകയുമുണ്ടായി. യുവാവായി

രുന്ന യു ആർ എയും ലേഖനങ്ങൾ എഴുതിയും പിതാവിന്റെ പ്രസ്സിൽ അവ അച്ചടിച്ചും ലഘുലേഖകളും നോട്ടീസുകളും മറ്റും വിതരണം ചെയ്തും തന്റേതായ രീതിയിൽ ഈ പ്രക്ഷോഭത്തിന് സംഭാവന നല്കി. അക്കാലത്ത് ഗോപാല ഗൗഡയുമായും സംസ്ഥാനത്തെ മറ്റു പ്രമുഖസോഷ്യലിസ്റ്റ് നേതാക്കളുമായും നടത്തിയ ആശയവിനിമയം സോഷ്യലിസത്തിലുള്ള അദ്ദേഹത്തിന്റെ വിശ്വാസത്തെ ദൃഢപ്പെടുത്തി. കെ വി സുബ്ബണ്ണയെയും പി ലങ്കേഷിനെയും പൂർണ്ണചന്ദ്രതേജസ്വിയെയും മറ്റും പോലുള്ള ആ കാലത്തെ നിരവധി കന്നഡ എഴുത്തുകാരും കലാകാരന്മാരും സോഷ്യലിസത്തിലും അതിന്റെ വികസന മാതൃകകളിലും ഉറച്ചു വിശ്വസിച്ചിരുന്നു. യു ആർ എ ഉൾപ്പെടെ പലരും പിൽക്കാലത്ത് ഗാന്ധിയൻ ആശയങ്ങളിലേക്ക് മാറുകയുണ്ടായി. യു ആർ എ യുടെ എല്ലാ രാഷ്ട്രീയ നീക്കങ്ങൾക്കും പ്രസ്താവനകൾക്കും പിന്നിൽ ഈ അടിയൊഴുക്കുകളുണ്ട്. അടിയന്തരാവസ്ഥ കാലത്ത് ഈ തരത്തിലുള്ള ജൈവ ധൈഷണികത മുൻനിരയിൽ വന്നു; 1990 കൾക്കുശേഷം ഇതുകൂടുതൽ പ്രബലമായി മാറി. മോദിയുടെ ഇന്ത്യയിൽ ജീവിക്കാൻ താൻ ആഗ്രഹിക്കുന്നില്ല എന്ന് അദ്ദേഹം പറഞ്ഞപ്പോൾ അതിനെ കേവല വാക്കർത്ഥത്തിൽ എടുക്കുന്നത് ശരിയല്ല. മറിച്ച് ഇന്ത്യയുടെ വിശാലതാല്പര്യത്തെ സംബന്ധിച്ചിടത്തോളം ഗുണകരമല്ലാത്ത വികസനമാതൃകകളുടെ വിമർശനം എന്ന നിലയിലാണ് അതിനെ പരിഗണിക്കേണ്ടത്. കോർപ്പറേറ്റുകളും സാങ്കേതിക വിദഗ്ദ്ധരും താഴ്ന്ന ഇടത്തരക്കാരും ദരിദ്രരായ ഇന്ത്യക്കാരും തമ്മിലുള്ള അന്തരം അവ വർദ്ധിപ്പിക്കാനാണ് പോകുന്നത്. ദൗർഭാഗ്യവശാൽ ഏതു വിമർശനത്തെയും അതിന്റെ ശരിയായ അന്തഃസത്തയിൽ കണക്കാക്കുന്നതിനുപകരം ഒരാൾ പ്രതിനിധാനം ചെയ്യുന്ന ആശയത്തിന്റെ വിമർശനം എന്നതിനെക്കാൾ ആ വ്യക്തിയെ വിമർശിക്കുന്നതായി കണക്കാക്കുന്ന ഒരു കാലഘട്ടത്തിലാണ് നാമിന്ന് ജീവിക്കുന്നത്. തന്റെ എല്ലാ പ്രസംഗങ്ങളിലും കൃതികളിലും യു ആർ എ ഇന്ത്യൻ സമൂഹത്തിന്റെ ബഹുസ്വരത–ജാതി, മതം, ഭാഷ ആചാരമര്യാദകൾ സംരക്ഷിക്കപ്പെടണമെന്ന് ഊന്നിപ്പറഞ്ഞിരുന്നു. വിവിധ സ്വത്വങ്ങളിലുള്ള ആളുകളെ ഒന്നിച്ചുകൂട്ടി മുന്നോട്ടു നയിക്കുകയെന്ന കാഴ്ചപ്പാടായിരിക്കണം ഒരു മാതൃകാ നേതാവ് മുന്നോട്ടുവെക്കേണ്ടത് എന്ന കാര്യത്തിൽ ആർക്കും വിയോജിപ്പുണ്ടാവില്ലല്ലോ.

അഭിമുഖം: യു ആർ അനന്തമൂർത്തി/ചന്ദൻ ഗൗഡ

കർണ്ണാടകത്തിന്റെ ആശയം

യു ആർ അനന്തമൂർത്തി സമുന്നതനായ കന്നട എഴുത്തുകാരനും ബുദ്ധിജീവിയും ആണ്. ബർമിങ്ഹാം സർവ്വകലാശാലയിൽനിന്ന് ഡോക്ടർ ബിരുദം എടുത്തതിനുശേഷം മൈസൂർ സർവ്വകലാശാലയിൽ ഇംഗ്ലീഷ് പ്രൊഫസറായി അദ്ദേഹം ജോലി ചെയ്തു. അദ്ദേഹത്തിന്റെ മഹത്തായ രചനകളിൽ നോവലുകളും ചെറുകഥകളും കവിതയും സാഹിത്യസംസ്കാരികവിമർശനങ്ങൾ അടങ്ങുന്ന ലേഖനങ്ങളും ഉൾപ്പെടുന്നു. 1944 ൽ ജ്ഞാനപീഠ പുരസ്കാരവും 1998 ൽ പത്മഭൂഷൺ ബഹുമതിയും അദ്ദേഹത്തിന് ലഭിച്ചു. അദ്ദേഹത്തിന്റെ പ്രധാന കൃതികളിൽ *സംസ്കാര, ഭാരതീപുര, അവസ്ഥ, ഭാവ* എന്നീ നോവലുകൾ ഉൾപ്പെടുന്നു. ചന്ദ്ര ഗൗഡയുമായുള്ള അദ്ദേഹത്തിന്റെ സംഭാഷണത്തിന്റെ രത്നച്ചുരുക്കമാണ് താഴെകൊടുത്തിരിക്കുന്നത്.

ചന്ദൻഗൗഡ: കർണ്ണാടകയുടേതായ ഒരു ആശയം ഉണ്ടോ?

യു ആർ അനന്തമൂർത്തി: ഉണ്ട്. ആയിരം വർഷങ്ങളിലൂടെയാണ് നമ്മൾ അത് വികസിപ്പിച്ചെടുത്തത്. കവിരാജമാർഗ്ഗ[1] എന്ന കാവ്യത്തിൽ കന്നട സംസാരിക്കുന്ന കാവേരി മുതൽ ഗോദാവരി വരെയുള്ള പ്രദേശത്തെ കന്നടദേശം എന്ന് സൂചിപ്പിച്ചിരിക്കുന്നു. ഒരുപക്ഷേ, മനുഷ്യൻ സംസാരിച്ചിരുന്ന ഒരു ഭാഷയുടെ അടിസ്ഥാനത്തിൽ ഒരു ഭൂപ്രദേശത്തെ

1. എ ഡി ഒൻപതാം നൂറ്റാണ്ടിൽ എഴുതപ്പെട്ട "കവിരാജമാർഗ്ഗ" കന്നടയിലെ ആദ്യ സാഹിത്യ രചനയായി കരുതപ്പെടുന്നു. അതിന്റെ രചന 'ശ്രീവിജയ'യിൽ ആരോപിക്കപ്പെട്ടിരിക്കുന്നു.

നിർവ്വചിക്കുന്നതിന്റെ ആദ്യ ഉദാഹരണങ്ങളിൽ ഒന്ന് ഇതാവാൻ ഇടയുണ്ട്.

മൈസൂർ സംസ്ഥാനത്തിൽ കർണ്ണാടകം ആകുന്നതിനുള്ള ഒരു മടി ഉണ്ടായിരുന്നു. ഏകീകൃതമായ കർണ്ണാടകയിൽ ലിംഗായത്തുകളുടെ എണ്ണം മറ്റു ജാതികളേക്കാൾ കൂടുതലായിരിക്കുമെന്ന ഒരു രാഷ്ട്രീയഭയം ഉണ്ടായിരുന്നു. അതു കൂടാതെ മഹാരാജാവും അദ്ദേഹത്തിന്റെ ദിവാന്മാരും കൂടി മൈസൂറിന് ഒരു ആധുനിക സംസ്ഥാനം എന്ന വ്യത്യസ്തമായ ഒരു വ്യക്തിത്വം നല്കാൻ ശ്രമിച്ചിരുന്നു. രണ്ട് ആളുകൾ ഒഴിച്ച് മറ്റ് എല്ലാസ്ഥലങ്ങളിലും വിമുഖത ഉണ്ടായിരുന്നു. കുവെംപുവും[2] ഗോപാലഗൗഡയും[3] രണ്ടുപേരും വൊക്കലിഗന്മാർ ആയിരുന്നു. കൂടുതൽ വൊക്കലിഗന്മാർക്കും ഒരു കർണ്ണാടക സംസ്ഥാനത്തിന്റെ ഏകീകരണത്തോട് എതിർപ്പുണ്ടായിരുന്നെന്ന് എനിക്ക് അറിയാം. അവർ മൈസൂറിന്റെ പേര് മാറ്റുന്നതിനു പോലും മടി കാണിച്ചിരുന്നു. കർണ്ണാടക സംസ്ഥാനം നിലവിൽ വന്നത് മറ്റൊരു വൊക്കലിഗനായ കൊഗൻ ഹനുമന്തയ്യ[4] അത് അംഗീകരിച്ചതുകൊണ്ടാണ്.

ഞങ്ങളടെ ചെറുപ്പകാലത്ത് കർണ്ണാടകയുടെ ഏകീകരണത്തിനു വേണ്ടി പോരാടി ക്കൊണ്ടിരിക്കുമ്പോൾ കുവെംപു ഒരു പ്രശസ്തമായ കവിത എഴുതിയിരുന്നു. അന്ന് അദ്ദേഹം മൈസൂർ മഹാരാജാസ് കോളേജിലെ അദ്ധ്യാപകനായിരുന്നു. ഒരു സർക്കാർ ഉദ്യോഗസ്ഥൻ ആയതുകൊണ്ട് രാഷ്ട്രീയ പ്രശ്നങ്ങളെ പറ്റി സംസാരിക്കാൻ പാടില്ലെന്ന് ഒരു മെമ്മോ പ്രിൻസിപ്പാൾ അദ്ദേഹത്തിന് കൊടുത്തുവിട്ടു. കുവെംപു പഴയ കവികളായ പമ്പയും റാണയും ഹരിഹരയും ഷഡാക്ഷരിയും മുഡണ്ണ[5]യും മന്ത്രിസഭയിലുള്ള ഒരു ഏകീകൃത കർണ്ണാടക മന്ത്രിസഭയെപറ്റി ഒരു കവിത എഴുതി. ആധാരണയിലുള്ള ഒരു കർണ്ണാടകം എഴുത്തുകാരന്റെ ഒരു സ്വപ്നം ആയിരുന്നു.

എഴുത്തുകാരനെന്ന നിലയിൽ നമ്മുടെ എല്ലാ ഭാഷകളും ദേശീയ ഭാഷകൾ ആകണമെന്ന് ഞങ്ങൾ ആഗ്രഹിച്ചിരുന്നു. പല ഭാഷകളുടെ സാന്നിദ്ധ്യത്തെ സംസ്കാരത്തിന്റെ ഒരു സമൃദ്ധിയായി കാണാതെ ഒരു പ്രശ്നമായി മനസ്സിലാക്കുന്ന ലോകകമ്പോളത്തെക്കുറിച്ച് ഞങ്ങൾ ചിന്തിച്ചിരുന്നില്ല. നാരായണമൂർത്തിക്ക് അതൊരു പ്രശ്നമാണ്. പക്ഷേ, കുവെംപുവിന് അത് ഒരു അനുഗ്രഹം ആയിരുന്നു. രാഷ്ട്രത്തെപറ്റിയുള്ള ഞങ്ങളുടെ ആശയം വളരെ വ്യത്യസ്തമായിരുന്നു. ഞങ്ങൾ രാഷ്ട്രത്തെ പറ്റിയുള്ള യൂറോപ്യൻ ആശയത്തെ അംഗീകരിച്ചില്ല. കർണ്ണാടകവും

2. കുവെംപു (1904–2004) ഒരു പ്രധാന കന്നട കവിയും നോവലിസ്റ്റും.
3. ഗോപാലഗൗഡ (1923–1972) ഒരു പ്രധാനപ്പെട്ട സാമൂഹിക നേതാവ്.
4. ഹനുമന്തയ്യ: ഒരു പ്രധാന കോൺഗ്രസ് നേതാവ്. മൈസൂർസംസ്ഥാനത്തെ മുഖ്യമന്ത്രി (1952–1956)
5. കന്നഡയിലെ 10 മുതൽ 19–ാം നൂറ്റാണ്ടുവരെയുള്ള പ്രാമാണികരായ സാഹിത്യകാരന്മാർ (കവികൾ)

രാഷ്ട്രത്തിന്റെ ഒരുകേന്ദ്രം ആകുന്നില്ലെങ്കിൽ അപ്പോൾ രാഷ്ട്രം ഇല്ല. രാഷ്ട്രത്തിന് പല കേന്ദ്രങ്ങൾ ഉണ്ട്. അതുകൊണ്ട് തമിഴ്നാട് ഒരു യാഥാർത്ഥ്യമാണ്. മഹാരാഷ്ട്ര ഒരു യാഥാർത്ഥ്യമാണ്. ഇന്ത്യ ഒരു ഫെഡറൽ രാഷ്ട്രമാണ്.ഞാൻ കർണ്ണാടകം നിലനില്ക്കുന്നെന്ന് ഞാൻ പറയുമ്പോൾ ഒരു ഫെഡറൽ രാഷ്ട്രം നിലനില്ക്കുന്നെന്നാണ് അർത്ഥമാക്കുന്നത്. (നമുക്ക് ഭരണത്തിനുവേണ്ടിയും അധികാരവികേന്ദ്രീകരണം വേണം.) വഴക്കടിക്കുന്ന പല സംസ്ഥാനങ്ങൾ ഉണ്ടെങ്കിലും ഒരു ഇന്ത്യ എന്ന ആശയം ഒരർത്ഥത്തിൽ നിലനില്ക്കുന്നതുപോലെ നമുക്ക് കർണ്ണാടകയിൽ പല ശക്തികേന്ദ്രങ്ങൾ ഉണ്ടെങ്കിലും ഒരു കർണ്ണാടകവും ഉണ്ട്. ഇന്ത്യയെ ബ്രിട്ടീഷുകാർ സൃഷ്ടിച്ചു എന്ന് പറയുന്നത് ശരിയല്ല. കർണ്ണാടകവും ഒരു ആശയം ആണ്.

ചന്ദൻ ഗൗഡ: നമ്മൾ ആയിരം വർഷങ്ങളിലൂടെ വികസിച്ചുകൊണ്ടിരിക്കുകയായിരുന്നെന്ന് താങ്കൾ പറഞ്ഞിരുന്നു. കർണ്ണാടക സമൂഹത്തിന്റെ ഏതാനും സവിശേഷതകൾ വേർതിരിച്ചാൽ അവ ഏതൊക്കെആയിരിക്കും?

മറ്റുള്ളവരുടെ കാഴ്ചപ്പാടുകളോടുള്ള സഹിഷ്ണുത സ്വർണ്ണം പോലെയാണെന്ന് കവി രാജമാർഗ്ഗയുടെ രചയിതാവ് പറയുന്നു. പല കാഴ്ചപ്പാടുകൾക്കും ഇവിടെ സ്ഥലം ഉണ്ട്. അത് കർണ്ണാടകയുടെ ആയിരം വർഷങ്ങളായി വികസിച്ചുവന്ന ഒരു വലിയ സവിശേഷതയാണ്. പമ്പയിലും കൗമാവവ്യാസ[6]യിലും ഇത് കാണാൻ കഴിയും.

പമ്പ അയാളുടെ ഹിന്ദുരാജാവിനെ അർജ്ജുനനു തുല്യമായി പരിഗണിച്ച് അർജ്ജുനനെ നായകനാക്കി മഹാഭാരതം എഴുതുന്നു.പക്ഷേ, അവസാനം അദ്ദേഹത്തിന്റെ എല്ലാ സ്നേഹവും കിട്ടുന്നത് കർണ്ണനാണ്. അർജുനനല്ല. കർണ്ണൻ താൻ സൂതപുത്രൻ[7] അല്ലെന്നും പാണ്ഡവരിൽ ഒരുവനാണെന്നും മനസ്സിലാക്കിക്കഴിയുമ്പോൾ അയാൾക്ക് ഒരു രാജ്യം ലഭിക്കുമായിരുന്നു. പക്ഷേ, കർണ്ണൻ പറഞ്ഞു. “വേണ്ട ഞാൻ കൗരവർക്കുവേണ്ടി യുദ്ധം ചെയ്യും.” ഇത് എന്നെ ചിന്തിപ്പിക്കുന്നു. അതുകൂടാതെ അവിടെ ബാഹുബലി എന്ന ജൈനമതക്കാരൻ ഉണ്ട്. അയാൾ അയാളുടെ ജ്യേഷ്ഠനുമായി രാജ്യം കിട്ടാൻ വേണ്ടി. യുദ്ധംചെയ്ത് വിജയിച്ചു. പെട്ടെന്ന് അയാൾക്ക് വൈരാഗ്യം (ലൗകിക മോഹങ്ങളുടെ പരിത്യാഗം) തോന്നിയിട്ട് അയാൾ പറയുന്നു. “എനിക്ക് നിങ്ങളുടെ രാജ്യം വേണ്ട.” അതായത് ചില മൂല്യങ്ങൾ തുടക്കംമുതൽ പരിപാലിക്കപ്പെട്ടിട്ടുണ്ട്.

സത്യത്തിൽ കന്നടയിൽ മറ്റ് പല ഭാഷകളിലേയും പോലെ സമ്പൽസമൃദ്ധിയുടെ വാക്ക് “സുഭിക്ഷ” എന്നാണ്. അത് ഭിക്ഷ ലഭിക്കുന്ന ഒരു അവസ്ഥയാണ്. നമ്മൾ ആർക്കാണ് ഭിക്ഷ കൊടുക്കുന്നത്? തെണ്ടികൾക്കല്ല.മരുന്നുകളും അറിവും മറ്റു രാജ്യങ്ങളിലെ വാർത്തകളും കൊണ്ടുവ

6. 16–ാം നൂറ്റാണ്ടിലെ കന്നട കവി.
7. ബ്രാഹ്മണ സ്ത്രീയ്ക്കും ക്ഷത്രിയനായ അച്ഛനും ജനിച്ച മകൻ

രുന്ന അലഞ്ഞുനടക്കുന്ന 'വൈരാഗി'കൾക്കാണ്. അവർ ആളുകളുടെ ഭിക്ഷയെ ആശ്രയിച്ചു ഇത്തരം മനുഷ്യർക്ക് ഭിക്ഷ ലഭിക്കുന്നുണ്ടെങ്കിൽ ആ രാജ്യം സമ്പൽസമൃദ്ധമാണെന്ന് പറയപ്പെട്ടിരുന്നു.

ചന്ദൻ ഗൗഡ: കന്നട മൂല്യക്രമീകരണങ്ങളിൽ മറ്റെന്താണ് വ്യത്യസ്തമായി ഉയർന്നു നില്ക്കുന്നത്?

മറ്റൊന്ന് ബഹുത്വത്തിന്റെ അംഗീകാരമാണ്. വീരശൈവക്കാർ ദൈവത്തിനു പുറകേ പോയ വാകന[8] കാലഘട്ടംഒഴിച്ച് മറ്റെല്ലാക്കാലത്തും ഇത് സത്യം ആയിരുന്നു. അത് ഒരു മഹത്തായ കാലഘട്ടം ആയിരുന്നു. പക്ഷേ, അതൊരു വ്യത്യസ്തമായ കാലഘട്ടം ആയിരുന്നു. കാരണം ബാസവയ്ക്കും മറ്റ് വീരശൈവക്കാർക്കും ഏകദൈവത്തിനു വേണ്ടിയുള്ള അഭിനിവേശം ഉണ്ടായിരുന്നു. വീരശൈവ പ്രസ്ഥാനം ഉൽകൃഷ്ടമായ കവിതകൾ സൃഷ്ടിച്ചു. പക്ഷേ, വളരെക്കാലത്തേക്ക് അതിന് പിടിച്ചു നില്ക്കാൻ കഴിഞ്ഞില്ല. കാരണം വീരശൈവന്മാർ ഹിന്ദുക്കളായി മാറി. ഇപ്പോൾ എനിക്കറിയാവുന്ന ധാരാളം വീരശൈവന്മാർ തിരുപ്പതിഭക്തരായി മാറിയിട്ടുണ്ട്. വീരശൈവന്മാർ തിരുപ്പതിഭക്തരായി മാറി അമ്പലത്തിൽ പ്രാർത്ഥിക്കുന്നതും വ്രതങ്ങൾ നോക്കുന്നതും ബാസവയ്ക്ക് ഒരിക്കലും മനസ്സിലാകുമായിരുന്നില്ല. ഒരു പ്രസ്ഥാനം എന്ന നിലയിൽ അതിന്റെ ഏകദൈവം എന്ന ആശയത്തിന്റെ തീവ്രതയിൽ അത് ഉയർന്നു നില്ക്കുന്നു. സത്യത്തിൽ നിങ്ങൾ ഒരു ഭക്തനാണെങ്കിൽ നിങ്ങൾക്ക് പല അവസ്ഥകളിലൂടെയും കടന്നുപോകേണ്ടിയിരിക്കുന്നു. അതിൽ ഒരു അവസ്ഥ ഒരുതരത്തിലുള്ള തീവ്രവാദം ആണ്.

ചന്ദൻഗൗഡ: വ്യത്യാസം അംഗീകരിക്കുന്നതിന്റെ മൂല്യത്തെപ്പറ്റിയാണ് പല വാകനകളും സംസാരിക്കുന്നത്.

ശരിയാണ് അത് സാമൂഹികമായതലത്തിലാണ്. സാന്മാർഗ്ഗികമായ തലത്തിൽ അവർ തീവ്രവാദികൾ ആയിരുന്നില്ല. പക്ഷേ, ദൈവത്തെയും ഭക്തിയെയും സാക്ഷാല്ക്കരിക്കുന്ന തലത്തിൽ അത് നിശ്ചയമായും ഇഷ്ടലിംഗം(ശിവൻ) ആയിരിക്കണമെന്ന് അവർ ചിന്തിച്ചു.

ചന്ദൻഗൗഡ: വ്യത്യാസങ്ങളുടെയും അനേകത്വത്തിന്റെയും സ്വീകാര്യത: കർണ്ണാടകത്തെ പറ്റി മറ്റെന്താണ് താങ്കൾ വിലപ്പെട്ടതായി കരുതുന്നത്?

സുബ്ബണ്ണ[9] കന്നടയ്ക്ക് സ്വീകരണത്തിന്റെ പല മുഖലക്ഷണങ്ങളും ഉള്ളതായി നിരീക്ഷിച്ചിരിക്കുന്നു. കന്നട സംസാരിക്കാൻ എല്ലാ അക്ഷരങ്ങളുടെയും ആവശ്യമില്ലെങ്കിലും അതിന്റെ അക്ഷരമാലയിൽ അൻപ

8. വാകനകൾ: വീരശൈവ സന്യാസിമാർ രചിച്ചസ്വതന്ത്രകവിതകൾ വാകന കാലഘട്ടം പത്താം നൂറ്റാണ്ടിനും പന്ത്രണ്ടാം നൂറ്റാണ്ടിനുംഇടയിലുള്ള കാലം ആണ്. വീരശൈവമതം അഭിവൃദ്ധി പ്രാപിച്ചിരുന്ന സമയം.
9. കെ വി സുബ്ബണ്ണ(1932–2005) മുഖ്യ കന്നട നാടകകൃത്തും നിരൂപകനും

ത്തിരണ്ട് അക്ഷരങ്ങൾ ഉണ്ട്. മറ്റുഭാഷകളെ കന്നടയിലേക്ക് കടന്നുവരാൻ അനുവദിക്കുന്ന വിശേഷാലുള്ള അക്ഷരങ്ങളും അതിനുണ്ട്. അതുകൊണ്ട് നമ്മൾ ഇംഗ്ലീഷിൽനിന്നും പേർഷ്യൻ ഭാഷയിൽ നിന്നും കടം എടുത്തു. ഒരു കാലഘട്ടത്തിൽ സംസ്കൃതത്തിൽ ഒഴിവുവന്നതെല്ലാം കന്നട പറഞ്ഞു. സംസ്കൃതത്തിൽ നിന്ന് സ്വീകരിക്കേണ്ടതെല്ലാം കന്നട സ്വീകരിച്ചു.

കന്നടയുടെ ദേശീയതയ്ക്ക് യോജിച്ചരീതിയിൽ ഡാൻസിന്റെയും ബഹമയുടെയും മാർഗ്ഗത്തെ കവിരാജമാർഗ്ഗം അനുകൂലിച്ചു. പല സംസ്കൃതകവികളും ആദ്യകാല കന്നട കവികളെ സ്വാധീനിച്ചിട്ടുള്ളതുപോലെ ധാരാളം ഇംഗ്ലീഷ് കവികൾ ആധുനിക കന്നടകവികളെ സ്വാധീനിച്ചിട്ടുണ്ട്. പക്ഷേ, നമ്മുടെ എല്ലാകവികളും അവരുടെ സ്വാധീനത്തെ മറികടന്ന് മുന്നോട്ടുപോയി. ഉദാഹരണമായി പമ്പ കാളിദാസനെ താൻ മറികടന്നതായി ചിന്തിക്കുന്നു. നമ്മുടെ കാലത്ത് നമുക്ക് ഇംഗ്ലീഷ് എഴുത്തുകാരും അസ്തിത്വവാദികളായ എഴുത്തുകാരും ഉണ്ട്. എന്റെ കാലഘട്ടത്തിൽ കർണ്ണാടകം സ്വന്തം ശക്തിയുള്ള എഴുത്തുകാരെ സൃഷ്ടിച്ചിട്ടുണ്ട്. കടമെടുക്കുമ്പോൾ തന്നെ സ്വന്തം വ്യക്തിത്വം നഷ്ടപ്പെടുത്താതിരിക്കാനുള്ള കഴിവ്: ഇവിടെ പ്രതിസന്ധി ഇല്ല, ആകുലത ഇല്ല. കന്നടയിൽ സ്വാധീനത്തെപ്പറ്റിയുള്ള ആകുലത ഇല്ല.

ചന്ദൻ ഗൗഡ: ഇന്ത്യയിലെ പല കേന്ദ്രങ്ങളിൽ ഒന്നാണ് കർണ്ണാടകമെന്ന് താങ്കൾ നിരീക്ഷിച്ചിരുന്നു. അപ്പോൾ കൂടുതൽ വിശാലമായ ഇന്ത്യൻ സംസ്കാരത്തിനുള്ളിൽ കർണ്ണാടകയുടെ പ്രത്യേകത മനസ്സിലാക്കാൻ താങ്കൾ ഇഷ്ടപ്പെട്ടുകാണുമല്ലോ?"

അവിടെ ഞാൻ കുവെംപുവിന്റെ കൂടെയാണ് "ഭാരതത്തിന്റെ മകളെ വാഴ്ത്തുക, കർണ്ണാടകമാതാവിനെ വാഴ്ത്തുക."[10]

ചന്ദൻഗൗഡ: കുവമ്പുവിന്റെ മകൻ തേജസ്വി[11] ഒരു വേദിക് മനസ്സിനുമാത്രമെ കർണ്ണാടകം ഇന്ത്യയുടെ ഭാഗമാണെന്ന് ശാന്തമായി സംസാരിക്കാൻ കഴിയുകയുള്ളൂ എന്നുപറഞ്ഞ് എഴുപതുകളിൽ താങ്കളുമായി വഴക്കുകൂടിയായിരുന്നു. അത്തരം ഒരു ചോദ്യം ഇപ്പോളും നിലനില്ക്കുന്നതുകൊണ്ട് താങ്കൾക്ക് അതിനെ പറ്റി എന്തെങ്കിലും അറിയാമോ?"

എനിക്ക് ഒരു വേദിക് മനസ്സ് ഉണ്ട്. (ചിരിക്കുന്നു). കാരണം വേദിക് ധർമ്മം പരമകാഷ്ഠകൾക്കിടയിലുള്ള ഒരു മഹത്തായ ഒത്തുതീർപ്പാണെന്ന് നിങ്ങൾക്ക് അറിയാം. ഇത് പറയുന്നത് പരിഷ്കൃതമല്ല. പക്ഷേ, വേദിക് ധർമ്മത്തിന് ബുദ്ധമതത്തെയും ജൈനമതത്തെയും പിന്നീട്

10. കുവെംപു1928 ൽ എഴുതിയ 'ജയഹെ കർണ്ണാടക മാത' എന്ന കവിതയിലെ വരികൾ.
11. പൂർണ്ണചന്ദ്ര തേജസ്വി(1938–2007) കന്നടയിലെ ഒരു പ്രധാന നോവലിസ്റ്റും ചെറുകഥാകൃത്തും.

ക്രിസ്തുമതത്തെയും ഉൾക്കൊള്ളാൻ കഴിഞ്ഞതുകൊണ്ടാണ് അത് വിജയിച്ചത്. ആര്യസമാജം ക്രിസ്തുമതത്തെ ഉൾക്കൊണ്ടു. മഹാനായ നാരായണഗുരു പള്ളിയിൽ നിന്നുള്ള പ്രാർത്ഥനകളുടെ രീതി ഉൾക്കൊണ്ടു. ഇത് മൊത്തത്തിൽഒരു വേദിക് മുഖ്യധാരയാണ്. എനിക്ക് അത് സ്വന്തമാണെന്ന് പറയാൻ മടിയില്ല. പക്ഷേ, വേദിക് ധർമ്മത്തിൽ ഞാൻ ഏറ്റവും വെറുക്കുന്നത് ജാതിവ്യവസ്ഥയെ ആണ് – ജാതിവ്യവസ്ഥയേക്കാൾ തൊട്ടുകൂടായ്മയെ ആണ്. താഴ്ന്ന ജാതിക്കാർക്ക് ചില ആനുകൂല്യങ്ങളും ഉയർന്ന ജാതിക്കാർക്ക് ചില കുറവുകളും ക്രമീകരിച്ചിട്ടുള്ള ജാതിവ്യവസ്ഥയെപോലും എനിക്ക് മനസ്സിലാക്കാൻ പറ്റും. തീർച്ചയായും പ്രായോഗികമായി അത് മാതൃകാപരമായി നടത്താൻ പറ്റില്ല.

ചന്ദൻഗൗഡ: ഒരു വേദിക് മനസ്സിലൂടെകർണ്ണാടകത്തെ നോക്കുമ്പോൾ താങ്കൾക്ക് എന്താണ് നഷ്ടപ്പെടാൻ സാദ്ധ്യതയുള്ളത്? ഈ സങ്കല്പത്തിൽ താങ്കൾക്ക് ഒത്തുതീർപ്പിലെത്താൻ പറ്റാത്തകാര്യങ്ങൾ ഉണ്ടോ?

ജാതിവ്യവസ്ഥയെ അംഗീകരിക്കുമ്പോൾ വേദിക് മനസ്സ് കാണാൻ കഴിയുന്നത് വേദിക് മനസ്സാണ്. ഞാൻ ഒരു വേദിക് മനസ്സാകുന്നത് കുവെംപു ഒരു വേദിക് മനസ്സാണെന്നുള്ള ന്യായം വെച്ചാണ്. അദ്ദേഹത്തിന്റെ ഏറ്റവും വലിയ പ്രചോദനം രാമായണവും മഹാഭാരതവും ഉപനിഷത്തുകളും ആയിരുന്നു. ഈ ഗ്രന്ഥങ്ങളെ ആശ്രയിക്കുന്ന എന്തോ ചില കാര്യങ്ങളായി വേദിക് മനസ്സിനെ പുനർനിർവ്വചിക്കാവുന്നതാണ്. ഗാന്ധി അങ്ങനെ ആയിരുന്നു. ഈ ഗ്രന്ഥങ്ങളിൽ നിന്ന് എല്ലാ കാര്യങ്ങളും അദ്ദേഹം ഒരിക്കൽക്കൂടി വലിച്ചെടുത്തു. ഇത് ഒരു ലളിതമായ കാര്യം അല്ല. കാരണം വേദിക് മനസ്സ് വേദിക് പാരമ്പര്യത്തിന്റെയും ശ്രമണന്മാരുടെയും സങ്കലനമാണ്. ഉപനിഷത്തുകളിൽ ശ്രമണന്മാരെ ജഡപിടിച്ചതലമുടിയും ചുവന്ന കണ്ണുകളുമുള്ള കർമ്മത്തിൽ വിശ്വസിക്കുന്ന തപസ്സിൽ താല്പര്യമുള്ള അലഞ്ഞുനടക്കുന്ന മനുഷ്യരായി വിവരിച്ചിട്ടുണ്ട്.വേദിക് മനസ്സ് കൂടുതൽ താന്ത്രിക് ആയിരുന്നു. യജ്ഞങ്ങളിലൂടെയും മറ്റും അത് കൂടുതൽ ശക്തി ആർജ്ജിക്കാൻ ആഗ്രഹിച്ചു. വേദിക് മനസ്സിനെ ആ രീതിയിൽ മനസ്സിലാക്കുന്നവർ അതിനെ ഒരുവശത്തേക്ക് തൂത്തുമാറ്റുന്നില്ല. ഇത് ഇന്ത്യ എന്ന ആശയത്തിന്റെ ഘടകങ്ങളിൽ ഒന്നാണ്.

ഇന്ത്യൻ ആത്മീയതയുടെ സ്വഭാവം കാരണം ഏക ദൈവമെന്ന തീക്ഷ്ണമായ ആശയം ഉണ്ടായിട്ടും ഇസ്ലാംമതത്തിന് ഇവിടെ രൂപാന്തരം സംഭവിച്ചതായി എനിക്ക് എപ്പോഴും തോന്നിയിരുന്നു.

അത് മഹാന്മാരായ സൂഫികളെ സൃഷ്ടിച്ചു. ഇസ്ലാമിക രാജ്യങ്ങളിലെ ഇസ്ലാംമതം വാസ്തുവിദ്യയിലും ചിത്രരചനയിലും സംഗീതത്തിലും ഇന്ത്യയിലെപോലെ സമ്പന്നമല്ല. ദൈവത്തെപ്പറ്റിയുള്ള സങ്കല്പത്തിൽ പോലും അതിന് വളരെക്കൂടുതൽ വികാസം വന്നിരിക്കുന്നു. കാരണം. അതിന് മറ്റൊരു മുഖ്യമതവുമായി നിലനിന്നു പോകണമായിരുന്നു. ഇതാ

യിരുന്നു രാമു[12] വിശ്വസിച്ചിരുന്നത്. ഞാൻ അദ്ദേഹത്തിന്റെ ഈ വിശ്വാസം പൂർണ്ണമായും പങ്കുവെയ്ക്കുന്നു. ക്രിസ്തുമതത്തിനുപോലും ഇന്ത്യയിൽ വ്യത്യാസം വന്നിട്ടുണ്ട്. നിങ്ങൾ കേരളത്തിൽ പോകുകയാണെങ്കിൽ അവിടത്തെ ക്രിസ്തുമതം എന്തുമാത്രം സമ്പന്നമാണെന്ന് നിങ്ങൾക്ക് കാണാം.

ചന്ദ്രഗൗഡ: കർണ്ണാടകം വികസിച്ചത് ഭരിക്കുന്നതും ഭരിക്കപ്പെടുന്നതുമായ സാംസ്കാരിക ശക്തികൾക്കിടയിലുള്ള പിരിമുറുക്കത്തിലൂടെയാണെന്ന് വിശദീകരിക്കാൻ വേണ്ടി താങ്കൾ റാഗിയുടെയും[13] അരിയുടെയും രൂപകങ്ങൾ ഉപയോഗിച്ചിട്ടുണ്ട്. കർണ്ണാടക സാഹിത്യത്തിലെഇന്നത്തെ ചലനാത്മകമായ ഈ ആവിഷ്ക്കരണത്തെ താങ്കൾ എങ്ങനെയാണ് കാണുന്നത്?

കുവെംപുവും [14]ഗോകക്കും പു:തി:നയും അഡിഗയും എല്ലാം തന്നെ മുഖ്യധാരാ എഴുത്തുകാർ ആയിരുന്നെന്ന് ഞാൻ പറയും. ചിലർ കൂടുതൽ സംസ്കൃതം ഉപയോഗിക്കുന്നു. ചിലർ കുറച്ച് ഉപയോഗിക്കുന്നു. പലതരം കന്നടകളിൽനിന്ന് കർണ്ണാടകം ഒരു മുഖ്യധാരാ കന്നട വികസിപ്പിച്ചുകൊണ്ടിരിക്കുന്നു. നമ്മുടെ കന്നട അതിലേക്ക്എത്തിച്ചേർന്ന ആന്തരിക വഴികളായി മാറുമെന്ന് ബന്ദ്ര എഴുതി. ഞാൻ എഴുതുന്നത് മുഖ്യധാരകന്നടയിലാണ്. എന്നിൽനിന്നും വ്യത്യസ്തമായ അനുഭവങ്ങളുള്ള കർണ്ണാടകത്തിന്റെ ഏതെങ്കിലും മൂലയിൽനിന്നുവരുന്ന താണവർഗ്ഗത്തിൽപ്പെട്ട എഴുതാൻ വാസനയുള്ള ആരെങ്കിലുമൊക്കെ ഇന്നും ഞാൻ എഴുതുന്ന രീതിയെ വെല്ലുവിളിക്കുന്നുണ്ട്. അവർ എഴുതുമ്പോൾ അവർ വളരെ സമ്പന്നമായ സാഹിത്യമാണ് സൃഷ്ടിക്കുന്നത്. അതുകൊണ്ട് അരിയും റാഗിയും തമ്മിലുള്ള ഏറ്റുമുട്ടൽ ഇപ്പോഴുംഉണ്ട്. അത് ഏറ്റുമുട്ടൽ അല്ല. അത് കൂടിയാലോചന ആണ്. റാഗിയും അരിയും തമ്മിലുള്ള ബന്ധം രണ്ടായി പിരിയുന്നതല്ല. അത് ഒരുതരത്തിലുള്ള പരസ്പരം പുഷ്ടിപ്പെടുത്തലാണ്.

ചന്ദൻ ഗൗഡ: പുറമെ നിന്നുള്ള ഘടകങ്ങളെ ആഗിരണംചെയ്ത് സ്വന്തമാക്കാനുള്ള കന്നടയുടെ കഴിവിനെ വിശദീകരിക്കാൻ താങ്കൾപലപ്പോഴും ജീർണ്ണാഗ്നി എന്ന രൂപകം ഉപയോഗിച്ചിട്ടുണ്ട്. ഇപ്പോഴും കന്നടയുടെ ദഹനത്തിനുള്ള കഴിവിലുള്ള ആത്മവിശ്വാസം യാതൊരു വ്യത്യാസവുമില്ലാതെ താങ്കൾക്ക് തോന്നുന്നുണ്ടോ?

---

12. രാമചന്ദ്രഗാന്ധി –തത്ത്വചിന്തകൻ (1937–2007)
13. റാഗി–തെക്കൻ കർണ്ണാടകയിലെ വരണ്ട പ്രദേശങ്ങളിൽ വിളയുന്ന ഇരുണ്ട നിറമുള്ള ഒരുതരം ധാന്യം.
14. വി കെഗോഗക് (1909–1992) പു:തി:നരസിംഹചാർ (1905–1998)ഗോപാലകൃഷ്ണ അഡിഗ (1918–1992) ആധുനിക കർണ്ണാടകത്തിലെ മുഖ്യ സാഹിത്യകാരന്മാർ.

ഉണ്ട് ഇപ്പോഴും തോന്നുന്നുണ്ട്. ഇത് എന്റെ കാര്യത്തിലും സംഭവിച്ചുകൊണ്ടിരിക്കുന്നു. ഞാൻ ലോകകാര്യങ്ങളെപറ്റി എഴുതുന്നു. കന്നടയിൽ നിന്ന് ലഭിച്ച അനുഭവങ്ങളിൽ നിന്നുള്ള രൂപകങ്ങൾ അല്ലാതെപുറത്തുനിന്നുള്ള അനുഭവങ്ങളിൽ നിന്നുള്ള രൂപകങ്ങളും എനിക്ക് സൃഷ്ടിക്കാൻ പറ്റും. എന്റെ കാലത്തുതന്നെ ഡി ആർ നാഗരാജ് കന്നടയെ മറ്റ് മണ്ഡലങ്ങളിലേക്ക് വലിച്ചുനീട്ടാൻ ശ്രമിച്ചു. അദ്ദേഹത്തിനു മുമ്പ് നമ്മുടെ എല്ലാഎഴുത്തുകാരും എങ്ങനെയെങ്കിലുംഇതുചെയ്യാൻ വേണ്ടിശ്രമിച്ചിരുന്നു.

ചന്ദൻഗൗഡ: കന്നടയുടെ ഭാവി എന്ന ലേഖനത്തിൽ ഒരെഴുത്തുകാരൻ പാരമ്പര്യവുമായി ബദ്ധശ്രദ്ധനായില്ലെങ്കിൽ ജീവനുള്ളതും ശാശ്വതമൂല്യമുള്ളതുമായ ഏതെങ്കിലും സൃഷ്ടിക്കാൻ ബുദ്ധിമുട്ടു വരാനിടയുണ്ടെന്നുള്ള ഒരു ആകുലത താങ്കൾ പ്രകടിപ്പിച്ചിരുന്നു.

എന്റെ വേവലാതി ഇതാണ്. യേറ്റ്സിനും ഈ വേവലാതി ഉണ്ടായിരുന്നു. അദ്ദേഹം ഐറിഷ് എഴുത്തുകാർ. ഐറിഷ് എഴുത്തുകാർ ആയിരിക്കുമ്പോൾ തന്നെ യൂറോപ്യൻ എഴുത്തുകാരാകാൻ ആഗ്രഹിച്ചു. ഈ പ്രശ്നം എന്നും ഉണ്ട്. നിങ്ങൾ അങ്ങേയറ്റം ഐറിഷ് ആയതുകൊണ്ട് നിങ്ങൾ യൂറോപ്യനായി തുടരാതിരിക്കുമോ? മറിച്ചും അങ്ങനെ സംഭവിക്കുമോ? ഒരു വലിയ ആശയം എന്നും അപൂർണ്ണമായതുകൊണ്ട് കലിംഗറാവു[15]വിന്റെ കന്നടനാട് ഉദിച്ചുയരട്ടെ എന്ന കവിത ഉൾപ്പെടുന്ന ഒരു സംഭവകഥ സുബ്ബണ്ണ പറയും. കർണ്ണാടകം രൂപം കൊണ്ടതിനുശേഷം ആരോ ഈ കവിത ഉദിച്ചുയർന്നു എന്ന് പാടി. [16]ബന്ദ്ര അയാളെ തടഞ്ഞു. “നിങ്ങൾക്ക് ഉയർന്നു എന്ന് പറയാൻ പറ്റില്ല. അത് എന്നും ഉയർന്നുകൊണ്ടിരിക്കുകയാണ്. അത് എന്നും തുടരുന്ന ഒരു പ്രക്രിയയാണ്.” സർഗ്ഗശക്തിയുള്ള ഒരു എഴുത്തുകാരന്റെ നിലപാട് അതാണ്.

ചന്ദൻ ഗൗഡ: തുറന്ന ആത്മനിർവ്വചനത്തിന്റെ ആർജ്ജവമുള്ള ഈ പ്രക്രിയയിൽ വർത്തമാനകാലം സ്വാഗതം ചെയ്യേണ്ട ഒരു പുതുമ എന്ന നിലയിൽ എന്തെങ്കിലും കാര്യം താങ്കൾക്ക് ആവേശം ഉണ്ടാക്കുന്നുണ്ടോ?

ഞാൻ എല്ലാരാജ്യത്തും ആധുനികലോകവ്യവസ്ഥയെ ചോദ്യംചെയ്യുന്നവരെ സ്വാഗതം ചെയ്യുന്നു. ഒരു പുതിയ ലോകത്തിനുവേണ്ടി ലോകവ്യാപകമായ ഒരു പ്രസ്ഥാനത്തോട് നമ്മൾ തുറന്ന് ഇടപെട്ടാൽ മാത്രമേ നമ്മൾ സത്യത്തിൽ ആശയസമൃദ്ധി ഉള്ളവരാകാൻ പോകുന്നുള്ളൂ. ആധുനിക ലോകവ്യവസ്ഥയോട് ലോകം മുഴുവൻ പ്രതിഷേധം ഉണ്ട്. ഭൂമിചൂടായിക്കൊണ്ടിരിക്കുകയാണ്. അത് ഒരു കാരണമാകാൻ ഇടയുണ്ട്. മറ്റൊന്ന് ലളിത ജീവിതത്തിനുവേണ്ടിയുള്ള ആഗ്രഹമാണ്. ലോകം

15. കലിംഗറാവു (1914–1981) ജനപ്രിയപാട്ടുകാരനും ഗാനരചയിതാവും.
16. ഡോ. റാ. ബന്ദ്ര (1896–1981) ഒരു പ്രധാനപ്പെട്ട കന്നട കവി.

മുഴുവൻ പല പ്രസ്ഥാനങ്ങളും ഉണ്ടെന്ന് നിങ്ങൾക്ക് അറിയാം. ഇത് അമേരിക്കയിലുംയൂറോപ്പിലും ഉണ്ട്. ഇത് ചിത്രരചനയിലും സംഗീതത്തിലും സാഹിത്യത്തിലും പല ആശയങ്ങളും ഉയർത്തിയിട്ടുണ്ട്. നമുക്ക് സ്വയം തുറന്ന സമീപനം വേണ്ടത് ഇവയോടാണ്. നമ്മുടെ മുകളിൽ ആധിപത്യം സ്ഥാപിക്കാൻ യൂറോപ്പിനെ അനുവദിച്ച സിദ്ധാന്തങ്ങളോടല്ല. നമുക്ക് നമ്മുടെ ഗാന്ധി ഉണ്ട്. നമുക്ക് നമ്മുടെ സ്വന്തം പമ്പ ഉണ്ട്. നമുക്ക് അവരെ കൈവശപ്പെടുത്തിക്കൊണ്ട് ആധുനിക ലോകവ്യവസ്ഥയോട് വെറുപ്പു തോന്നി അതിൽ നിന്നും പുറത്തുകടക്കാൻ ആഗ്രഹിക്കുന്ന ആധുനിക ചിന്തകരെക്കൂടി ഉൾപ്പെടുത്തിയാൽ കന്നടയ്ക്ക് കഴിഞ്ഞകാലത്തിൽ നിന്നും ഭാവിയിലേക്കുള്ള ഒരു തുടർച്ച ലഭിക്കുമെന്നാണ് ഞാൻ ചിന്തിക്കുന്നത്.

ചന്ദൻ ഗൗഡ: ബാംഗ്ലൂരിന്റെ പേര് ബംഗലൂരു എന്ന് മാറ്റണമെന്ന് താങ്കൾ സർക്കാരിനോട് അഭിപ്രായപ്പെട്ടപ്പോൾ താങ്കളുടെ മനസ്സിൽ എന്തായിരുന്നു.

'ബാംഗ്ലൂർ' ഒരു 'ബ്രാൻഡ് നെയിം' ആക്കിയ ആളുകളെ ഞെട്ടിക്കണമെന്ന് ഞാൻ ആഗ്രഹിച്ചു. ഞാൻ 'ബ്രാൻഡ് നെയിമി'നോട് പോരാടാൻ ആഗ്രഹിച്ചു. ലോകത്തിന്റെ എല്ലാ ഭാഗത്തുനിന്നും ഞാൻ നേരിട്ട എതിർപ്പുകൊണ്ട് അതിന്റെ പ്രാധാന്യം വെളിപ്പെട്ടു. ഞാൻ ഇടുങ്ങിയ മനഃസ്ഥിതിക്കാരനാണെന്ന് ആളുകൾക്ക് തോന്നി. നമ്മൾ എത്രമാത്രം വിശ്വപൗരന്മാരായി മാറിക്കഴിഞ്ഞെന്നാണ് അത് സൂചിപ്പിച്ചത്. നമ്മൾ പേര് ബംഗലൂരു എന്ന് മാറ്റിയതു കൊണ്ട് ബാംഗ്ലൂർ ഇല്ലാതാകുമെന്ന്ചിന്തിക്കാൻ ഞാൻ ഒരു വിഡ്ഢിയല്ല. പക്ഷേ, അത് ഞാൻ ഏതുദിശയിൽ പോകാൻ ആഗ്രഹിക്കുന്നു എന്നതിന്റെ സൂചനയാണ്.

ചന്ദൻഗൗഡ: നിങ്ങൾ ഇപ്പോൾ പറഞ്ഞ പുതിയ ലോകത്തിന്റെ ദിശയിലേക്കാണോ?

അതെ. പുതിയ ലോകം: നിശ്ചയമായും പുരോഗതിയോടുള്ള ഒരു എതിർത്തുനില്പ്. നമ്മൾ പരാജയപ്പെട്ടു. നിങ്ങൾക്ക് അറിയാം. ഇപ്പോൾ എല്ലാ വഴികളിലേക്കും നോക്കൂ. അവർ എപ്പോഴാണ് വഴികൾക്ക് വീതി കൂട്ടുന്നത്. ഞാൻ പറയുന്നത് ഒരു സൈക്കിൾ പാത ലഭിക്കുന്ന കാര്യമാണ്. ഇതെല്ലാം ആശയങ്ങൾ മാത്രം ആണ്. പക്ഷേ, അവയൊന്നും മരിക്കുന്നില്ല. അവ വീണ്ടും തിരിച്ചുവന്നെന്നു വരും.

ചന്ദൻഗൗഡ: ബഹുത്വത്തെ അംഗീകരിക്കുന്നത് കന്നട സംസ്കാരത്തിന്റെ ഒരുപ്രത്യേക ലക്ഷണമായി താങ്കൾ എടുത്തുകാട്ടിയിരുന്നു., ഇപ്പോഴത്തെ ബി ജെ പി സർക്കാർ താങ്കളെ വിഷമിപ്പിക്കുന്നുണ്ടോ?

വളരെ അധികം. അവരുടെ ഹിന്ദുത്വം കൊണ്ടുമാത്രമല്ല അവർ എന്നെ വിഷമിപ്പിക്കുന്നത്. മറ്റുള്ളവർ പുരോഗതിയുടെ അടിമകളായ

തോതിൽ അവരും പുരോഗതിയുടെ അടിമകളാണ്. അവർ ഖനനം കൊണ്ട് കർണ്ണാടകത്തെ വേണ്ടത്ര സമ്പന്നമാക്കാമെന്ന് പറയുന്നു.അവർ വഴികൾക്ക് വീതികൂട്ടാൻ മരങ്ങൾ മുറിച്ചുകൊണ്ടിരിക്കുന്നു. കാറിന്റെ ഉടമസ്ഥരെ അവർ സന്തോഷിപ്പിക്കുന്നു. പുരോഗതിയെ പറ്റിയുള്ള അവരുടെ ആശയത്തിന് മറ്റു രാഷ്ട്രീയ കക്ഷികളിൽ നിന്നും വലിയവ്യത്യാസം ഇല്ല. എല്ലാ രാഷ്ട്രീയ കക്ഷികളോടും ഈ കാര്യത്തിൽ എനിക്ക് വിഷമം തോന്നുന്നു. പക്ഷേ, ഓരോ വിഷയത്തേയും ബി ജെ പി വാണിജ്യവല്ക്കരിക്കുന്നതുകൊണ്ട് എന്നെ അവർ പ്രത്യേകിച്ചും വിഷമിപ്പിക്കുന്നു. ഉദാഹരണത്തിന് ഗോവധപ്രശ്നം[17] എന്നെ വിഷമിപ്പിച്ചിട്ടുണ്ട്. പശു ഒരു കാർഷികമൃഗം ആയിരുന്നപ്പോൾ അതിനെ ഉഴുന്നതിനും പാലിനും വളത്തിനും വേണ്ടി ഉപയോഗിച്ചിരുന്നു. രണ്ട് ഏക്കർ ഭൂമിയും ഒരു കാളയും കാളവണ്ടിയും ഉള്ള കർഷകന് സംതൃപ്തമായ ജീവിതം നയിക്കാൻ കഴിഞ്ഞിരുന്നു. ട്രാക്ടറുകളുടെ വരവ് കാളകളെ അപ്രധാനമാക്കി. പശു പാലുതരുന്ന ഒരു യന്ത്രം മാത്രമായി മാറി. പാലുതരാതാകുമ്പോൾ ഇത്തരം ഒരു പശുവിനെ കാത്തുസൂക്ഷിക്കാൻ സാദ്ധ്യമല്ല. ഒരു കർഷകന് അതിനെ വില്ക്കേണ്ടിവരുന്നു. ഇപ്പോൾ പശുവിന്റെ ഇറച്ചി നിങ്ങളുടെ വീട്ടിൽ കണ്ടാൽ നിങ്ങളെ അറസ്റ്റ് ചെയ്ത് ഏഴുവർഷത്തേക്ക് ശിക്ഷിക്കാൻ പറ്റും.

അവർക്ക് യഥാർത്ഥ ധൈര്യം ഉണ്ടെങ്കിൽ, ഗാന്ധിയൻ രീതിയിലുള്ള ധൈര്യം ഉണ്ടെങ്കിൽ അവർ ട്രാക്ടർ നിരോധിക്കട്ടെ. രണ്ട് ഏക്കർ ഭൂമിയും കാളയും വീണ്ടും പ്രായോഗികമായ ഒരു അഭിപ്രായമായി അംഗീകരിക്കട്ടെ. ഭക്ഷണം വിളയിക്കുന്നതിന് പുതിയ കെമിക്കലുകൾ ഉപയോഗിക്കാനുള്ള ആശയം അവർ പൂർണ്ണമായി ഉപേക്ഷിക്കട്ടെ. ബി ടി വഴുതനങ്ങ അവർ ഉപേക്ഷിക്കട്ടെ. ചാണകത്തിന് ഇറച്ചിയേക്കാൾ പ്രാധാന്യം ഉള്ളതുകൊണ്ട് ഒരു മുസ്ലീം കർഷകന് പശു വാർദ്ധക്യകാലത്തും വിലപ്പെട്ടതാണ്. ഗോവധ നിരോധന നിയമ നിർമ്മാണത്തിന്റെ ആവശ്യം ഇല്ല. എന്തുകൊണ്ടാണ് ബി ജെ പി ഇങ്ങനെ ചെയ്യുന്നത്. കൂടുതൽ കുറ്റവാളികളെ സൃഷ്ടിക്കാനാണ് അവർ ഇങ്ങനെ ചെയ്യുന്നത്. അത് അവരുടെ മണ്ടത്തരവും ക്രൂരതയും ആണ് കാണിക്കുന്നത്. അവർ ഒരു സമുദായത്തെ കുറ്റബോധമുള്ളവരാക്കാനാണ് ശ്രമിച്ചു കൊണ്ടിരിക്കുന്നത്. ഞാൻ ഇതുപറയുമ്പോൾ വേദങ്ങൾക്കും അതിനും ഇതിനും ഒന്നും എതിരായി പറയുകയല്ല. ഞാൻ യുക്തിപൂർവ്വം ചിന്തിക്കുന്നു.

---

17. 'കർണാടക പ്രിവൻഷൻ ഓഫ് സ്ലോട്ടർ ആൻഡ് പ്രിസർവേഷൻ ഓഫ് ക്യാറ്റിൽ ബിൽ 2010' സംസ്ഥാന നിയമസഭ 2010 മാർച്ച് 19ന് പാസ്സാക്കി. 'ലജിസ്ലേറ്റീവ് കൗൺസിലിൽ' അവതരിപ്പിക്കാൻ പദ്ധതിയിട്ടുകൊണ്ടിരുന്നു ഈ ബില്ല്. പശുക്കളെയും കാളകളെയും പോത്തിനേയും കൊല്ലുന്നത് ജാമ്യം ലഭിക്കാത്ത വലിയ ശിക്ഷ ലഭിക്കുന്ന കുറ്റമാണ്.

ചന്ദൻ ഗൗഡ: കർണ്ണാടകത്തിലെ രാഷ്ട്രീയ സാഹചര്യത്തെ താങ്കൾ എങ്ങനെയാണ് മനസ്സിലാക്കുന്നത്?

ഇന്ന് കർണ്ണാടകത്തിലെ ഒരു രാഷ്ട്രീയ കക്ഷിയും എനിക്കും എന്റെ മുൻഗാമികൾക്കും പ്രിയപ്പെട്ട ആശയങ്ങൾക്കുവേണ്ടി പ്രവർത്തിക്കുമെന്നുള്ള പ്രതീക്ഷ എനിക്ക് നല്കുന്നില്ല. എല്ലാ കക്ഷികളിലും വെച്ച് ഞാൻ കോൺഗ്രസിനെ തെരഞ്ഞെടുക്കാനുള്ള കാരണം ഒരുപക്ഷേ, അതിന്റെ തലപ്പത്ത് കുറച്ചു സ്വബോധമുള്ള മനുഷ്യർ ഉണ്ടെന്നുള്ളതും അതിന് ഒരു ചരിത്രം ഉണ്ടെന്നുള്ളതും ആണ്. പക്ഷേ, ഇതുപോലും ഞാൻ മടിയോടെ ആയിരിക്കും ചെയ്യുന്നത്. മറ്റ് കക്ഷികൾക്കും അവരുടെ വിശ്വാസയോഗ്യത നഷ്ടപ്പെട്ടു. തെരഞ്ഞെടുപ്പുകൾക്ക് അങ്ങേയറ്റത്തെ ചെലവ് വരുന്നതുകൊണ്ട് എന്റെ ആദ്യത്തെ ചുമതല ജനാധിപത്യമുറകളെ ചോദ്യം ചെയ്യുന്നതാണ്. നമ്മുടെ ജനാധിപത്യം ഒട്ടും തന്നെ ജനാധിപത്യരീതിയിലല്ല. അബ്ദുൾ നാസർസാബിനെ[18] പറ്റിയും അദ്ദേഹത്തിന്റെ പഞ്ചായത്ത് രാജ് പോലീസിയെ പറ്റിയും എനിക്ക് വളരെഅധികം സന്തോഷം തോന്നിയ ഒരു സമയം ഉണ്ടായിരുന്നു.കുറച്ചുവർഷം മുമ്പുണ്ടായിരുന്ന ആ കാലം എനിക്ക് ഒരു സുവർണ്ണകാലം ആയിരുന്നു. വടക്കേ ഇന്ത്യക്ക് കഴിഞ്ഞതിനേക്കാൾ വളരെ കൂടുതൽ വിജയകരമായി നമ്മൾ സംവരണനയം നടപ്പാക്കി. അവിടെ ഒരുരക്തച്ചൊരിച്ചിൽ ഉണ്ടായിരുന്നു.പക്ഷേ, ഇവിടെ ഉണ്ടായിരുന്നില്ല. കാരണം നമുക്ക് പാവങ്ങൾക്കുവേണ്ടി സംസാരിച്ചിരുന്ന വീരശൈവശരണന്മാരുടെ ഒരു പാരമ്പര്യം ഉണ്ടായിരുന്നു. നമുക്ക് വ്യത്യസ്തമായ ഒരു മനോഭാവം ഉണ്ടായിരുന്നു. ഇപ്പോൾ അതെല്ലാം നശിപ്പിക്കപ്പെട്ടുകൊണ്ടിരിക്കുന്നു.

അവർ മാംഗ്ലൂരിൽ ഒരു SEZ ഉണ്ടാക്കാൻ പോകുന്നെന്ന് ഞാൻ ഇന്നത്തെ പത്രത്തിൽ വായിച്ചു. കൃഷിഭൂമി സാവധാനം വ്യാവസായിക ഭൂമിയായി മാറ്റിക്കൊണ്ടിരിക്കുകയാണ്. കമ്യൂണിസ്റ്റുകാരും കോൺഗ്രസുകാരും ബി ജെ പിക്കാരും ഇതു ചെയ്യുന്നു. ഞാൻ രാഷ്ട്രീയമായി കൂടുതൽ പ്രതീക്ഷകൾ ഇല്ലാതെ ഇതിനെ എതിർക്കുന്നു. ഒരുതരത്തിൽ നിങ്ങൾക്ക് ബുദ്ധൻ ചെയ്തതുപോലെ സ്വപ്നങ്ങളെ ജീവനോടെ നിലനിർത്താം. എല്ലാ വംശങ്ങളും നശിപ്പിക്കപ്പെട്ടപ്പോൾ അദ്ദേഹം അദ്ദേഹത്തിന്റെ സ്വന്തം സംഘം എന്ന വംശീയ ആശയത്തെ ജീവനോടെ നിലനിർത്തി. ഇതുപോലെ ബുദ്ധിജീവികളും എഴുത്തുകാരും ചിന്തകന്മാരും ഉൾപ്പെടുന്ന ചെറിയ സമൂഹങ്ങളിൽ നമ്മൾ പുതിയ ലോകത്തിന്റെ ആശയം ഉൾക്കൊള്ളുന്ന ഇടങ്ങൾ സൃഷ്ടിക്കണം. ഇത് വളരെ സന്തോഷത്തോടെ താമസിക്കാവുന്ന ഒരു സംസ്ഥാനം അല്ല.

'സെമിനാറി'നോട് കടപ്പാട്

---

18. അബ്ദുൾ നാസർസാബ് – 1980 ലെ ജനതാ സർക്കാരിലെ 'മിനിസ്റ്റർ ഫോർ റൂറൽ ഡവലപ്മെന്റ് ആൻഡ് പഞ്ചായത്ത് രാജ് ആയിരുന്നു.

യു ആർ അനന്തമൂർത്തി
ജീവിതരേഖ

കർണ്ണാടകത്തിലെ ഷിമോഗ ജില്ലയിൽപ്പെട്ട തീർത്ഥഹള്ളി താലൂക്കിലെ മെലിഗെ എന്ന ഗ്രാമത്തിൽ 1932 ൽ ജനിച്ചു. പ്രാഥമിക വിദ്യാഭ്യാസം ദുർവ്വാസപുരത്തിലെ സംസ്കൃത വിദ്യാലയത്തിൽ. തീർത്ഥഹള്ളിയിലും മൈസൂറിലുമായി തുടർ പഠനം. മൈസൂർ സർവ്വകലാശാലയിൽനിന്ന് ആംഗലേയ സാഹിത്യത്തിൽ മാസ്റ്റർ ബിരുദം നേടിയശേഷം ചെറിയൊരിടവേളയിൽ അവിടെ അദ്ധ്യാപകനായി. തുടർന്ന് കോമൺവെൽത്ത് സ്കോളർഷിപ്പിൽ ഇംഗ്ലണ്ടിലേക്കു പോയി. ബർമിങ്ഹാം യൂണിവേഴ്സിറ്റിയിൽനിന്നും '1930 കളിലെ കഥയും രാഷ്ട്രീയവും' എന്ന വിഷയത്തിൽ ഡോക്ടറേറ്റു നേടി. 1970 മുതൽ മൈസൂർ സർവ്വകലാശാലയിലെ ഇംഗ്ലീഷ് പ്രൊഫസറായി പ്രവർത്തിച്ചു. കേരളത്തിൽ മഹാത്മാ ഗാന്ധി സർവ്വകലാശാലയിലെ വൈസ് ചാൻസലറായി 1987 മുതൽ 91 വരെ ചുമതല വഹിച്ചു. 1992 ൽ നാഷണൽ ബുക്ക് ട്രസ്റ്റ് ചെയർമാനായും 1993 ൽ സാഹിത്യ അക്കാദമിയുടെ അദ്ധ്യക്ഷനായും പ്രവർത്തിച്ചു. പല വിദേശ സർവ്വകലാശാലകളിലെ വിസിറ്റിങ് പ്രൊഫസറായും പ്രവർത്തിച്ചു. 2012 ൽ അദ്ദേഹം സെൻട്രൽ യൂണിവേഴ്സിറ്റി ഓഫ് കർണ്ണാടകയിലെ ആദ്യ ചാൻസലറായി നിയമിതനായി. *സംസ്കാര, ഭാവ, ഭാരതീപുര, അവസ്ഥ* എന്നിവയാണ് പ്രധാന നോവലുകൾ. നിരവധി ചെറുകഥകളും രചിച്ചു. പല കഥകളും നോവലുകളും ചലച്ചിത്രമായിട്ടുണ്ട്. പ്രഭാഷകൻ, ചിന്തകൻ, വിദ്യാഭ്യാസ വിചക്ഷണൻ എന്നീ നിലകളിൽ അദ്ദേഹം ശ്രദ്ധേയനായി. ജ്ഞാനപീഠം, പത്മഭൂഷൺ അവാർഡുകളും സാഹിത്യ അക്കാദമി ഫെലോഷിപ്പും ലഭിച്ചിട്ടുണ്ട്. 2011 ലെ 'ഹിന്ദു ലിറ്റററി പ്രൈസിനും' 2012 ലെ ബുക്കർ പ്രൈസിനും ശുപാർശ ചെയ്യപ്പെട്ടു. കൊൽക്കത്ത യൂണിവേഴ്സിറ്റി ഡി–ലിറ്റ് നല്കി ആദരിച്ചു. 2014 ആഗസ്ത് 22 ന് ബംഗളുരുവിലെ മണിപ്പാൽ ആശുപത്രിയിൽ അന്തരിച്ചു.

www.ingramcontent.com/pod-product-compliance
Lightning Source LLC
LaVergne TN
LVHW100843051026
849519LV00006B/2401
9789383903627